GIAI NHÂN
&
HÒA THƯỢNG

Giai nhân và Hòa thượng

THÍCH NHƯ ĐIỂN

GIAI NHÂN VÀ HÒA THƯỢNG
Thích Như Điển

Xuất bản lần thứ nhất bản in: 2006
Tái bản cho ấn bản trên mạng điện tử: Tháng 3/2021
Tái bản qua United Buddhist Publisher: Tháng 3/2021
Trách nhiệm: Nguyên Đạo
Thiết kế bìa: Họa sĩ Sao Mai
Hiệu đính và Layout: Nguyễn Minh Tiến

***United Buddhist Publisher** - 2022*

THÍCH NHƯ ĐIỂN

Giai nhân & Hòa thượng

Tiểu thuyết hư cấu
Tái bản có sửa chữa và bổ sung

2021

MỤC LỤC

LỜI GIỚI THIỆU

CỦA VIÊN GIÁC TÙNG THƯ

(Nhân lần tái bản năm 2021)

Tác phẩm mà quý vị đang cầm trên tay này gồm có 10 chương, được xuất bản lần đầu vào năm 2006. Đây là một cuốn tiểu thuyết viết về một câu chuyện khá kỳ lạ. Câu chuyện có liên quan đến một giai nhân và một hòa thượng. Cũng thông qua đó, tác giả đã khéo léo phơi bày một sự thật trong chốn nhân sinh: *Khi đã lún vào vũng lầy tình ái ấy thì khổ đau là một hệ quả tất yếu* và *sự chọn lựa giữa Đời và Đạo không bao giờ là một lựa chọn dễ dàng*. Lúc đứng *Giữa hai chọn lựa* đó, chàng thanh niên Ngọc Minh, hay thầy Ngộ Tánh, một nhân vật trong câu chuyện, đã có đến ít nhất ba lần tự chọn cho mình một đường đi: *từ bỏ con đường công danh để đi theo nẻo Đạo, rồi từ bỏ cửa thiền để ra đi sau những chấn động, thương tổn bởi tình yêu, và cuối cùng là quyết định xa lìa cõi đời ô trược để bắt đầu lại con đường tu tập như một người mới phát tâm.*

Khi đắm chìm trong khổ đau bởi cuộc đời vùi dập, chàng tự mình hồi tưởng:

"Thật vậy, bây giờ chàng chẳng trách ai hết, mà chỉ trách mình đã vụng đường tu nên mới ra nỗi ấy. Nếu mình thẳng một đường, đừng rẽ trái hay rẽ phải qua ngã rẽ của cuộc đời, thì đâu có ra nông nỗi như ngày hôm nay."

Và đây, những trăn trở trong cõi lòng của chàng:

"Làm sao giải quyết đây? Rõ ràng chữ "ái" nó chỉ đơn giản như thế mà mọi người đều khó dứt trừ. Chàng nhớ

lại khi chàng được làm lễ cho xuất gia Sư Cụ Từ Tâm có xướng bài kệ hay lắm như sau:

Hủy hình thủ khí tiết,
Cát ái từ sở thân,
Xuất gia hoằng Thánh đạo,
Thệ độ nhứt thiết nhân.

Nam Mô Ly Cấu Địa Bồ Tát.

Các Bồ Tát đều lìa xa chỗ đất dơ nhớp của thế gian này. Mặc dầu các Ngài là những bậc đã chứng đắc được những cái gì của vô thường sanh diệt và người xuất gia là người phải cắt dây ái, từ bỏ cái ân của những người thân kẻ thuộc trong gia đình và để hoằng dương Thánh Đạo."

Nhưng dĩ nhiên, nếu chỉ dừng lại ở những trăn trở trong cuộc sống đầy đau khổ và nước mắt, thì câu chuyện này hẳn cũng không khác gì bao nhiêu câu chuyện ái tình khác của thế gian.

Không! Dùng ngòi bút viết văn, sáng tác... hay thuyết giảng theo tác giả, Hòa Thượng Thích Như Điển, luôn phải chuyên chở được tâm nguyện độ sinh, hoằng hóa, trên tinh thần "văn dĩ tải đạo". Nếu không thì chuyện viết lách hẳn không phải là công việc thích hợp của một người xuất gia "phát túc siêu phương".

Và tôi dám chắc như vậy là vì, tôi đã có duyên may được biết đến một câu chuyện có thật 100%, liên quan đến quyển tiểu thuyết này.

Hơn mười năm sau khi xuất bản sách này, trong một chuyến chiêm bái Phật Tích ở Ấn Độ, tác giả đã gặp một tăng nhân tu hành tinh tấn và có trình độ học vấn vững vàng. Vị tăng sinh ấy đang du học và làm luận án tiến sĩ tại Ấn Độ. Người tu sĩ trẻ ấy tìm gặp tác giả sách này và thưa rằng: *"Con chỉ muốn gặp Hòa Thượng để thưa cùng*

Ngài, tác giả của tác phẩm Giai Nhân và Hòa Thượng rằng, chính con cũng đã có lần đứng trước một ngã ba "Giữa hai chọn lựa". Sau nhiều trăn trở khá gian nan trước quyết định đi ngược hay chảy xuôi theo dòng đời, con đã may mắn gặp sách này của Hòa Thượng. Con đã đọc một mạch đến hết sách, rồi đọc đi đọc lại. Nhờ vào những tình tiết câu chuyện và những lý luận giáo lý rành mạch, con đã quyết định ngay tức thì con đường đi của mình. Và như Hòa Thượng thấy đây, giờ con vẫn còn được mang hình tướng đầu tròn áo vuông. Hôm nay con mới hân hạnh được gặp tác giả và xin bạch lên Hòa Thượng lời cảm tạ thâm sâu nhất. Tác phẩm này đã là một cứu tinh của đời con."

Chúng tôi không dám nói nhiều hơn, để dành những ngạc nhiên thích thú cho độc giả khi tiếp xúc với tác phẩm. Chỉ xin nói thêm rằng, không phải ai đọc xong sách này cũng đi tu cả. Xin đừng lo xa! Sách này đã có rất nhiều người đọc, thậm chí đã được thu âm thành Audiobook do đạo hữu Tâm Kiến Chánh đọc, phổ biến rộng rãi trên rất nhiều trang mạng Internet.

Viên Giác Tùng Thư xin trân trọng giới thiệu.

Đức Quốc, tháng 3 năm 2021

VIÊN GIÁC TÙNG THƯ

CHƯƠNG 1. NGÔI CHÙA TRÊN NÚI

Ngôi chùa Sắc Tứ Hưng Phước Tự nằm trên một triền đồi thoai thoải. Mặt chùa quay ra hướng đông nam hướng về phía biển đông, lưng chùa tựa sát vào vách núi, chung quanh là những điện đường ngang dọc, xây theo lối cổ tự ngày xưa. Đây là một ngôi chùa bề thế được bao đời chúa Nguyễn sắc phong cho các vị trụ trì tiền nhiệm tại đó, nên trong lòng ai cũng cung kính nể vì. Nơi đây đời đời truyền nối ngọn đèn Thiền, trải qua mấy trăm năm chưa có một vấn đề gì sơ xuất xảy ra.

Sở dĩ được như vậy là nhờ từ Hòa Thượng khai sơn cho đến những vị Tăng Cang qua nhiều chặng đường của lịch sử đều là những bậc tu hành đắc đạo và đạo đức trác tuyệt, cho nên trên từ vua chúa, quan lại, dưới đến thứ dân, ai ai cũng đều một lòng ngưỡng mộ cung kính. Cũng có nhiều người không thích lắm về cách cư xử của triều đình là dành cho chùa quá nhiều đất đai và nhiều quyền lợi khác nữa. Do vậy mà thỉnh thoảng vẫn có những chuyện thị phi nho nhỏ.

Một hôm dân làng đi lễ và ngày ấy cũng là ngày hoàng thân quốc thích lên chùa lễ bái nguyện cầu. Trong số người đi lễ ấy, có hai nho sinh áo quần nho nhã và là những trí thức đương thời, nên cách đối đáp của họ có phần liên quan đến lịch sử. Một người bảo:

- Theo tiện sinh thì vua quan hà tất phải vào chùa lễ Phật. Hoặc giả nên làm chùa tại cung nội hay lập đền thờ riêng tại nhà có lẽ hay hơn.

Người kia đáp:

- Ngay cả chúng ta cũng phải lên đây lễ. Vì chùa đây thiêng, có Sư Cụ trụ trì đạo cao đức trọng, là một bậc tu hành chân chánh nên chúng ta mới đến lễ bái nguyện cầu. Nếu chùa mà nhiều vị trụ trì chỉ lo bái sám, nhiều khi còn bói toán, coi quẻ, xem ngày giờ nữa thì ta cũng không đến đó làm gì, chứ đừng nói đến vua quan triều đình!

- Đại huynh nói phải và chí lý lắm. Sở dĩ chúng ta đi chùa này vì cảnh trí đẹp và cũng có cảnh nam thanh nữ tú đi cùng, nên tiện sinh rất hân hoan chờ đón những ngày như thế này. Nhưng tiện sinh có điều không hiểu, kính nhờ đại huynh phân giải dùm.

- Nếu là chữ của Thánh Hiền thì chắc là đệ hơn huynh, nhưng có điều gì khác thì cứ xin tỏ bày tự sự.

- Nguyên là tiểu đệ này hay nhìn thấy vua chúa lễ Phật mà chư tăng ni không theo phong tục nước mình lễ vua chúa, mà đôi khi vua chúa còn lạy cả chư tăng nữa. Ví dụ như vị Sư Cụ trụ trì chùa Hưng Phước này là một.

- Việc ấy đã có sự sắp xếp rõ ràng rồi, thiết nghĩ đệ quên rồi chứ. Đây là nguyên nhân của đầu đuôi câu chuyện:

Khi đức Phật thành đạo dưới cây bồ-đề tại Ấn Độ, thì kể từ lúc đó mọi người mới biết đến danh từ Phật và vì Phật cũng là người hoàng tộc, do vậy các vua quan thuở bấy giờ đến đảnh lễ Phật cũng là việc tự nhiên. Vả lại ở Ấn Độ, họ chia con người trong xã hội ra làm bốn giai cấp, mà giai cấp đứng đầu vẫn là giai cấp giáo sĩ, giai cấp thứ hai mới là giai cấp vua chúa, giai cấp thứ ba là thương nhân, thứ tư là giai cấp bình dân. Lại cũng còn có thêm một giai cấp nữa, đó là giai cấp hạ tiện, chỉ chuyên đi làm đầy tớ cho người. Trong khi đó Phật giáo được du nhập vào Trung quốc và Việt Nam chúng ta đầu tiên chẳng thích hợp mấy vì lẽ đạo Phật chủ trương không bái lễ quân vương, khác với đạo Nho, xem vua chúa là cha mẹ của thần dân. Trên vua chúa không có ai nữa cả, ngoại trừ thiên tử ở trên trời.

- Sao mà đại huynh rành quá! Và còn nữa, thế thì tại sao các vị sư lại không lạy vua chúa như ở Trung Hoa và nước ta?

- Theo quan điểm và lập luận của Hoàng Huyền thì sa-môn, tức là các vị tăng sĩ, phải lễ kính vua. Ông ta xuất thân là con của quan Nam Quận Công Hoàng Ôn, thông minh, có tài và rất tự cao. Tiếp nối chức tước của cha, Hoàng Huyền cũng thâm hiểu về Phật giáo và sau khi gặp gỡ tổ Huệ Viễn tại Lô Sơn, lúc đầu rất kiêu ngạo, song lúc gặp mặt Tổ đã chí tâm cung kính, sau đó chỉ một câu đối đáp thôi là hoàn toàn kính trọng Tổ. Tuy vậy, cái chất Nho giáo ăn sâu trong dòng máu Trung Hoa, nên năm 402 sau khi nắm quyền bính trong tay, Hoàng Huyền ra lịnh thanh lọc tăng ni, cho rằng tăng ni nhiều người hư hỏng và làm phát sinh nhiều tệ trạng, cần phải thanh lọc, chỉ giữ lại ba dạng tăng ni như sau: Một là người có thể giảng giải kinh điển, xướng lên nghĩa lý, hai là người tu hành nghiêm mật, giữ giới trọn đủ, thường ở nơi chùa viện, ba là người tu dưỡng trên núi, không làm các chuyện thế gian. Để trả lời cho quan điểm và lập luận của Hoàng Huyền, Ngài Huệ Viễn bảo rằng sa-môn không cần phải lễ kính vua, lập luận như sau: "Những gì trong kinh Phật nói, thường phân làm hai khoa, một là ở trong thế tục mà hoằng pháp, hai là xuất gia tu đạo. Ở trong thế tục thì cái lễ với bề trên, cái kính với tôn thân, cái nghĩa của trung hiếu, Kinh văn đều có nói đến. Ba giáo huấn ấy Thánh Điển dạy rất rõ, sự giáo huấn ấy đồng với luật chế của vua, là điều phải làm, dường như hoàn toàn khế hợp với nhau về phương diện này hoàn toàn không có gì khác, nghĩa là các Phật tử tại gia phải lễ kính vua. Nhưng người xuất gia vốn như người khách ngoài thế gian này, hành tích không dính bám vào bất cứ điều gì. Giáo pháp mà họ tuân theo là thấu rõ bao tai họa luỵ phiền cũng do nơi có thân thể, nên chẳng cầu giữ thân này là nhằm để dứt họa hoạn, biết rành đời đời phải sinh sinh là do thuận theo lẽ biến hóa của đất trời. Thế nên không thuận theo lẽ biến hóa ấy là cốt để cầu được tông yếu. Cầu tông như thế không thể do thuận hóa mà có được, người xuất gia không coi trọng sự ban ân cho được sống hanh thông khoái lạc, diệt các họa hoạn không do nơi bám giữ thân này mà thành được, thế nên người xuất gia chẳng vì các lợi lạc được sống ấm no đầy đủ. Lý này hoàn toàn ngược lại với thế tục. Đạo và thế tục khác nhau như thế ấy." Tuy vậy, mặc dù đế triều của Hoàng Huyền chỉ kéo dài đến năm 404 là chấm dứt, vì Lư Dụ khởi binh công phạt và giết chết Hoàng Huyền. Năm 403, Hoàng Huyền đã chính thức ban chiếu, chính thức chấp nhận cho sa-môn không cần lễ kính vương giả nữa. Vì biết rằng những nhà Nho sau này đa phần được vua chúa nghe theo, nên Tổ Huệ Viễn đã soạn luận "Sa Môn Bất Kính Vương Giả". Và kể từ đó về sau Trung Hoa cũng như Việt Nam chúng ta, sa-môn không cần lễ vua chúa mà ngược lại đôi khi vua chúa phải lễ sa-môn. Ví dụ những ông vua đó là học trò, đệ tử của các vị Tăng Cang, Hòa Thượng.

- Quả thật đại huynh là người tinh thông lịch sử, nhưng còn Huệ Viễn là ai thế?

- Đó là Ngài Huệ Viễn ở chùa Đông Lâm, núi Lư Sơn bên Trung quốc. Ngài họ Dã, người làng Nhạn Môn. Thoạt đầu sư học Nho, năm 21 tuổi xuất gia, thờ Ngài Đạo An làm thầy. Sư thông hiểu giáo lý sâu sắc của Đại Thừa. Bấy giờ ở Tương Dương xảy ra giặc giã loạn lạc, Đạo An phải phân tán học trò. Sư từ biệt Thầy về Kinh Châu qua La Phù, Tầm Dương thấy đỉnh Lư Sơn cảnh trí thanh tịnh, Sư bèn trụ trì ở mé bắc ngọn núi này. Sư đã cùng với tăng, tục 123 người lập thành Bạch Liên Xã, chuyên tu tịnh nghiệp, trước tượng Phật Vô Lượng Thọ. Sư soạn cuốn Pháp Tính Luận (法性論), đề xướng thuyết Niết-bàn thường trụ, nêu ra luận điểm sa-môn không cần phải kính trọng hàng vương giả. Sư ở núi Lư Sơn hơn 30 năm, không hề ra khỏi núi, chỉ tiễn khách tới khe Hổ Khê thì quay lại. Sư viên tịch vào tháng 8 năm Nghĩa Hy 12 (416) đời Tấn An Đế, thọ 83 tuổi.

- Huynh quả xứng mặt là một đại huynh thuộc hàng Nho gia của Việt Nam chúng ta! Như vậy, ở đầu thế kỷ 5, từ năm 403 cho đến nay, các vị sư đều như thế. Còn riêng Việt Nam chúng ta thì sao, thưa đại huynh?

- Như đệ biết đấy, thời ấy Việt Nam chúng ta vẫn còn bị nhà Hán, rồi nhà Tấn, rồi nhà Đường cai trị. Tất cả văn học, chữ nghĩa, lễ nghi gì gì đi nữa, đều phải rập khuôn theo Trung Hoa. Do vậy, Trung Hoa sao thì Việt Nam vậy. Thời sau đó, đầu thế kỷ 6, Lý Nam Đế khởi nghĩa chống Trung Hoa và chính ông cũng là người đã ở chùa, cho nên việc sa-môn không lạy vua, ông ta chấp nhận được. Rồi đến các đời Đinh, Lê, Lý, Trần v.v... những ông vua Việt Nam của chúng ta cũng xuất thân từ cửa chùa như Lý Công Uẩn, tức là Lý Thái Tổ, sáng nghiệp triều Lý (1010 - 1222) và đã ăn cơm chùa mòn cả răng, không lẽ ông vua này lại dám buộc thầy mình là Vạn Hạnh Thiền Sư và Lý Khánh Vân lạy mình hay sao? Điều ấy chắc hẳn không có. Vì lẽ như vậy, chiếu theo đạo Nho cũng đã sai rồi, làm sao nói đến đạo Phật được. Đó là chưa kể những ông vua cuối đời nhà Lý như Lý Huệ Tông đã bỏ ngôi đi tu, đạo hiệu là Huệ Quang, nhường ngôi cho con là Lý Chiêu Hoàng trị vì thiên hạ. Sang đến nhà Trần, Vua Trần Thái Tông cũng chán mùi tục lụy, cung cấm và vị quân sư Trần Thủ Độ, nên nhà vua mới nói rằng: "Trẫm xem ngai vàng như đôi dép bỏ." Điều ấy chắc hẳn chẳng phải vì giận hờn mà vì lẽ thấy đời là ảo mộng, cho nên mới vào núi Yên Tử để xuất gia theo Phật, nhưng Quốc Sư Phù Vân thuở ấy đâu có chấp nhận. Vả lại Trần Thủ Độ đâu có để cho vua yên. Thượng Hoàng không đi tu được thì cháu nội của Thượng Hoàng đi xuất gia, đó là Vua Trần Nhân Tông, tức là Điều Ngự Giác Hoàng. Ngài đã nhường ngôi cho con là Anh Tông để đi xuất gia. Và vẫn còn làm lợi ích cho Tổ Quốc là đem Huyền Trân Công Chúa gả cho Chế Mân và Chế Mân đã dâng hai châu là Châu Ô và Châu Rí, đồng thời siết chặt mối tình hòa hảo giữa hai nước, ngăn ngừa chiến loạn. Nếu không có Huyền Trân Công Chúa đời Trần, thì nước Việt Nam đâu có Huế và Quảng Nam ngày nay, để rồi mai này các vua nhà Lý, nhà Mạc, nhà Hồ, nhà Hậu Lê, có cơ hội vùng vẫy mở mang cho đến tận mũi Cà Mau như ngày nay. Chưa hết, khi Nguyễn Ánh thua Nguyễn Huệ phải chạy sang Xiêm La tức Thái Lan ngày nay cầu viện, nếu không nhờ chư Tăng và vua chúa Thái Lan cho ẩn náu vào cuối thế kỷ 18, thì làm sao trở về khôi phục lại quê hương mà lên ngôi năm 1802 để dựng nghiệp đế. Vì vậy, sau khi lên ngôi Hoàng Đế Gia Long đã sắc phong dựng chùa Phổ Phước, chùa Khánh Vân, Chùa Cảnh Phước ở Bangkok để cảm cái ân, cái nghĩa cứu giá của vua chúa cũng như quân thần trong khi sống loạn ly mà vẫn còn cái hồn gửi về nơi cố quốc.

- Còn Sắc Tứ Hưng Phước Tự là sao đại huynh nhỉ?

- Tiểu sinh này, ta là nho sinh chứ đâu phải tiểu tăng mà cái gì cũng hỏi vậy kìa, làm như ta là tiểu hòa thượng không bằng. Nhưng thôi nể lời đệ ta trả lời luôn đây. Nhưng nhớ rằng lần sau không được hỏi thêm gì nữa đấy. Chúng ta phải lên ngoạn cảnh chùa và lễ Phật nữa chứ! Chữ Sắc có nghĩa là lệnh. Chữ Tứ có nghĩa là ân phước. Có nghĩa là có lệnh ban ân phước cho chùa này. Nhưng ban cho cái gì? Đó là chức Tăng Cang hay Hòa Thượng của các vị Tổ tại đây. Vì vua nể đạo cao đức trọng của chư vị mà sắc phong như thế. Đệ nên nhớ rằng thời quân chủ chỉ có vua là trên, không còn ai trên vua nữa. Còn tên chùa Hưng Phước có lẽ do Hòa Thượng khai sơn đặt cho. Chùa này như đệ biết đấy, đã tồn tại qua mấy trăm năm rồi. Thôi chúng ta hãy cùng vào chùa đi.

Chùa có năm gian, ở giữa là gian thờ Phật Tổ, có tượng A-nan, Ca-diếp đứng hầu hai bên. Phía bên trên cùng thờ tam thế Phật, gồm A-di-đà, Thích-ca, Di-lặc, và tầng dưới thờ Hoa Nghiêm Tam Thánh: Phật Thích-ca, Bồ Tát Văn-thù và Bồ Tát Phổ Hiền. Gian bên mặt từ ngoài nhìn vào thờ Bồ Tát Quán Âm Thiên Thủ Thiên Nhãn, và kế bên thờ Hộ Pháp Vi-đà. Gian bên trái đối diện thờ Bồ Tát Thế Chí, gian kế tiếp thờ Bồ Tát Địa Tạng. Chung quanh tường thờ các vị Bồ Tát và các vị A La Hán. Phía sau thờ Tổ và chư vị Thánh Tăng. Phía trước cửa chánh điện thờ Tiêu Diện Đại Sĩ và Quan Thánh Đế Quân.

- Cả chừng đó Phật và Bồ Tát, đệ muốn cầu gì thì cứ cầu, muốn xin gì cứ xin.

- Nhưng ai nấy cũng đều trầm ngâm cả, làm sao biết ai gật đầu chấp nhận mà xin?

- Thì đệ cứ khấn đi, thế nào cũng có sự linh hiển nếu đệ nhất tâm. Nhưng đệ muốn xin gì?

- Làm sao mà đại huynh hỏi điều thầm kín ấy được. Chỉ có Phật Bồ Tát mới biết được trong lòng của tiểu đệ này thôi

- Chẳng có gì bí mật cả. Thôi đệ hãy khấn đi.

- Nam mô Đại Từ Đại Bi Quán Thế Âm Bồ Tát, Nam mô Tầm Thanh Cứu Khổ Cứu Nạn Quán Thế Âm Bồ Tát, Nam mô Tồi Tà Phụ Chánh Quán Thế Âm Bồ Tát.

- Cái gì mà nhiều Bồ Tát thế! Chẳng thấy khấn nội dung gì cả?

- Từ từ đã đại huynh. Nhưng điều này bí mật...

Đoạn khấn thầm: "Nam mô... cho con..., như vậy... Kính mong Ngài... Nếu thành tựu... con sẽ không bao giờ quên."

- Nghe chẳng rõ gì hết!

- Thôi thì cứ cho là bí mật đi. Nhưng đại huynh muốn hiểu làm gì. Đây là chuyện riêng của tiểu đệ mà. Thế đại huynh có cầu nguyện gì chưa?

- Sao đại huynh thấy mắc cỡ quá. Người đi lễ quá chừng mà tự nhiên mình là nho sinh cứ vái lạy như thế này xem ra các ả tín nữ phía sau họ cười cho.

- Nếu thế thì đừng đi chùa vẫn hơn.

- Nhưng chùa là chỗ thiện của làng mà, tại sao mà không đi?

- Thôi chúng ta ra bên ngoài để xem phong cảnh một tý đã.

- Người xưa thật có mắt. Vì lẽ gì chùa được gọi là "tự"? Vì sao có chữ này đệ có biết không?

- Đến đây thì đệ cũng bí lối. Kính nhờ đại huynh, đã thương thì thương cho trót, xin giải nghĩa giùm.

- Thôi được, đệ nghe đây! Ngày xưa vua Trung Hoa tiếp các vị sứ thần và các nước chư hầu ở một nơi gọi là "tự". Sau này, cơ ngơi đồ sộ, mới tiếp nơi những dinh cơ khác, chứ ngày xưa tiếp ở chỗ nhỏ thôi. Chữ tự (寺) này được ghép từ hai chữ. Đó là chữ thổ (土) ở trên và chữ thốn (寸) ở dưới. Chữ thổ là tượng trưng cho đất, mà đất thì trong nhà Phật cho là vô thường, vì cái gì có hình tướng đều hư vọng cả. Ngay cả thân tứ đại này của chúng ta, cũng được cấu tạo bằng bốn chất lớn ấy, theo như lời Phật dạy, đó là: đất, nước, gió và lửa. Còn một chữ nữa gọi là bộ thốn mới thành chữ tự được. Chữ thốn ngoài ý nghĩa là một tấc (gồm

10 phân), hoặc sự việc nhỏ bé, còn có một nghĩa khác nữa là "tấc bóng quang âm khá tiếc". Cả hai chữ này đều diễn tả sự vô thường, mà ngôi vua ai chẳng muốn bền vững lâu dài, nếu dùng mãi chữ tự thì không lâu phải thay đổi triều đại. Do đó từ đời nhà Hán trở đi, ở Trung Hoa chữ tự chỉ còn để cho chùa dùng và còn thêm vào bên sau chữ miếu nữa, để trở thành một danh từ mà nơi đó chỉ thờ Phật chứ không phải của vua.

- Còn Việt Nam thì sao?

- Các đời vua hậu Lê của chúng ta cũng tiếp các sứ thần ngoại quốc tại chùa. Vì lẽ chư tăng là những người hay chữ, có thể giúp cho vua chúa và các quan, bút đàm bằng chữ Hán dễ dàng hơn. Do vậy mà tiếp ở chùa. Nhưng chùa ở đây là chùa Quán Sứ. Chữ Quán Sứ nghĩa là nơi các sứ thần ở lại. Chữ quán được viết chung hai bộ là bộ quan và chữ xá. Như vậy đúng ý của các vua hơn, nên chữ quán dùng từ ấy đến nay. Sau này khi kinh đô triều Nguyễn dời vào Thuận Hoá, rồi thì chùa Quán Sứ tại Hà Nội do chư tăng ở, chứ sứ của các nước khác không còn đến để trú tại đó để được Vua tiếp nữa.

- Quả thật Việt Nam cũng hay đấy chứ đại huynh nhỉ!

- Coi chừng cái đuôi của Nho sĩ bị lòi ra và người đời xem thấy chướng lắm đấy! Làm sao cho bằng Phật giáo thuở bấy giờ. Đệ thấy không! Chùa nào cũng lầu ngang dãy dọc, điện trước, đền sau, còn hơn cung vua nữa. Còn vua chúa gì mà cho phải đạo chứ. Có ông như vua Thành Thái, còn phải vượt thành vào chùa để hỏi ý Hòa thượng Hải Thiệu nữa đấy. Tuy rằng các vua ấy đều học Nho học để tiến thân, giữ nghiệp đế cũng như chăn dân trị nước, chứ có ai nhờ Phật học mà thành đâu?

- Sao mà đệ ganh tỵ với những bậc xuất thế làm gì. Họ suốt đời chỉ tu theo hai chữ "không tướng" trong kinh Kim

Cang mà thôi. Có gì đâu mà phải tiếng to tiếng nhỏ. Vả lại từ xưa đến nay trong lịch sử nước nhà cũng như của Trung Hoa, Nhật Bản, Đại Hàn và Ấn Độ, đã có rất nhiều ông vua bỏ ngai vàng điện ngọc để đi tu, chứ chưa thấy một nhà tu nào bỏ sự tu hành để đi làm vua cả.

- Nếu đại huynh nói vậy thì Chu Nguyên Chương triều nhà Minh bên Trung Hoa và Vua Lý Công Uẩn của Việt Nam ta, không phải là những ông vua xuất thân từ cửa chùa đó sao?

- Đúng vậy! Nhưng trường hợp của vua Lý Công Uẩn là vì triều đình Lê Long Đĩnh quá tồi bại. Nào hoang dâm vô đạo, nào chẻ mía trên đầu sư. Đâu có ai nỡ lòng nào, nhất là thiền sư Vạn Hạnh "chấn tích trụ vương kỳ". Nghĩa là chống gậy giữ nghiệp đế cho Vua. Vì lòng dân, vì thời thế, vì vận nước v.v...Vả lại, Lý Công Uẩn ở chùa lúc ấy là một việc chẳng đặng đừng. Thế ấy chẳng phải Công Uẩn tự chủ, chỉ vì là con rơi nơi cửa Phật chứ không phải người có ý xuất gia rồi bỏ việc tu hành để đi làm vua. Còn Chu Nguyên Chương, sáng tổ của nhà Minh bên Trung Hoa vào thế kỷ 13 cũng thế. Những người bình nam dẹp bắc xưa nay đâu phải lúc nào cũng thắng, mà lúc nguy khốn đâu có ai phò. Chỉ có cửa chùa là nơi che chở. Cho nên người xưa nói rằng: "Phù thạnh chẳng phù suy." Khi ân vua lộc nước tròn đầy thì kẻ hầu người hạ, nhưng lúc quốc sự nhiễu nhương, lúc ấy mới biết ai trung ai nịnh. Huống nữa là quê ta cũng như Trung Hoa hoặc Tây Tạng, có những người đáng lãnh đạo đất nước, thì việc ấy há có hại gì đâu? Triều Minh bên Trung Hoa, cũng đã 300 năm lịch sử từ thế kỷ 13 đến đầu thế kỷ 17 (1640) chứ đâu có ít và triều Lý Việt Nam ta cũng vậy thôi. Tuy là ông vua xuất thân từ cửa chùa, nhưng hết lòng chăn dân trị nước, xây chùa, dựng tháp khắp nơi, từ Hoa Lư đến Thăng Long, đâu

đâu cũng thể hiện lòng từ bi cao độ ấy. Vậy thì đạo Phật có hại gì cho nước nhà. Còn đạo Nho của chúng ta thì sao, đệ hãy giở sử lại xem?

- Quả thật là đệ này chẳng địch nổi đại huynh. Chắc là sau lần này đệ phải vào chùa để tương chao kinh kệ, mới có thể hiểu được những điều của đại huynh nói và từ đó cái nhìn của đệ mới có thể khác với ngày hôm nay chăng?

Thế rồi, cả hai đều ra vườn chùa để ngoạn cảnh. Đây là hoa hải đường, nọ là bạch liên, hồng liên đang nở nhụy. Ở bên đồi kia là hoa thung và hoa huyên. Đây là hoa vạn thọ, hoa thược dược. Lại có cả hoa lan và hoa điệp. Bấy giờ họ mới thảo luận cùng nhau.

- Hoa vạn thọ và hoa sen đệ đã biết rồi, còn hoa thung và hoa huyên, nghe nói hai hoa này tượng trưng cho cha và mẹ, nhưng Nho sinh như tụi này chưa hiểu rõ nghĩa lắm. Kính xin đại huynh vì tiểu đệ mà giải bày.

- Chữ thung viết bằng Hán văn gồm hai chữ ghép lại. Một bên là bộ mộc, tức thuộc về cây cối, một bên là chữ xuân tức là mùa xuân. Ý nói mùa xuân thì hoa này nở.

- Hoa nào chẳng nở vào mùa xuân?

- Đệ nói như thế là sai rồi. Hoa cúc nở vào mùa thu, hoa mai nở vào mùa đông.

- Xin đại huynh tiếp đi.

- Chữ thung cũng có nghĩa là đánh đập. Ý nói người cha còn mạnh khoẻ hay dạy dỗ con cái bằng roi vọt. Do vậy mà chữ thung dùng để chỉ cho người cha. Ở Việt Nam, tại chùa Hưng Phước này như đệ thấy đó, có hai loại hoa thung màu trắng và màu đỏ, đệ thấy đẹp không?

- Đẹp thì có đẹp, nhưng sao nghe đến đánh đập đệ ớn quá! Còn hoa huyên thì sao?

- Chữ huyên viết bên trên có bộ thảo, tức thuộc về cỏ, mà cỏ thì mềm mại phải không? Cỏ cũng nở hoa phải không? Bên dưới viết chữ tuyên có nhiều nghĩa. Nhưng ở đây phải hiểu là bao la, to lớn. Vì sao vậy? Vì lòng của mẹ bao giờ cũng bao la như biển cả. Cây này tuy là cỏ, nhưng như đệ thấy đó, hoa lá đều ăn được cả. Trong kinh Thi đệ không nhớ có câu rằng "Yên đắc huyên thảo, ngôn thụ chi bội" đó sao? Nghĩa là "làm sao được cỏ huyên", tức là cây này vậy. "Cây mọc ở sau nhà phía bắc", tức dùng để chỉ hoa này. Nhà phía bắc là chỗ để cho đàn bà ở. Vì thế nên gọi mẹ là huyên đường.

- Nhưng ở đây là chùa Hưng Phước chứ đâu phải nhà?

- Đúng là vậy. Ngày xưa ý nói tượng trưng như thế thôi, chứ ai mà biết hết được chữ nghĩa của Thánh Hiền. Tuy nhiên, sau khi giải thích rồi, đệ thấy hữu lý không?

- Đúng là đại huynh trí óc thông minh trác tuyệt, mà còn đẹp trai như vậy. Biết đâu hôm nay đi lễ chùa này lại chẳng gặp được ý trung nhân!

- Ấy, ấy, đệ đừng nói thế, ta đâu có đi cầu duyên. Trước tiên ta phải cầu cho con đường công danh thông suốt đã, sau đó mới đại đăng khoa chứ.

- Thế còn hoa lan và hoa điệp?

- Chữ lan thuộc bộ mộc thuộc về cỏ cây, bộ môn thuộc về nhà cửa và chữ đông nằm bên trong cánh cửa. Nghĩa là hoa ấy nở ở hướng đông trước cửa nhà. Hoa này có nhiều loại. Vì hoa lan thơm lắm, nên dầu thơm gọi là lan du, còn có loại gọi là chạch lan, tức cây này trừ được mọt sách. Cho nên nhà để sách gọi là "lan tĩnh vân các". Ngoài ra, mùi thơm của lan sực nức nên lại dùng để ví dụ với các chỗ tình ý hợp nhau như "lan giao", ý nói tình bè bạn chơi với nhau rất quý mến, cũng có nghĩa là "lan ngọc", dùng để khen ngợi các con em nhà của bạn. Cũng có cây mộc lan cao lớn người ta có thể làm nhà nữa.

- Đúng là đại huynh không khác gì quyển tự điển sống, nhưng ở chùa tại sao trồng lan làm gì nhỉ?

- Ở đâu lại chẳng trồng được. Thấy sắc không tham, thấy hương không đắm, ấy mới là kẻ tu hành chứ!

- Vậy còn đại huynh thì sao?

- Ta là người trần mắt thịt, chứ đâu phải kẻ xuất thế tìm phương giải thoát cho đời đâu?

- Còn điệp là thế nào. Theo đệ nghĩ không phải là một loài hoa, nhưng sao người ta vẫn gọi là hoa điệp.

- Đúng đó! Đệ cũng giỏi chữ nghĩa. Thế mà khiêm nhường. Chữ điệp gồm có ba chữ ghép lại. Đó là bộ trùng, thuộc loại động vật. Bên trên là chữ thế, tức ở giữa cuộc đời này, Phía dưới là chữ mộc, tức thuộc về cây cối, ba chữ này ghép lại thành chữ điệp nghĩa là con bướm.

- Mà con bướm và hoa khác nhau chứ?

- Thì bướm ấy vờn hút nhụy, nên mới có bộ mộc bên cạnh đó. Đúng chữ nghĩa phải nói là hồ điệp, tên thật hay, nhưng cũng để chỉ cho loài bướm mà thôi. Ở Việt Nam mình từ xưa đến nay, người ta dùng chữ điệp này để gọi bông hoa phượng loại nhỏ hay nở vào mùa hè. Nhất là mùa có ve sầu kêu inh tai nhức óc đó.

- Nhưng đệ cũng lạ, chùa này cũng trồng hoa trà mi nữa. Đệ có nghe người xưa nói rằng:

"Tiếc thay một đoá trà mi,
Con ong con bướm tiếc gì cái hương..."

- Là ý gì vậy, đại huynh?

- À chuyện ấy là chuyện Kiều, nguyên tác được viết tại Trung Hoa, lấy tên là Thanh Tâm Tài Tử truyện, hay Đoạn

Trường Tân Thanh, tức là tiếng kêu xé lòng đấy. Truyện này được viết vào thời nhà Minh, thế kỷ 14-15 bên Trung Hoa. Sau này cụ Nguyễn Du là một đại văn hào ở nước ta đã làm quan trong ba triều gồm Lê-Mạc, Nguyễn Tây Sơn, Gia Long Nguyễn Ánh vào cuối thế kỷ 18, đầu thế kỷ 19. Tiếp đó cụ đi sứ sang Trung Hoa và đọc được chuyện này bằng Hán văn, đoạn đem về Việt Nam và cải biên lại bằng văn vần, dễ thuộc lắm. Truyện Kim Vân Kiều và hai câu thơ ấy ý nói rằng: Thân phận nàng Kiều cũng giống như một đóa hoa thơm, hoa đẹp, như hoa trà mi, nhưng con ong con bướm khi hút nhụy hoa đâu để ý đến hoa làm gì. Quả thật cuộc đời của người con gái "hồng nhan đa truân", "hồng nhan bạc mệnh" là thế ấy.

- Xin cảm ơn đại huynh và bây giờ chúng ta nên đi qua bên kia để hóng gió. Hình như xa xa có một dòng suối! Nào chúng ta cùng đi.

Cả hai người như là bạn tri âm, tri kỷ. Họ đã tung tăng hết nơi này đến chốn nọ trong vườn chùa Hưng Phước hôm nay, vì là ngày lễ nên ít người để ý đến. Tuy nhiên, những hành tung của họ cũng chẳng ai để ý đến làm gì. Trong chùa ai cũng nghĩ họ là những Nho sinh đi vãn cảnh chùa thế thôi. Và họ là những người đang say cảnh đẹp của chùa. Biết đâu cảnh thiền môn yên tịnh nơi núi đồi hoang dã này sẽ gây cho họ nhiều ấn tượng tốt về đạo Phật và biết đâu sau này họ thi cử đỗ đạt ra làm quan, họ sẽ là những ông quan thanh liêm và nếu chùa chiền có cần gì, thì các ông cũng có một chút cảm tình, chứ không phải đợi đến chết mới hồi đầu quy Phật. Dĩ nhiên tuy họ học Nho, nhưng Phật học họ cũng có nghiên tầm. Nhưng vì lẽ họ chưa nhập thế trên con đường công danh thì họ làm sao tu xuất thế được.

- Cảnh ở đây đẹp quá phải không đệ?

- Vậy là đại huynh đã mến cảnh chùa rồi!

- Dĩ nhiên, chùa là cái Thiện của làng ta mà, nhưng kìa đệ xem, nước kia trong quá.

- Không phải đâu đại huynh, vì nước chảy trên đá, và ở đây không có bùn, chỉ toàn là cát nên đại huynh gọi nước trong. Thế khi nước chảy đến bùn thì gọi là nước gì?

- Dĩ nhiên là nước đục.

- Thật ra bản thể của nước, nó không trong mà cũng chẳng đục, vì nó chảy qua chỗ sạch ta gọi nó là trong, khi chảy qua chỗ bùn ta gọi là đục. Nhưng bản thể của nước vốn không đục mà cũng chẳng trong. Đại huynh chắc rõ điều đó?

- Cha chả! Ta không ngờ tiểu đệ thâm hậu! Bỏ xa ta rồi đấy.

- Đại huynh quá khen, thật ra tiểu đệ này chỉ học lóm trong sách vở và thỉnh thoảng có đi chùa nghe Sư Cụ ở đây giảng như vậy. Nên mới dám lạm bàn với đại huynh như thế. Thật ra bản thể của nước chỉ có một. Đó là tánh ướt, tánh lạnh, tánh dịu dàng dễ nhập thế mà cũng dễ xuất thế, tùy theo hoàn cảnh nước sẽ xuôi dòng. Khi nước ở trên núi đồi này đại huynh gọi trong, khi giao thoa giữa ao hồ và biển cả, chắc rằng đại huynh nói đục, nhưng nước nào cuối cùng rồi cũng xuôi về biển cả, để hòa nhập với đại dương. Lúc ấy biển cả mênh mông, bầu trời lai láng, đâu có còn gì là trong đục nữa đại huynh?

- Sao mà hôm nay tiểu đệ của ta giỏi quá, hiểu lẽ vô thường và sắc không bất nhị, quả đáng làm anh ta chứ không phải ta là anh ngươi.

- Xin đại huynh chớ quá lời vì lẽ tiểu đệ xúc động mà nói thế thôi. Chứ thật ra tuổi đời cũng như học vấn của đệ còn thua xa đại huynh. Xin đại huynh nhận cho một lạy để tạ tội.

- Tiểu đệ không nên làm thế, chúng ta chỉ là bạn bè mà thôi. Thôi chúng ta hãy đứng lên mà đi tiếp đi.

Họ đi sâu vào rừng thiền chung quanh chùa Hưng Phước. Đến đâu họ cũng trầm trồ khen ngợi về cảnh trí thiên nhiên nơi ngôi chùa trên núi này và lại hỏi nhau.

- Đại huynh có biết tại sao chùa lại xây trên núi không?

- Cái này khó đấy, theo đệ thì sao?

- Đây là chỗ hiểu của đệ nhé. Ngày xưa khi Phật còn tại thế, Ngài cho chư tăng ni xuất gia, hay ở nơi rừng núi chứ không phải ở chốn thị thành. Vì đời sống xuất gia là đời sống độc cư ở nơi A Lan Nhã, tức là sống một mình trong núi đồi hiu quạnh để thúc liễm thân tâm mình. Khi nào gạn lọc tâm cho thanh tịnh, nghĩa là ngộ được ý đạo rồi, lúc ấy mới xuống núi. Do vậy, mà chùa đa phần xây trên núi. Có lẽ ý này đúng nhất, nên chúng ta thấy đời sống của những nhà tu thật là ung dung tự tại.

- Cây kia là cây gì và đại huynh hãy xem bầy kiến đó!

- À cây cối vốn vô tình, nhưng hay lắm đấy đệ ạ. Cây từ lòng đất mọc lên, cung cấp cho đời biết bao nhiêu là dưỡng khí, chúng ta nhờ đó mà sống được trong đời này. Khi thân cây lớn, người ta có thể chặt đốn đem về làm nhà, làm bàn ghế. Tuỳ theo loại tốt xấu mà tạo thành những sản phẩm khác nhau, để làm đẹp cho người và cuộc đời. Chẳng có cây nào vô dụng cả. Dở lắm, xấu lắm cũng làm củi để nấu cơm và cuối cùng cũng làm phân để bón lại cho đất. Chứ còn như chúng ta, thật ra, nếu chẳng làm lợi gì cho đời, người đời thường quở trách là “dài lưng tốn vải, ăn no lại nằm”. Đúng là khi còn nhỏ chỉ báo khổ cha mẹ, còn khi lớn lên đi vào đời chỉ làm nhọc vợ, nhọc con chứ có ích gì đâu. Cây đây là cây bạch đàn, cây kia gọi là cây dương liễu. Cây nọ là cây sầu đông và đây là cây trắc bá diệp... Cây nào cũng có tên riêng của nó và cây nào cũng hữu ích cho đời. Có cây dùng cả thân lẫn lá và rễ, như cây bạch đàn, nghe đâu người ta nấu làm dầu để trị bệnh khi đau đầu nóng lạnh. Còn đàn kiến kia, đệ có biết không, chúng họp đoàn lắm đó! Kìa hãy xem chúng đang tụ họp lại để khiêng một vật gì to lắm về tổ. Nếu là con người chắc chẳng được vậy. Khi có miếng mồi lớn hay bả công danh to nơi chốn quan trường thì mạnh được yếu thua, phải không đệ? Lúc ấy chẳng ai nể ai cả và chốn quan trường trở thành chốn đấu đá nhau. Cho nên nhiều người đã chán cảnh ấy từ quan về vườn. Kẻ làm nghề gõ đầu trẻ, người đi xuất gia đầu Phật, người thì hưởng nhàn với túi thơ bầu rượu, như nhiều nhà Nho đi trước chúng mình đó. Đệ có biết không, tuy là kiến thuộc về loại động vật nhiều chân, nhưng chúng tinh khôn lắm đấy, nhất là khi trời mưa hay lụt, chúng biết trước cả loài người. Tuy là loài người tinh khôn, nhưng những thính giác và cảm giác thiên nhiên không bằng loài kiến đâu. Đệ thử tưởng tượng rằng mỗi khi có gió lớn, thì ta mới biết sắp có mưa bão, nhưng chúng thì biết từ lâu, cho nên chúng xây miệng tổ lên thật cao để ngăn mưa và đôi khi còn che tổ lại bằng cây lá nữa, để gió khỏi lay, khi mưa đến chúng ở sâu vào lòng đất không bị nước chảy vào. Đó là ở trên núi này, chứ ở đồng bằng chúng sợ ngập lụt thì chúng dời tổ lên vùng cao trên trần nhà. Nếu không vậy thì chúng sẽ bị chết ngập mất như đệ thấy đó. Từ cây cỏ cho đến các động vật, chúng ta cho là loài vô tình, nhưng rất hữu dụng trong cuộc sống này. Chúng nó sống hay chết, tất cả đều làm lợi cho đời. Còn con người chắc chưa hẳn thế. Con người được xem là một động vật tinh khôn nhất, lo đi chinh phục hết nơi này đến chốn nọ. Nhưng ít ai tự chinh phục trong một hoàn cảnh như thế này. Quả thật con người còn phải chịu ơn và học hỏi thêm ở những loài vô tình nữa. Chứ đừng có ỷ thế làm người mà đi chinh phục thiên nhiên. Rồi một ngày nào đó thiên nhiên sẽ phẩn nộ khiến cho con người bị họa diệt vong, mà ngày ấy chắc chẳng xa đâu! Từ lòng đất thiên nhiên đã cho ta đủ loại hoa màu cây cỏ, rau trái, côn trùng, sâu bọ v.v... Loài nào cũng có ích và nhiều loài tuy tưởng như vô ích nhưng không có chúng thì thế giới này sẽ sớm bị hủy diệt. Ví dụ như hổ báo, hùm beo, sư tử... Tuy hung dữ đối với loài người, mà thiên nhiên cần phải có chúng để cân bằng sinh thái.

- Chắc là cũng giống như ông Thiện và ông Ác đang thờ trong chùa này chăng thưa đại huynh?

- Đúng vậy! Ở đâu có thiện thì ở đó có ác, nhất là thế giới chúng ta đang ở, thiện và ác lẫn lộn nhau. Cho nên những thế giới ở cõi trên chỉ toàn là thiện, và những thế giới ở cõi dưới chỉ toàn là ác. Kẻ ác thì có người ác trị, kẻ thiện thì có người thiện hộ trì. Quả thật nhân nào quả nấy là như thế đó. Vì vậy cho nên chúng ta gọi là đời. Tại sao gọi là đời, vì lẽ nó vừa có cái này, mà cũng vừa có cái kia. Ông Ác ấy không phải để hù doạ con người, mà ông Ác ấy phát nguyện sanh ra làm ông hộ pháp tướng ác để độ cho người ác. Còn ông Thiện kia với dáng điệu hiền lành ai cũng muốn gần, do vậy ở trong chùa có thờ cả ông Thiện lẫn ông Ác là thế.

Từ sáng đến giờ cả hai người sau khi lễ Phật cầu nguyện, họ đã dong ruổi khắp cả vườn chùa và bây giờ mặt trời đã gần đứng ngọ, họ chuẩn bị ra về, và dời bước đến cổng Tam Quan thì gặp ngay Hòa Thượng Trụ Trì, họ tự giới thiệu:

- Nam-mô A Di Đà Phật, bẩm Ngài tiểu sinh đây là Ngọc Minh và tiểu đệ đây là Vạn Tâm. Cả hai đều là nho sinh của bản làng này và hôm nay nhân trước kỳ thi cùng lên đây lễ Phật và cầu nguyện, kính mong Ngài đại xá cho sự đường đột và quấy rầy nơi an tịnh của chốn thiền môn, nơi sơn tự từ sáng đến giờ.

- Mô Phật, cửa Phật là cửa từ bi, vốn sẵn sàng mở rộng cho bao nhiêu khách trần ai lạc bước hoặc kẻ hữu duyên với đạo, không nệ hà gì mà khách sáo như thế, xin cứ tự nhiên, và đã đến giờ ngọ trai rồi, xin mời nhị vị vào trong dùng trà và có thể cùng dùng trai cho tiện.

- Xin cảm tạ tấm lòng tốt của Ngài, đã mở lượng từ bi cho sự đường đột dại khờ, đã không bắt lỗi mà còn không khách sáo cho tiểu sinh có cơ hội làm quen với cửa chùa, nhưng xin khất cho lần khác, vì lần này đã không dự định, phải rời khỏi gia trang và học đường một thời gian quá lâu như thế, khiến cho phụ mẫu và thầy dạy ngồi chờ tại nhà, ngưỡng mong Hòa Thượng hoan hỷ.

- A Di Đà Phật cửa Phật từ bi không chấp trước, không tạo khó khăn cho khách thập phương mà cũng chẳng phải khách sáo. Xin quý khách cứ tùy tiện!

Thế rồi cả hai cùng xuống núi và mỗi người đi vào một ngã rẽ của đường làng, cũng là ngã rẽ của cuộc đời. Đường đời vạn nẻo, đạo lý chỉ có một chứ không hai. Do vậy mà sau khi gặp được Hòa Thượng Trụ Trì Hưng Phước Tự họ thấy Ngài đạo mạo, ngoại tướng trang nghiêm, khiến ai mới gặp cũng sanh tâm kính ngưỡng. Đó là kết quả của bao tháng ngày ngồi thiền, trì chú, niệm Phật nơi chùa này. Vì thế trên từ vua quan, dưới đến thứ dân ai ai cũng một lòng cung kính trọng vọng. Thế mới biết phép Phật nhiệm mầu.

Trên đường về mỗi người mang một tâm sự khác nhau. Kẻ thì khen chùa đẹp trang nghiêm, người thì cảm được mùi Thiền, nên có nhiều tính toán cho tương lai. Mà tương lai thì còn xa thẳm, cho nên chẳng ai thổ lộ cho ai điều gì. Chỉ có một điều chắc chắn là họ đã là bạn thân và bây giờ lại thân nhau hơn. Những gì khó khăn họ trao đổi, học hỏi, luận bàn với nhau, những gì cao siêu quá họ hỏi thầy dạy của họ và những gì mà sách Thánh Hiền không đề cập đến thì cả hai đều lên chùa Hưng Phước để gặp Hòa Thượng Trụ Trì và mong Ngài giảng cho đạo lý nhiệm mầu của đạo Phật, trong cuộc sống vốn thanh bình nhưng đều có những cam go thử thách của cuộc đời này.

CHƯƠNG 2. TÌNH THẦY TRÒ

Người mẹ rất đau khổ đặt đứa con mới sinh được mấy ngày trước cửa chùa Sắc Tứ Hưng Phước Tự rồi thì thầm khấn:

"Kính lạy Bồ Tát Quán Thế Âm! Con là người mẹ bạc phước vô duyên, sinh con mà không dám nuôi. Vì miệng đời chanh chua, gièm pha muôn nẻo, nên con phải cắt núm ruột của con để lại nơi cửa Thiền, mong Ngài từ bi độ trì cho đứa trẻ. Xin ngài đoái thương và cứu vớt cho một người mẹ khổ đau."

Sương mù vẫn còn dày đặc, giăng tận xuống cổng tam quan. Sư Cụ Trụ Trì khoan thai từng bước một xuống thềm chánh điện và tiến ra phía trước cổng chùa để mở cửa. Bỗng nhiên, Sư Cụ nghe tiếng khóc của trẻ sơ sinh và nhìn chiếc nôi, trong ấy có một tờ giấy ghi mấy chữ nguệch ngoạc như thế này:

"Kính lạy Ngài hoan hỷ nuôi giùm đứa bé. Vì lý do gì thì xin Ngài đừng tra hỏi, xin hẹn lại một ngày sau. Nếu nhân duyên hội ngộ xin bày tỏ hết ngọn ngành.

Ký tên: Người mẹ đau khổ."

Cửa chùa Hưng Phước bây giờ, ngoài hồi chuông triêu mộ sớm chiều của các tịnh hạnh nhơn hô canh ngày hai buổi, còn thêm tiếng khóc của trẻ thơ nữa. Đứa bé ấy thay vì nghe lời mẹ ru với võng đưa kẽo kẹt hằng ngày thì được Hòa Thượng và các tịnh hạnh nhơn cho bé nghe lời kinh tiếng kệ cùng mõ sớm chuông mai.

"Nam mô A Di Đà Phật
Nam mô Bổn Sư Thích Ca Mâu Ni Phật"

Nguyện tiếng chuông này vượt ngoài pháp giới
Núi Thiết Vi u ám thảy đều nghe
Nghe chuông lòng thanh tịnh, chứng viên thông
Hết thảy chúng sanh đạt thành Chánh Giác.
Nghe chuông ngân lòng nhẹ lâng,
Trí huệ phát Bồ Đề tâm
Lìa địa ngục, thoát hầm lửa
Nguyện thành Phật, độ chúng sanh
Phá Địa Ngục chân ngôn:
Án Già Ra Đế Da Ta Bà Ha
Chuông gióng lên đợt đầu
Niệm kệ báu nâng cao
Trên thông vào thiên đường
Dưới thấu trường địa ngục
Nam mô Bồ Tát Địa Tạng Vương
Giáo chủ cõi U Minh,
Cứu bạt khổ chúng sinh
Đại nguyện Ngài rộng thênh.
Chuông gióng lên đợt hai
Niệm kệ báu nâng cao
Trên thông vào thiên đường
Dưới thấu trường địa ngục.
Nam mô Bồ Tát Địa Tạng Vương
Giáo chủ cõi U Minh,
Cứu bạt khổ chúng sinh
Đại nguyện Ngài rộng thênh.
Chuông gióng lên đợt ba
Niệm kệ báu nâng cao
Trên thông vào thiên đường
Dưới thấu trường địa ngục.
Nam mô Bồ Tát Địa Tạng Vương
Giáo chủ cõi U Minh,
Cứu bạt khổ chúng sinh

Đại nguyện Ngài viên thành.
Ngưỡng chúc Phật pháp mãi rạng ngời
Bánh xe pháp đời đời chuyển vận.
Gió hòa, mưa thuận thấm nhuần
Dân an, nước thịnh, khắp cùng nơi nơi. (tiếng chuông)
Trong ba cõi, bốn loài
Mỗi mỗi thoát luân hồi
Trong mười loại hữu tình
Ắt lìa khổ ngục hình. (tiếng chuông)
Năm tháng thuận gió mưa
Khỏi gặp năm đói khát
Đông nam sống hòa lạc
Thời Nghiêu Thuấn thái bình. (tiếng chuông)
Thôi chấm dứt chiến tranh.
Tử nạn những thương vong
Đều siêu sanh tịnh độ
Đất lành, người hoàn hảo. (tiếng chuông)
Loài chim bay, thú chạy
Không bị lưới, bẫy giăng
Kẻ lưu lãng cô thân
Sớm quay về hương quán. (tiếng chuông)
Vô biên thế giới
Đất rộng trời cao
Tín thí gần xa
Phước thọ dồi dào. (tiếng chuông)
Thiền môn hưng thịnh
Phật pháp phát huy
Thổ địa long thần
Hộ Tăng an tịnh. (tiếng chuông)
Cha mẹ cùng thầy học
Còn, mất đều lợi lạc
Tổ tiên bao đời trước
Cùng nhau được siêu thoát. (tiếng chuông)

Nam mô Đức Phật Tỳ Lô Giá Na. (Mỗi danh hiệu Phật một tiếng chuông)
Nam mô Đức Phật Tỳ Lô Xá Na.
Nam mô Đức Phật Thích Ca Mâu Ni.
Nam mô Đức Phật Di Lặc Từ Tôn.
Nam mô Đức Phật A Di Đà cõi Cực Lạc.
Nam mô mười phương ba đời các Đức Phật.
Nam mô Đức Bồ tát Đại Trí Văn Thù.
Nam mô ĐứcBồ tát Đại Hạnh Phổ Hiền.
Nam Mô Đức Bồ tát Đại Bi Quán Thế Âm.
Nam mô Đức Bồ tát Đại thế Chí.
Nam mô Đức Bồ tát Già Lam Thánh Chúng.
Mười Phương ba đời bảy đức Như Lai
Cùng tám mươi tám Phật trên liên đài
Chúng sanh sáu đường mong thoát khổ
Chín cõi mười loài khỏi trần ai. (tiếng chuông)
Chuông ngân dồn dập lại gióng lên
Chùa viện chúng Tăng hãy nhớ ghi
Tu tập bốn thời tuân qui chế
Xuống giường cất bước giữ oai nghi. (tiếng chuông)

Sau đó tụng: Đại Bi, Kinh Di Đà, Bát Nhã, Niệm Phật, Hồi hướng, Phục Nguyện, Tự quy y và cuối cùng là đọc bài Kệ dứt chuông:

Trăm tám tiếng chuông hướng Phật tiền.
Trên thông dưới thấu thảy an nhiên.
Sáu đường chúng sanh mong thoát khổ.
Chín cõi mười loài hết lụy phiền.

(Mỗi câu một tiếng chuông)

Nam-mô Siêu Lạc Độ Bồ Tát Ma Ha Tát.
(ba tiếng chuông)

Sư Cụ Hòa Thượng Từ Tâm, Phương Trượng Chùa Sắc Tứ Hưng Phước, là một bậc thâm nho kỳ cựu. Trước khi xuất gia Ngài đã là một vị quan văn tại chốn triều đình, xuất thân từ một gia đình danh gia vọng tộc. Tuy không giàu có do của bất chánh, nhưng ruộng đất cha mẹ để lại cũng như bằng cấp và chỗ đứng trong xã hội, đã làm cho vị quan văn ấy không hổ phận khi xuất hiện trước bàng dân thiên hạ hay ở chốn quan trường đối với các quan trên dưới. Tuy nhiên đứng trên bàng dân để xử kiện hay giao dịch với các nước lân bang và những lần đi kinh lý, vị quan ấy thấy dẫy đầy những kịch tính mà mình phải đóng như trong phim trường, cốt cho xong một bổn phận là "cha mẹ của dân".

Cứ mỗi lần xét xử một vụ kiện như thế, vị quan này chẳng yên tâm chút nào, dẫu cho luật pháp đương thời của triều đình có nghiêm minh bao nhiêu đi chăng nữa, thì đa phần kẻ thắng vẫn là kẻ có tiền và có quyền. Do vậy mà Ngài đã chán ngấy cảnh này nên đã giũ áo từ quan, tìm vào chốn am thiền để tìm lại con người chân thật của mình. Đôi khi Ngài tự nhủ, không biết trong đời này có ai nói thật những thói hư tật xấu của mình cho người khác biết để tránh không? Hay cũng chỉ là tốt khoe xấu che. Có ai biết sợ để sám hối ăn năn những lỗi lầm của mình khi vấp phải, hay cũng chỉ là vá víu tạm thời?

Chỉ chừng đó câu hỏi, và chỉ chừng đó suy tư cũng đã làm cho vị quan văn này tỉnh ngộ và chỉ có chốn thiền môn mới có thể giải quyết được những thắc mắc này. Nhất là giáo lý thậm thâm vi diệu của Hoa Nghiêm, của Bát Nhã, của Tánh Không, của Duy Thức, đã giúp Ngài tỉnh giấc mộng Nam Kha, mà chốn quan trường cũng giống như:

"Xá chi một quả chuối xanh,
Ba bảy người dành cho mủ dính tay."

Ngài đọc tiểu sử của Thiền Sư Huyền Quang đời Trần, tức Lý Đạo Tái, thấy vị này cũng xuất thân từ chốn quan trường, đã đỗ bằng tiến sĩ, ra làm quan một thời gian nhưng lại về hưu non và quyết chí tu hành cho đến ngày đắc đạo. Hai câu thơ mà Huyền Quang để lại vào thời ấy nay vẫn còn có ý nghĩa như thường. Đó là:

"Khó khăn thì chẳng ai nhìn,
Đến khi đỗ trạng tám nghìn nhân duyên."

Thói đời vốn đen bạc, lòng người thay trắng đổi đen, nhưng khi vào chùa cũng chưa phải là hết nợ. Ví như hôm nay đó, tự dưng thằng bé kháu khỉnh lại bị bỏ rơi trước chùa. Ta lại phải cưu mang. Có lẽ họ nghĩ rằng: "Cửa chùa là cửa từ bi và vị thầy cưu mang đứa trẻ chắc cũng là chuyện bình thường như chuyện của Lý Công Uẩn năm xưa chăng?"

Con ai đem bỏ chùa này,
A Di Đà Phật, con thầy thầy nuôi.

Chưa hẳn là vậy. Đã là người xuất gia thì làm gì có con riêng, trừ phi vị ấy lập gia đình, có con cái rồi mới đi tu. Còn đây ta vốn trinh nguyên từ chốn quan trường cho đến khi được sắc phong Hòa Thượng, biết đâu ta nuôi đứa bé này để ngày sau nó sẽ giống như Công Uẩn là:

"Nửa đêm chẳng dám dang chân duỗi,
Chỉ sợ sơn hà xã tắc xiêu."

Biết đâu! Nhưng trong dáng điệu đứa bé này sao ta thấy nó kháu khỉnh quá, chắc rằng nghiệp lực của nó, còn nặng nợ trần duyên lắm, chứ chưa hẳn đã là một đứa bé "xuất trần thượng sĩ".

Hòa Thượng Từ Tâm nhìn đứa bé một cách chăm chú và nó cũng đáp lại Hòa Thượng bằng tiếng khóc oe oe... và đôi khi lại còn khóc to hơn nữa, khiến cho các vị tịnh hạnh nhân trong chùa phải lo đi khuấy cháo sữa cho nó. Quả thật, chùa đã bận rộn lại càng thêm bận rộn hơn nữa.

Ngày lại tháng qua, đứa trẻ ấy lớn lên như thổi, được Sư Cụ Từ Tâm đặt cho Pháp Danh là Ngộ Đạo, lấy họ của mình làm chỗ dựa cho bé. Kể từ đó, chùa như rạng rỡ hơn vì có tiếng khóc của trẻ thơ. Có người hiểu chuyện, giúp Sư Cụ việc này việc nọ, như thay tả, khuấy sữa cho bé, hoặc ru cho bé ngủ, nhưng cũng thật là lạ. Bé chỉ thích nghe chuông, ít thích những lời ru ngọt ngào, vì thế cho nên nhiều người nói rằng: "Bé đúng là có căn tu nên mới gặp được Hòa Thượng."

Cũng có nhiều người không hiểu chuyện, buộc miệng bảo rằng: "Thấy đứa bé giống Hòa Thượng như đúc!"

- Ấy chết! Đừng có nói đùa. Ngài là hàng quan tước, nhiều mỹ nhân nhà quyền quý ngài còn không thích, thích gì những chuyện vụng trộm như thế này. Chẳng qua vì mối từ tâm, đúng như đạo hiệu của Ngài, cho nên Ngài mới nuôi đứa bé này thôi.

Nhưng ai nói gì Ngài cũng chẳng phân trần, mà cũng chẳng giải thích. Chỉ có điều lúc nào Ngài cũng hoan hỷ mỉm cười và bảo rằng "như thị, như thị..." như thế đó, như thế đó...

Cái tên Ngộ Đạo, hay Đạo Ngộ nghe cũng hay hay, vì đọc theo kiểu nào cũng đều xuôi tai cả. Vì đạo mà gặp Ngài hay gặp được đạo qua Ngài cũng hay thôi. Cha mẹ chắc gì đặt được cái tên hay như thế.

- Quả thật người mẹ ấy khôn ngoan đấy chứ!

Một vị tịnh hạnh nhân nói thế. Trong khi đó, người khác chen vào:

- Khôn gì mà khôn. Niềm vui ai hưởng chứ sự cực nhọc thì khiến cho những già này mang, mà còn làm liên lụy, phiền đến Hòa Thượng nữa.

- Nói vậy thì chữ từ bi nơi cửa Phật để ở đâu?

- Để ở đâu cũng được, nhưng nhiều lúc cũng cần phải đóng cửa từ bi lại, chứ như trường hợp này thì Sư Cụ quá từ bi.

- Vậy thì phải giải quyết sao đây?

- Đã phát nguyện làm và tu theo hạnh Bồ Tát thì chấp nhận thôi. Cái gì mình bỏ chạy, trốn tránh thì việc ấy cứ theo hoài. Việc gì mình sẵn sàng đối diện thì sẽ vượt qua được.

- Già không thấy trong Bảo Vương Tam-muội Niệm Phật Trực Chỉ có nói đó sao?

- Nói như thế nào?

- Oan trái không cần biện bạch, vì còn biện bạch thì nhân ngã chưa xả.

- Nhưng thầy mình đâu có mắc nợ ai đâu? Suốt đời từ khi làm quan cho đến khi tu hành cũng đều làm việc "thi ân chẳng cầu báo", sao hôm nay chùa mình lại phải cưu mang thêm thằng bé này nữa?

- Biết đâu là Lý Công Uẩn tái sinh, hay Chu Nguyên Chương nhập thế chăng?

- Việc ấy xin miễn bàn.

Lời qua tiếng lại đối đáp với nhau của hai vị tịnh hạnh nhân trong chùa, khiến Sư Cụ nghe được và từ tốn bảo rằng:

- Phàm làm người chúng ta phải có lượng từ bi, ngay cả khi chúng ta, những người tu theo Bồ Tát Hạnh bị oan ức, bị xẻ thịt phanh thây còn không giận người, trách đời, huống gì đây mới chỉ là một thử thách nhỏ. Các vị nghĩ như thế, vì họ đem bỏ con trước chùa. Nếu đem ba ký lô gram vàng ròng và hột xoàn, kim cương bỏ đó, chắc quý vị không trách cứ. Nhưng chắc gì hột xoàn kim cương, đã là một điềm lành? Thôi hãy chấp nhận vậy. Vả lại *"Bồ Tát sợ nhân, chúng sanh sợ quả"* xưa nay việc ấy vẫn thường, chúng sanh gây ra bao nhiêu tội lỗi chẳng cần biết, chỉ khi nghiệp đến rồi mới sợ mới lo. Còn Bồ Tát phải biết ngay từ lúc gây nhân thì quả ấy đã nắm chắc trong tay rồi. Cũng ví như nếu ta hái quả cam non đem dùng thì chắc rằng đắng lắm chẳng ăn được, nhưng hãy đợi qua thời gian, quả cam ấy chín, ta hái để ăn. Lúc ấy ta thấy ngọt. Vậy vị ngọt này từ đâu đến nếu chẳng phải là từ cái chua kia mà có? Vì thế, đức Phật dạy rằng: *"Phiền não tức Bồ-đề."* Sự giải thoát giác ngộ quyết không ra ngoài những phiền não khổ đau trong đời này mà có được. Trong cái nhân đắng ấy đã hàm chứa chất ngọt rồi, chỉ vì chúng ta không biết chuyển hóa khổ đau tục lụy thành Niết-bàn an lạc đấy thôi, chứ nếu chúng ta biết áp dụng, đúng tinh thần Bồ Tát Đạo, thì làm sao chúng ta có thể tìm niềm vui riêng biệt, khi chúng sanh còn đau khổ nơi chốn hồng trần này? Vả lại, đứa bé này biết đâu sẽ tốt về sau, mà cũng có thể sẽ xấu về sau. Như trong kinh Đại Bát Niết-bàn Phật dạy rằng: *"Tất cả các pháp đều không có tính nhất định."* Cái đúng của ngày hôm qua, cũng có thể là cái sai của ngày hôm nay, và cái sai của ngày hôm nay, có thể vẫn là cái đúng của ngày mai, vì tất cả pháp đều là Phật Pháp cả. Dầu cho pháp ấy là pháp của thế gian hay xuất thế gian. Biết đâu người mẹ đau khổ của đứa bé này đang hối hận mà cũng đang hạnh phúc. Hạnh phúc vì con mình được nhà chùa nuôi nấng tử tế và được huấn luyện học hỏi hằng ngày nơi chốn thiền môn, nên người mẹ rất an lòng. Có người mẹ nào mà chẳng thương con. Biết đâu bà ta mỗi ngày đang dõi mắt trông vào chùa để xem hành hoạt của con mình, vì thế mà hạnh phúc. Nhưng cũng biết đâu người mẹ đau khổ ấy rất khổ tâm, vì muốn chuộc lại con mình, nhưng sợ miệng đời đen bạc dèm pha. Do vậy mà vẫn âm thầm chịu đựng khổ đau. Và biết đâu Bồ Tát Quán Thế Âm đang thử lòng những kẻ tu hành như chúng ta có thật sự cứu khổ khi kẻ lâm nguy đến kêu cầu với mình chăng? Vả thật có nhiều lý do để mà suy đoán, nhưng nghĩ suy làm gì cho mệt trí. Hãy xem đây là một niềm vui, là hạnh phúc rồi. Vì ta đã làm an lòng cho một người mẹ khổ đau như thế."

Mới đó mà đã tròn ba tuổi, bé Ngộ Đạo lúc nào cũng quấn quít bên Sư Cụ như thầy trò, như cha con và cũng như ông cháu. Người ngoài nhìn vào một già một trẻ lúc nào cũng bên cạnh nhau ra điều tâm đắc lắm.

Một hôm Sư Cụ Từ Tâm bảo rằng:

- Ngày mai là mồng một, chiều nay chúng ta sám hối.

- Sám hối là gì vậy ông?

- Sám hối là sám hối. Bây giờ con còn nhỏ chưa hiểu đâu. Lớn thêm một chút nữa ông sẽ giải thích cho.

Bé vâng lời lên chánh điện vào giờ lễ sám hối. Bây giờ ai trông thấy bé cũng muốn gần. Kẻ xoa đầu, người vuốt tóc, trên ba cái chỏm trái đào còn lại hiện lên trên đôi má ửng hồng, giống như một hoa sen đang kỳ nở hương thơm ngát. Có người thì trêu cháu hỏi mẹ cha ở đâu. Người thì kín đáo hơn cho bé trái đào, trái ổi để được bồng ẵm và nâng niu bé. Ai làm cách nào bé cũng thuận theo và vì thế Hòa Thượng được khen là người mát tay nuôi dạy trẻ. Có người bảo:

- Từ nhỏ đến giờ Sư Cụ đâu có bao giờ chăm sóc trẻ thơ đâu mà Ngài tài tình quá nhỉ.

- Thì chăm lo cho chốn quan trường cũng là một hình thức chăm sóc không phải sao? Ấy là người lớn. Còn ở đây là trẻ thơ, khó dạy khó bảo lắm.

Có người lại tò mò muốn biết mẹ cháu là ai, biết đâu trong những người đi lễ chùa vào những lễ sám hối hay những ngày lễ lớn trong năm lại chẳng có mẹ cháu. Hãy để ý xem hành động của một người mẹ thật và một người bàng quan thì sẽ rõ.

- Đâu có ai dại gì mà nhận con lại trong lúc này. Vì Sư Cụ chăm sóc kỹ quá mà!

Một người đàn bà nói thế.

- Đã là con thì hùm dữ chẳng ăn thịt con. Sao người mẹ nào lại đành đoạn thế?

Một bà khác nói:

- Theo tôi cứ để yên như thế là xong, lớn lên biết đâu tiểu sẽ đi tu. Vì ngày xưa người ta vẫn thường ví:

"Con vua thì lại làm vua,

Con sãi ở chùa lại quét lá đa."

- Nhưng sư phụ mình đâu phải người thường. Đó là bậc quan lại của triều đình. Đã bỏ chốn quan trường vào cửa Phật xuất gia, thì chắc rằng Ngài cũng phải cho tiểu này học đến nơi đến chốn chứ.

- Ừ tùy theo thằng bé, nếu nó thông minh.

- Trông dáng nó kìa, vừa xinh vừa hồng hào, trông như quả đào chín mọng ấy!

- Ấy, đừng khen con trẻ ở tuổi này.

Sau lễ sám hối hôm đó, bé Ngộ Đạo được vào liêu phòng của Hòa Thượng Phương Trượng và bé cất tiếng hỏi: "Bạch sư ông, mẹ cha của con sao chẳng thấy đến chùa lễ Phật?"

Câu hỏi của bé khiến sư ông suy nghĩ hồi lâu mới trả lời.

- Chắc là bận lắm!

- Nhưng con chưa bao giờ gặp.

- À, chuyện này thì dài dòng lắm, làm sao con hiểu hết được đây. Nếu ông có nói cho con nghe bây giờ, thì sau này chắc gì con còn nhớ. Vì con còn quá nhỏ, thôi để từ từ khi con lớn lên năm, bảy tuổi ông sẽ kể cho con nghe. Lúc ấy, con sẽ có được sự nhận định rõ ràng hơn. Còn bây giờ thì ...

- .... con muốn nghe

- Nhưng ở tuổi này con nghe đâu có ích gì. Con hãy trở lại phòng mình đi ngủ sớm, ngày mai còn phải cùng ông ra vườn tưới cây kiểng và xem bướm hay hoa nở nữa.

Con nít khi bị dụ vào mục tiêu khác, nhất là mục tiêu nào chúng thích thì sẽ sớm quên ngay những gì chúng đang đòi hỏi. Dầu cho việc đòi hỏi ấy có quan trọng đi nữa cũng sẽ dễ quên đi.

Sáng hôm sau cả hai ông cháu đều ra vườn và họ thủ thỉ với nhau ra chiều tâm đắc lắm.

Đây là bụi hoa mai, đây là giàn hoa thiên lý, đây là hoa cẩm chướng, đây là hoa anh đào.

- Nhưng tại sao gọi là hoa, thưa ông?

- Thì tại nó là hoa. Nhưng sau này con lớn khôn lên, con học chữ Hán để biết thì ý nghĩa kỳ diệu lắm! Chữ Hán là một loại chữ tượng hình, từ đời ông Bành Tổ bên Tàu đã hơn năm ngàn năm nay, họ dùng chữ tượng hình để viết và gọi tên con người, con vật, cây cỏ v.v..Ví dụ như chữ hoa (花) viết bên trên là bộ thảo (艸) có nghĩa là loài cây cỏ. Bên dưới là chữ hóa (化) có nghĩa là sự biến đổi của đất trời vạn vật. Nếu chiết tự thêm ra nữa thì một bên có bộ nhân đứng (亻) tức là người, còn bên kia là bộ chủy (匕) ví như cuộc đời này yên lặng. Mọi việc đều vô sự mà có đầy đủ việc ăn uống an lành. Như thế cả ba bộ ghép lại thành chữ hoa. Hoa là kết tinh của cuộc đời, của con người và của sự vật. Hoa mang hương sắc đến cho đời, điểm tô cho đời thêm lộng lẫy nên thơ và chính hoa cũng làm cho đời khổ lụy.

- Tại sao vậy ông?

- Thì cũng như trường hợp của mẹ con đó. Người ta khi nghĩ đến một người đàn bà còn trẻ mà bạc phước thì người ta nói uổng một đời hoa.

- Vậy mẹ con đã chết hay còn sống?

- Chắc rằng...

- Mẹ con đã chết hả ông?

- Điều đó không chắc lắm, vì con là đứa con rơi, mẹ con đem bỏ trước cửa chùa vào một ngày mùa đông mưa gió, mới đó mà cũng bốn, năm năm rồi. Quả thật thời gian trôi nhanh thật, đâu có ai ngờ...

- Ngờ gì thưa ông?

- Biết đâu mẹ con đã vào chùa tu niệm.

- Mà cũng chưa chắc, hay là mẹ con đã lấy chồng khác.

- Hoặc giả mẹ con đã biệt xứ ra đi, mà cũng chưa chắc nữa. Biết đâu mẹ con đang ở gần đây để xem sự trưởng thành của con. Đâu có người mẹ nào mà chẳng thương con...

- Nhưng còn ba của con...?

- Đó là điều bí hiểm nữa, chỉ có mẹ con là người biết rõ thôi.

- Thôi! Con đừng hỏi nữa, hãy lo học và cầu nguyện, biết đâu một ngày nào đó, sẽ có ngày hội ngộ, và lúc trùng phùng con sẽ rõ biết hơn. Còn ông, ông chỉ biết đến đó và ông cũng biết cuộc đời của con người vốn gốc của nó là khổ đau tục luỵ mà thôi.

- Con hãy nhìn cây này xem.

- Là cây gì vậy ông?

- Là cây nghệ đó.

- Cây này làm thuốc hay lắm. Nếu bị thương mà không có thuốc gì đắp lên vết thương thì cứ giả nhỏ củ nghệ đắp lên vết thương và ràng lại cho kỹ, vết thương sẽ mau lành.

- Vậy con lấy lá đắp lên chân con nghe?

- Không phải vậy. Vả lại con có bị thương đâu. Lại nữa củ nghệ mới có tác dụng chứ lá thì chẳng công hiệu gì đâu.

- Còn đây là trà hoa nữ, đó là hoa tý ngọ, hoa phù dung.

- Tại sao gọi là trà hoa nữ, tý ngọ với phù dung, thưa ông?

- Thì loại nào sớm nở chiều tàn người ta gọi là phù dung. Vì nó đẹp, nhưng nó phù du lắm. Có đó rồi mất đó. Đẹp đó rồi xấu đó. Tất cả chỉ là phù du mộng ảo, như chốn quan trường vậy thôi.

- Ông nói gì con không hiểu?

- À chuyện này dài dòng lắm, nếu có nói con cũng chẳng hiểu đâu. Chuyện ngày xưa ấy mà, khi ông còn là một quan văn của chốn triều đình, mà bây giờ thôi không bàn đến chuyện ấy nữa.

- Vậy những loại hoa kia?

- À, tý ngọ là do người ta đọc lệch, đúng ra phải là tỵ ngộ, vì hoa này mỗi ngày chỉ nở một lần vào giờ tỵ và kéo dài không qua giờ Ngọ, tức là khoảng 9, 10 giờ cho đến quá 12 giờ trưa thì tàn, cho nên người ta gọi là dân gian còn gọi là hoa mười giờ.

- Còn trà hoa nữ?

- Có lẽ người con gái hái hoa này để ướp trà nên người xưa gọi như vậy chăng? Điều ấy ông chẳng biết.

- Nhưng tại sao chùa mình trồng nhiều hoa thế hở ông?

- Như con biết đó, cây cỏ, hoa lá vốn vô tình, nhưng nó mang lại niềm vui cho đời. Nhất là chùa mình nằm trên triền núi này mà không trồng hoa thì chẳng đẹp mắt chút nào. Chỉ toàn là đá và cây cỏ thì khách thập phương khi vãng lai không có nơi dạo chơi thưởng ngoạn. Do vậy mà ông cho trồng nhiều hoa và cây ăn trái. Con thấy đó, cây cỏ tuy vô tình, nhưng nếu mình thương nó, chăm sóc thì nó cũng vui tươi hớn hở đón chào mình, như người khách quý đi xa vừa trở lại cố hương. Còn nếu mình hất hủi nó, không lo bón phân tưới nước cho nó, chẳng khác nào mình đem con bỏ chợ vậy.

- Như thế ba mẹ của con không thương con phải không ông?

- Ấy! Chẳng phải thế, ông lỡ lời vậy thôi, chứ ông và các vị tịnh hạnh nhân ở chùa chăm sóc cho con còn hơn cha mẹ của con nữa đó. Con thấy đúng không?

- Tại sao con thấy nhớ ba mẹ con quá!

- Ai cũng vậy thôi. Nhưng con hãy nghe ta nói tiếp đây. Ở đây có cây chanh, kia có cây bưởi, gần đó có cây cam và cây lựu. Lúc nào những cây này cũng có trái quanh năm suốt tháng và nhờ như vậy mà chùa mình có cây trái xanh tươi cúng Phật khỏi phải đi chợ. Hoa cũng vậy, quanh vườn chùa mình dư để cúng Phật. Mà con nhớ khi nào có cúng Phật phải lựa những hoa đẹp, hoa tươi, trái cây xanh tốt để cúng. Và đó là thể hiện lòng mình đối với Phật Tổ.

- Con xin vâng lời ông, khi nào được phép của ông con sẽ làm điều đó.

Nhìn lên bầu trời quang đãng vào buổi sớm mai, sư ông Từ Tâm muốn dạy tiếp cho điệu Ngộ Đạo những bài học vỡ lòng nơi chốn thiền môn nên ông ôn tồn bảo:

- Con có biết rằng những con chim ấy bay đi đâu không?

- Chắc là về quê của nó.

- Quê của nó ở đâu vậy?

- Chắc là ở bên núi kia.

- Nhưng núi kia chắc gì có tổ của nó! Mỗi sáng chim đi kiếm mồi và mỗi chiều chim bay về tổ. Con chim nó vẫn có cội có nguồn, và lòng người cũng thế.

- Nhưng nguồn gốc của con, con không rõ.

- Rồi một ngày kia con sẽ biết.

Đoạn Sư Cụ Từ Tâm quay sang chuyện khác để bày cho điệu Ngộ Đạo trong bước sơ cơ chập chững ở cửa Thiền.

- Con hãy nhìn ra ngoài đi. Phía trước có cái gì đó?

- Đó là cửa tam quan mà ông vẫn thường hay nói.

- Nhưng chắc rằng con không hiểu chữ tam quan là gì? Bây giờ ông giải nghĩa đây: Tam là ba, quan là cái cửa. Cái cửa ấy có ba chứ không phải có một. Phía giữa gọi là Trung quan, Phía trái gọi là Không quan, và phía phải gọi là Giả quan.

- Chữ Nho nhiều quá phải không ông?

- Ừ, thì xưa đến nay ta vẫn dùng vậy. Con hãy nghe tiếp đây. Chữ Không có nghĩa là tất cả mọi việc, mọi vật trên đời này tuy có hình tướng đấy, nhưng những hình tướng ấy đều do sự giả hợp mà thành. Tất cả các hợp tướng ấy được cấu tạo bởi đất nước gió lửa, rồi khi tàn suy cái gì của đất trả về cho đất, cái gì của lửa trả về cho lửa, cái gì của gió trả về cho gió, cái gì của nước lại trở về với nước. Do vậy mà nói "không" là như thế. Còn một cái "Không" vượt lên trên cái có nữa kia. Nhưng bây giờ con còn nhỏ chưa hiểu đâu. Từ từ, thủng thẳng năm ba năm nữa, ông sẽ dạy cho con, ráng chờ nghe. Còn chữ Giả có nghĩa là không có thật tướng, tuy chúng ta thấy có cung vàng điện ngọc, nhà cửa lầu đài, con người, sự vật v.v..., nhưng dưới con mắt của người hiểu đạo, thì chẳng có gì là thật hết. Tuy có đó nhưng là giả tướng. Do đó gọi là "giả quan". Có nghĩa là cái cửa đi vào chỗ không tướng. Ừ mà cái này khó lắm, chắc chừng ba bốn chục năm nữa con mới hiểu được. Còn cái cửa giữa ấy gọi là trung quan. Trung có nghĩa là ở giữa. Có nghĩa là không thật mà cũng chẳng hư, không chơn mà cũng chẳng giả, là con đường vượt lên mọi sự đối đãi trong cuộc đời, trong thế gian phiền não này. Do vậy đi vào chùa là đi vào con đường ở giữa. Con đường này không phải là con đường không có bên mặt, không có bên trái, mà là con đường vượt lên trên bên mặt và vượt lên cả trên bên trái. Do vậy gọi là trung đạo hay trung quan là thế.

- Nghe ông giảng thật là hay, nhưng con không nhớ hết. Thôi để dành lúc khác vậy. Nhưng thưa ông tại sao trời có mưa và có nắng. Tại sao trời không mưa hoài để ông cháu mình khỏi tưới cây hả ông?

- Ấy thế! Chẳng phải vậy đâu! Mưa hoài cũng thối đất, mà nắng hoài cũng cháy rừng. Vì vậy thiên nhiên tuy vô hình nhưng hay lắm đó. Như con thấy kìa, trên khoảng không ấy có một cụm mây đang là đà bay đó, không phải không có nguyên do đâu. Nước biển hay nước sông khi gặp gió rồi bốc hơi bay lên trên, rồi hơi biến thành mây. Mây gặp lạnh thành mưa. Cứ thế và cứ thế. Trong cõi tử sanh này luôn luôn hoán chuyển và tồn tại đã bao nhiêu triệu năm như thế. Còn nơi nào không có gió, không có điều kiện thuận lợi, thì nước không bốc hơi được. Cho nên không có mưa, mà không có mưa thì ông bà ta gọi là hạn hán. Mùa màng sẽ mất mát, thu hoạch kém, lúa thóc không có, người ta phải đói kém. Do vậy mà có nhiều hệ lụy trong cuộc đời, như chiến tranh, đói nghèo, cháy rừng v.v... Thật ra, tất cả cũng đều do lỗi con người gây ra cả. Vì lẽ ai cũng muốn phần thắng về mình. Lo đi chinh phục thiên nhiên, để có nước nhiều hơn, hay để có năng lượng nhiều hơn, cho nên thiên nhiên mất quân bình, rồi từ đó sinh ra không biết bao nhiêu là hệ luỵ của cuộc đời. Con lớn lên một chút nữa sẽ hiểu được nhiều sự việc hơn. Như ở trong rừng này, tuy chim chóc và côn trùng ta thấy dường như vô tích sự, có con còn phá hoại mùa màng nữa và cũng có con giết hại những con trùng ấy để nuôi sống bản thân chúng. Nhưng nhờ thế mà môi trường được quân bình. Cũng như trong thế gian, có đàn ông thì phải có đàn bà, có nam phải có nữ để bổ sung cho nhau. Chỉ những thế giới giải thoát bên trên mình mới không cần hai thân như ở cõi này. Mà chỉ cần một thân là đủ, vì nơi đó chỉ có biến hóa mà thôi, ai muốn gì thì biến ra hình tướng ấy.

- Hay quá là hay, có lẽ vì vậy con thấy Bồ Tát Quán Thế Âm ở chùa mình có nhiều tay nhiều mắt và nhiều đầu phải không ông? Chứ bình thường con đâu thấy ai nhiều tay như vậy. Lúc đầu con thấy hình tượng ấy con sợ, nhưng bây giờ thì không, vì con thấy nhiều người hay đến cầu nguyện trước hình tượng của Ngài, chắc là Bồ Tát linh thiêng lắm?

- Ừ, đúng vậy! Bồ Tát ấy không phải đàn ông mà cũng chẳng phải đàn bà, mà Bồ Tát muốn độ cho người đàn ông thì hiện ra thân đàn ông. Ngài muốn độ cho người nữ thì hiện ra người nữ. Thậm chí hình thể của vua quan, hay người ở cõi âm kia, Bồ Tát Quán Âm cũng có thể hiện thân được tất cả. Nếu kẻ nào có lòng tin và xưng dương tán thán danh hiệu của Ngài, thì sẽ được Ngài độ trì. Ví dụ như con muốn học giỏi, hiểu đạo nhanh v.v..., thường ngày nên lễ lạy Ngài và xưng danh hiệu của Ngài thì con sẽ được toại ý.

- Con chỉ muốn gặp được cha mẹ con thôi. Không biết Bồ Tát có gia hộ không?

- Dĩ nhiên là có. Nhưng phải tùy duyên, con cứ việc cầu nguyện. Chắc chắn việc ấy sẽ đến. Nhưng thế gian này tất cả đều bị ràng buộc, dễ gì cởi trói được đâu con. Con người, cuộc đời, sự vật, tiền tài, danh vọng, tình yêu, sự cảm thông, lòng từ bi, sự hận thù, hơn thua, được mất, giàu nghèo, ôi thôi là mộng ảo và thật tướng lại đan lẫn với nhau, làm sao con người có thể thoát ra khỏi chỗ vô minh này?

- Ông nói gì con không hiểu. Con chỉ nhớ lờ mờ thôi. Nhưng cha mẹ con là con người có thật mà ông?

- Đúng thế! Là con người bằng xương bằng thịt, nhưng bằng dục vọng họ đã sinh con ra và không có trách nhiệm nuôi dưỡng. Nhưng thôi, việc ấy hạ hồi phân giải. Nói làm chi cho thêm đau lòng trong lúc này, mà dẫu cho có phân tích rõ ràng, con cũng khó hiểu và chấp nhận, sẽ hẹn một ngày khác vậy.

Hai người một già một trẻ, một ông một cháu như ra chiều tâm đắc lắm. Có những lúc Sư Cụ Từ Tâm hình như chỉ nói hay thuyết giảng cho đất trời vạn vật nghe, cho cỏ cây hoa lá vui mừng, cho chim xanh bay trên trời cao, đừng mỏi cánh, cho suối chảy êm tai hơn, chứ thật ra với tuổi lên năm, lên bảy, điệu Ngộ Đạo có hiểu gì đâu. Có thể đó là nỗi niềm của Sư Cụ đã vào ra chốn quan trường, đã bao lần ngao ngán và cũng có thể vì hiểu đạo và luật vô thường nên mới chọn ẩn thân nơi núi thẳm rừng sâu như thế này. May mà có điệu Ngộ Đạo, lúc nào cũng lủi thủi theo sau ông, và nhân cơ hội ấy mới nghe được những nỗi niềm này. Tuy chẳng có người bên cạnh lắng nghe Sư Cụ, nhưng có lẽ Hộ Pháp và chư vị Thiện Thần đi tuần đâu đó sẽ dừng công việc lại để lắng nghe ông. Trong luật ở chùa ở dạy rằng:

"Cần tảo già-lam địa,
Thời thời phước huệ sanh.
Tuy vô tân khách chí,
Diệc hữu thánh nhân hành."

Dịch nghĩa:

"Siêng quét đất già-lam,
Trí huệ sanh liền liền.
Tuy chẳng người khách đến,
Thánh nhân mãi đi tuần."

Dịch thơ:

"Siêng năng quét đất vườn chùa,
Ươm mầm tuệ giác bốn mùa nở hoa.
Tuy dù vắng khách lại qua,
Thánh nhân luôn vẫn đoái hoài tới lui."

Như thế ấy, có nghĩa là chung quanh ta vẫn có bậc khuất mặt khuất mày, người trên kẻ dưới đủ đầy cả, nếu ta có lòng tin, có lòng cầu nguyện, thì tiếng nói này có thể bay bổng đến 10 phương vô biên thế giới và biết đâu, lúc ấy sẽ có loài hữu tình hay vô tình nghe được. Rồi phát tâm tu hành giác ngộ. Như vậy ta cũng có công đức.

Có lần, một vị đại sư bên Trung quốc giảng kinh Hoa Nghiêm mà chẳng ai hiểu cả, vì đây là một hiện thực siêu thế giới, chỉ có Phật với Phật mới hiểu còn Bồ Tát có nghe cũng ngẩn ngơ thôi. Sau đó vị đạo sư này không nản, ông ta ra vườn chùa dựng tất cả những hòn đá lên ngay thẳng và ông ta bắt đầu giảng về diệu lý kinh Hoa Nghiêm, sau khi giảng, Ngài hỏi lại có hiểu không thì tất cả những hòn đá đều gật đầu. Như thế, dầu cho loài vô tình đi chăng nữa, chúng cũng có một sự cảm nhận. Cho nên, đừng cho là sự vật không hiểu mình, mà chỉ lo rằng chính con người không thể hiểu hết sự vật mà thôi.

Từ kinh nghiệm bản thân, sau bao nhiêu năm tu hành, nên Sư Cụ lúc nào cũng nói cho cháu mình nghe, nói cho cỏ cây và nói với chim ngàn, gió núi. Nói cho thú rừng hay nói cho chính mình nghe. Nói xong tự mình giải thích và cũng tự mình đồng ý hay phản đối lại tư tưởng của mình, khi tư tưởng nào đó lập luận không đúng với Chánh Pháp.

Chùa Hưng Phước bây giờ trông như đẹp hẳn hơn xưa, vì nơi đó có sức hồi sinh, có mầm non đang phát triển. Thế hệ người lớn tuổi, một ngày nào đó rồi phải ra đi, trở về với đất trời vạn vật. Còn tuổi trẻ, tuổi còn mộng mơ, của cuộc đời thanh xuân đầy hứa hẹn, tràn đầy nhựa sống ở một tương lai khá dài. Do vậy mà cảnh vật cũng tươi hơn, để đón chào một tâm hồn như thế. Dường như Sư Cụ Từ Tâm cũng đã đoán biết được hết những vấn đề này, nên đã cố công chuyển hết năng lực vào thế hệ kế thừa ấy. Tuy tuổi tác khác nhau xa, nhưng việc hiểu đạo chẳng cần nơi tuổi. Chẳng nhớ ông Tô-đà-di, mới bảy tuổi đến cầu Phật xuất gia. Phật hỏi rằng:

- Ông từ đâu tới?

- Ba cõi chẳng có nơi nào là nhà của con cả.

Ông đáp như thế

Nghe trả lời như thế cả đại chúng đều giật mình và Phật cho người này thọ giới tỳ-kheo lúc 7 tuổi, mặc dù theo Luật định thì phải đến tuổi 20 mới là tuổi đầy đủ oai nghi tế hạnh, để làm một bậc sa-môn đi vào đời tế độ quần sanh.

Dường như Sư Cụ Từ Tâm có được thiên nhãn nên đã thấy được việc này chăng hay chú bé này là thần đồng? Hoặc có một lý do gì đó mà Sư Cụ vẫn canh cánh bên lòng.

CHƯƠNG 3. TUỔI TRẺ MỘNG MƠ

Thời gian mới đó mà đã mười mùa đông qua, xuân lại, hạ đến, thu sang. Nơi núi đồi cô tịch này, chú tiểu Ngộ Đạo ngày nào mới nằm trong nôi trước cửa chùa mà bây giờ đã trở thành một chú sa-di với vẻ mặt khôi ngô tuấn tú và kiêm luôn cái mã đẹp trai nữa, nên trông vào ai cũng trầm trồ. Chỉ có Sư Cụ Hòa Thượng Từ Tâm lúc nào cũng canh cánh bên lòng là không biết chú có thể đi trọn con đường tu niệm để giải thoát sanh tử luân hồi không. Nếu mà lỡ vướng vào vòng tục luỵ, thì có lẽ chẳng qua do duyên nghiệp mà thôi. Nhưng nếu vậy, thì Ma Vương vẫn còn ngự trị ở thế giới này quá nhiều? "Phải chiến thắng chúng để tự cứu lấy mình" là phương châm mà Hòa Thượng vẫn thường dạy chú hằng ngày khi có dịp học luật Tỳ Ni, Sa Di, Oai Nghi và Quy Sơn Cảnh Sách. Thấy chú vẫn dạ dạ vâng vâng, nhưng chẳng biết nghiệp lực của chú như thế nào.

Sư Cụ thở dài ra chiều đăm chiêu lắm, và lần bước đi về hướng phương trượng của mình, để mặc chú ngồi nơi trai đường, đưa mắt hướng về một hướng xa xăm nào đó. Chẳng biết chú nghĩ gì, nhưng có vẻ đăm chiêu lắm, đoạn chú nhảy vọt khỏi ghế vào hậu liêu cởi áo nhật bình, chân trần, đầu không nón, lần dò ra con suối gần chùa. Tuy Sư Cụ không la rầy quở trách gì vì trong giờ Ngọ không lo chỉ tịnh mà còn lang thang ra bờ suối để làm gì, nhưng Sư Cụ muốn quan sát hành vi của chú. Chú cởi trần tắm gội hồn nhiên trong lứa tuổi ấu thơ của chú. Tuy không có cha mẹ chăm sóc kỹ càng nhưng hai vị tịnh hạnh nhân ở chùa và nhất là Sư Cụ thương chú còn hơn cháu ruột của mình, nên có bao nhiêu tâm huyết đều dồn hết cho chú trong mọi phương diện của mình. Vì vậy chú rất hãnh diện với bạn bè.

Giờ đây chương trình tu học của chú nghiêm khắc hơn. Mỗi sáng dậy sớm để hô chung, thay vì nằm nghe chuông thay lời mẹ ru như khi chú mới vào chùa nữa và bây giờ chú phải học thuộc lòng và tự giộng chuông lấy. Sau đó chấp tác, quét dọn vườn chùa hoặc tưới cây. Tiếp theo là dùng sáng và xuống núi vào làng để đi học chữ Hán với một ông thầy đồ. Sau khi ở trường về, chú dùng cơm trong yên lặng tỉnh thức và chỉ giấc trưa như hôm nay sau giờ cơm là tương đối rảnh rang, nên chú mới xuống suối, chứ bình thường chú nghỉ trưa và để sửa soạn chuẩn bị cho bài vở buổi chiều học chữ Hán, các kinh điển căn bản và các quyển Luật với Sư Cụ. Công phu chiều đã có các vị tịnh hạnh nhân lo rồi. Sau khi dùng tối, chú lại thỉnh chuông nữa và sau đó ôn bài, đi ngủ.

Công việc chỉ chừng ấy thôi nhưng ngày nào cũng như ngày ấy, chẳng có gì thay đổi, nên hôm nay chú muốn thay đổi một chút là đi tắm dưới suối, nơi mà hai nho sinh Ngọc Minh và Vạn Tâm đã có lần vãn cảnh ngồi nơi đây. Chú bây giờ biết bơi rồi và còn có thể lặn sâu xuống suối nữa. Ở dưới đó những chú cá thật tinh nghịch đang tung tăng với đàn, chú vớ được một con tương đối lớn, đoạn chú lấy một dây nhợ buộc vào bụng cá và đầu bên kia buộc vào một hòn sỏi tương đối lớn, sau đó thả cá xuống dòng suối và chú bật cười lớn lên khi thấy cá kia không tự làm chủ được nữa.

Sư phụ Từ Tâm đứng bên bờ suối ẩn mình trong thân cây để cho chú đừng thấy và quan sát những hành vi của chú, Sư Cụ nhắm mắt lại và niệm Nam mô A Di Đà Phật. Thật tội lỗi, thật là tội lỗi cho một chú sa-di như thế! Giới đầu vẫn là giới cấm không được sát sanh. Mô Phật có lẽ hành động thuộc về tánh chứ không phải tướng. Vì là tánh không ai bày mà cũng biết. Nếu là tướng phải có người bày mới làm được. Sư Cụ nghĩ về cuộc đời, về nghiệp sát, về chủng tử vô minh của con người, đoạn than dài, tuy hơi lớn nhưng chú Ngộ Đạo không nghe được vì tiếng suối chảy lớn hơn làm át tiếng Sư Cụ.

Thật là đường tu chẳng dễ, đứa bé ấy từ nhỏ đến giờ đâu có ai bày việc này đâu, mà bé vẫn có thể làm được chuyện ta chưa bao giờ dạy ấy. Tiếp đó, chú tìm đến một hang ếch và cũng làm những động tác như vậy, khiến ếch không nhúc nhích nổi. Còn chú thì chú cười thật khoái với lứa tuổi hồn nhiên, với những "chiến công" nho nhỏ vừa thành tựu. Chú rất vui và lên bờ mặc quần áo khô. Thế rồi chú nghe đâu đó có hai chú dế đang gầm gừ gáy to, tiếng như có ý sắp xung kích với nhau. Chú áp sát tai mình xuống để nghe động tĩnh như thế nào. Sau khi đoán đúng mục tiêu, chú chỉ có cách ly gián một trong hai con vào bẫy và tìm cách ngắt râu con dế mèn ấy. Sư Cụ đứng xa xa nhìn mà cảm thấy đau lòng, nhưng Ngài vẫn không nói gì. Ngài chỉ cố quan sát để thấy được những tội lỗi do căn tánh từ bao đời huân tập, hẳn rồi Ngài sẽ dạy sau. Vì Ngài không thiếu gì phương pháp để dạy luyện tâm và luyện thân.

Chú càng leo cao lên mé núi càng thấy nhiều hang rắn, và thế là chú bắt đầu xoăn tay áo lên để ra tay nghĩa hiệp. Lần này vì con rắn lớn và mạnh nên chú đã tìm dây nhợ dài hơn và hòn sỏi lớn hơn để cho rắn khỏi vẫy vùng. Sau khi cột chặt rắn và thả ra, rắn vẫn cứ tìm cách bò và vùng vẫy ra khỏi nơi bị trói buộc ấy. Đó là lối tự vệ duy nhất trong lúc này, chứ chẳng còn cách nào hơn nữa. Càng vẫy vùng lại càng dính vào dây nhợ và cuối cùng con rắn ấy nằm bất động một hồi lâu để thở và tìm cách khác để uốn mình.

Đêm đó, chú về ngủ tại liêu tây của chùa và Sư Cụ vẫn ở phương trượng. Đêm nay Ngài không ngủ, mắt Ngài chẳng nhắm lại được vì những việc làm của tiểu Ngộ Đạo ngày hôm nay dưới suối gần chùa, nên Sư Cụ trồi dậy hé nhẹ cánh cửa rồi tìm hai hòn đá khá to và sợi dây thừng, đoạn nhẹ bước đi về hướng liêu phía tây, nhẹ tay đẩy cửa bước vào. Thấy chú tiểu vẫn ngủ say như cuộc đời của chú đang hiện thực. Sư Cụ cố càng nhẹ tay càng tốt, lòn tay xuống phía dưới mình chú để cột sợi dây vào và hai đầu dây là hai hòn đá lớn. Sư Cụ bước ra khỏi cửa sau khi đã biết chắc rằng những hòn đá ấy đã bám chặt vào lưng của chú. Khi trở mình cảm thấy có cái gì đó hơi lạ nằm trên lưng, nên chú hốt hoảng trồi dậy, nhưng trễ lắm rồi, vì hai hòn đá to tướng và một sơi dây thừng đã cột lên mình chú. Chú tự biết đây là hình phạt không lời của Sư Cụ đã dạy cho chú vào tối hôm ấy. Chú cố gắng lục lọi mối dây để cởi trói nhưng vô ích. Do vậy chú mang cả hai hòn đá trên lưng và bước ra sau Tổ Đường để sám hối. Vừa mếu máo vừa nước mắt lưng tròng chú thỏ thẻ:

- Con có muốn như thế đâu.

- Nhưng ai làm cho con cá, con ếch, con dế phải chịu sự trói thân?

- Con đã hiểu rồi và bây giờ con ra suối để tìm cách mở chúng ra, để trả chúng về vị trí cũ.

- Có trễ lắm không? Nhưng trước khi đi hãy đọc bài kinh sám hối đã.

- Mô Phật con xin vâng:

Đệ Tử kính lạy
Đức Phật Thích Ca
Phật A Di Đà
Mười Phương Chư Phật
Vô lượng Phật Pháp
Cùng Thánh Hiền Tăng

Đệ Tử lâu đời lâu kiếp
Nghiệp chướng nặng nề
Tham giận kiêu căng
Si mê lầm lạc
Ngày nay nhờ Phật
Biết sự lỗi lầm
Thành tâm sám hối
Thề tránh điều dữ
Nguyện làm việc lành
Ngửa trông ơn Phật
Từ bi gia hộ
Thân không tật bệnh
Tâm không phiền não
Hằng ngày an vui tu tập
Pháp Phật nhiệm mầu
Để mau ra khỏi luân hồi
Minh tâm kiến tánh
Trí huệ sáng suốt
Thần thông tự tại
Đặng cứu độ các bậc tôn trưởng
Cha mẹ anh em.
Thân bằng quyến thuộc
Cùng tất cả chúng sanh
Đều trọn thành Phật đạo.

- Giỏi lắm! Bây giờ thì con biết con đã làm gì rồi phải không.

- Mô Phật.

Chú vừa cởi trói cho con cá, vừa đọc:

Chúng sanh không số lượng,
Thề nguyện đều độ khắp.
Phiền não không cùng tận,
Thề nguyện đều dứt sạch.

Tiếc thay, sau khi mở dây buộc đá cho cá, thì cá đã chết tự bao giờ. Chú hối hận lắm, bật ra tiếng nấc và khóc to như chưa bao giờ được khóc như thế. Những lúc như vậy, Sư Cụ Hòa Thượng cũng có mặt. Ngài đứng trên đồi cao nhìn xuống suối, xem những hành động hối lỗi của chú bé 10 tuổi, với một nét mặt rất từ bi. Đoạn chú đi tìm con ếch, đặng cởi trói cho nó. Sau khi mở dây ra, ếch vẫn còn bơi được. Chú hoàn hồn và miệng mỉm một nụ cười như có Bồ Tát Quán Âm từ đâu đó đã đến cứu mạng cho con ếch và đồng thời cũng cứu cho chính chú, vì mình đã tự tạo lỗi lầm ấy qua sự tinh nghịch của tuổi thơ. Nhờ đây chú đang học được một bài học lỗi lầm, thật đích đáng là nhân nào quả nấy. Chú lẩm bẩm trong miệng rằng: Cũng chính vì thế mà ta bị sư ông buộc hai hòn đá rất nặng, phải mang trên lưng đây. Không biết ta có phải mang đi trong suốt kiếp luân hồi, hay ta chỉ mang nó trong một đoạn đường sanh tử mà thôi.

Đoạn chú rảo bước lên đồi với những bước đi thật gượng gạo. Vì lẽ trên lưng chú bây giờ hai hòn đá dường như nặng hơn lúc đi xuống dưới suối kia. Tuy chú chưa biết so sánh với tuổi hồn nhiên mới lớn ấy, nhưng chắc chắn một điều là đi lên khó hơn là đi xuống. Vì vậy ai ai cũng phải cầu đi lên, chứ ai nguyện đi xuống đâu. Có lẽ chỉ trừ những vị Bồ Tát muốn cứu độ, thì chắc chắn một điều đối với các Ngài ở đây cũng vậy thôi. Vì trong các Ngài chẳng có người độ và cũng chẳng có người được độ. Còn ta, ta vẫn là chú bé của chùa này, chẳng có ý nghĩa gì so với một đại nguyện to lớn, với các Bồ Tát cả. Thôi ta hãy ráng lên chứ kẻo con dế mèn không còn cơ hội sống nữa.

Khi chú đến bên miệng hang của dế thì thấy hình ảnh thật tang thương. Một con đã giẫy ra chết cứng và con khác thì đang kêu gào. Có lẽ nó thuộc một gia đình chăng, là chồng hay vợ? Sao ta nỡ đoạn lìa cuộc sống yêu thương của nó như thế và không biết bây giờ con của nó dưới hang sẽ ra sao. Ừ mà số phận ta cũng thế, có mẹ cha mà cũng bạc phước như những con dế này, may mà ta có sư ông bên cạnh, nếu không thì...

Dòng suy tư của chú bị đứt quãng và chú cứ thế cắm đầu đi lên chỗ con rắn, bị chú bắt cột vào bụng khi nãy. Bây giờ chỉ còn một đống máu và một mớ rắn con. Chú chẳng biết làm sao vì tay chú gián tiếp đã vấy máu của chúng sanh. Chú mang mấy con rắn con về chùa để cầu siêu và lấy mấy hòn đá bên sườn đồi dựng bia tưởng niệm chúng và thầm đọc bài chú vãng sanh.

"Nam-mô A-di-đa bà dạ, đa tha già đa dạ, đa địa dạ tha, a di rị đô bà tỳ, a di rị đa tất đam bà tỳ, a di rị đa tỳ ca lan đế, a di rị đa tỳ ca lan đa, già di nị già già na, chỉ đa ca lệ ta bà ha."

Chú đọc hết sức chú tâm không dừng nghỉ, nhiều lần như thế, chẳng biết những con rắn ấy có siêu không, nhưng tâm chú thấy nhẹ hẳn đi phần nào, giống như trên mình chú đã trút nặng được ngàn cân, mặc dầu hai cục đá vẫn còn trĩu nặng trên vai của chú.

Lững thững vào đến trước cửa chánh điện. Ngay lúc ấy Sư Cụ Từ Tâm cũng đã bước theo sau và nhẹ nhàng đặt tay lên vai chú:

- Con thấy những hành động sai trái thiếu suy nghĩ của con chăng?

- Bạch sư ông! Con đã hối hận lắm rồi.

- Bây giờ con sẽ tính sao đây?

- Mỗi đêm con sẽ sám hối để tội lỗi được tiêu trừ.

- Con có biết rằng khi vật dơ thì cần gì để rửa không?

- Mô Phật, bạch sư ông lấy nước để rửa.

- Còn khi tâm dơ?

- Dạ .....Dạ ......Dạ......

- Chắc không lấy nước rửa được phải không?

- Mô Phật, đúng thế.

- Người tu hành vốn biết do sanh tử phiền não triền phược trong nhiều đời nhiều kiếp, do nghiệp lực mà thành thân này. Nay có thân này mà không biết tu thân, còn mang thêm nghiệp sát nữa, thì quả là uổng công cha mẹ sanh thành và uổng cơm của tín thí đàn na, con hiểu chưa?

- Mô Phật, con xin vâng.

Sư Cụ Từ Tâm sau khi giảng cho chú tiểu Ngộ Đạo bài học căn bản về giới sát xong, thì lúc ấy chú cũng đã quỵ xuống trên sàn chùa lúc nào không hay biết. Sư Cụ nhẹ nhàng lấy hai cục đá sau lưng đi và để vào một chỗ kín làm dấu ấn ghi lại ngày này năm xưa chú đã một lần hối cải như thế.

Một hôm Sư Cụ ngồi suy niệm về thế giới này, về sự cấu thành cũng như giả hợp của nó qua lời dạy của Phật trong luận A Tỳ Đàm về sự thành lập nên thế giới này. Đầu tiên là do gió chuyển động rồi lay chuyển nước. Nước bị thổi lâu ngày biến thành đất và lửa sẽ xuất hiện. Cứ như thế mà một thế giới được thành lập, rồi hai thế giới, ba thế giới. Cho đến tam thiên đại thiên thế giới, rồi đến thế giới thành tựu có nhiều mặt trời, sức nóng ức chế thế gian, nên chẳng có sinh vật nào sống nổi. Chỉ khi nào thế giới ấy còn một mặt trời, chúng sanh nơi đó mới có thể tồn tại. Thế giới thịnh hành trong một thời gian dài, vì con người còn có tu bát quan trai giới, còn tu theo thập thiện nghiệp đạo. Cứ như thế con người hưởng phước do chư thiên và thiện thần hỗ trợ. Nhưng rồi con người không chừa bỏ những tội lỗi như sát sanh, trộm cướp, tà dâm, nói dối, uống rượu v.v..., nên Tứ thiên vương cũng như vua Thích Đề Hoàn, không hỗ trợ nữa. Ngược lại các ác quỷ xuất hiện trên thế gian này lại nhiều. Rồi một hôm, nơi chúng ta đang ở sẽ lần lượt xảy ra các việc tiểu tam tai, rồi đại tam tai. Cuối cùng là hoại diệt tan rã. Cứ như thế và như thế lặp đi lặp lại nhiều lần. Biết bao giờ mới thoát hết kiếp tử sinh.

Khi con người bị tật bệnh hoành hành, có nhiều người bị chết, súc vật cũng chết, không có thuốc gì chữa khỏi. Sau đó đói khát triền miên, xảy ra trên nhiều châu lục. Rồi chiến tranh khiến con người phải giết chóc, giành giật với nhau để tranh sự sống về mình. Đây gọi là thời kỳ đầu của tiểu tam tai. Kế tiếp là đại tam tai sẽ đến gồm nước dâng cao lên, cả hàng trăm ngàn thước, cuốn trôi hết tất cả nhà cửa, của cải con người và súc vật. Rồi gió sẽ thổi mạnh để làm cho thế giới này hủy hoại. Giai đoạn sau cùng là lửa trong lòng đất sẽ phun ra đốt cháy hết mọi loài. Trong ấy may mắn thay còn sót lại độ chừng 10 ngàn người và trong ấy có một người biết tu học làm phước bố thí, tu thập thiện, rồi lần lượt kêu gọi mọi người cùng tu tập với nhau. Lúc ấy các thiện thần cảm động nên đã giúp đỡ họ và thế giới này và những thế giới khác an ổn hơn. Người người có thể vào rừng hái rau, hái củi đem về dùng trong nhà, gạo lúa từ từ sẽ mọc, mọi sinh vật sẽ sinh sôi nảy nở như xưa.

Càng suy nghĩ Sư Cụ càng hiểu rõ sự biến dịch của cuộc đời và tạo hóa. Do vậy mà chính bản thân Ngài cũng muốn rằng sau khi lâm chung quyết niệm Phật cầu vãng sanh về thế giới Tây Phương Cực Lạc chứ không ở lại cõi Ta-bà. Có nghĩa là chịu đựng, kham nhẫn nhiều hơn nữa, như nơi này. Vì nỗi khổ của chúng sanh đâu có giới hạn. Lúc nhỏ mới sinh ra từ lòng mẹ, dù vô tình hay cố ý đã gây ra quá nhiều tội lỗi rồi. Mô Phật! Đúng là pháp Phật nhiệm mầu!

Đoạn Ngài ngồi yên niệm Phật. Mắt Ngài khép kín lại như không còn muốn nhìn thấy mọi sự vật trong đời này nữa. Nhưng quá khứ lại hiện về trong tâm tưởng của Ngài. Sự gièm pha dầu đúng hay sai gì rồi cũng đến tai vua, khiến cho sự kiện ấy phải đem ra giải quyết trước các quan văn, võ của triều đình. Câu chuyện ấy dài dòng lắm, nhưng tóm gọn đại ý được diễn tiến như sau:

"Trong làng nọ có một gia đình giàu cự phách, giàu nứt vách đổ tường. Phú ông là một người tốt tướng lẫn tốt bụng, cưới được cô vợ đầu cũng rất tâm đầu ý hợp. Nhưng chẳng may bà này vắn số và ra đi sớm, để lại cho ông một cậu con trai mới vừa chập chững biết đi. Cảnh gà trống nuôi con ấy cũng khó xử. Nên nhiều người trong gia tộc bàn với phú ông là sau khi đại tang trong ba năm xong, thì nên tục huyền để bà vợ kế đảm đang gia nghiệp, nếu không thì chẳng có ai lo cho ông khi trái gió trở trời. Nghe riết rồi cũng nhàm tai, bởi vì ông nghĩ rằng: "Mấy đời bánh đúc có xương, mấy đời dì ghẻ mà thương con chồng." Đó là vấn đề mà bao nhiêu đời nay đã xảy ra trên quả địa cầu này rồi, nên ông muốn dành riêng cái tình thương ấy và cái gia nghiệp này cho con trai đầu lòng mà thôi. Nhưng khổ nỗi ruộng đất cò bay thẳng cánh, đám tá điền chẳng ai coi. Rồi nào gia sản, trâu bò, lúa thóc và kẻ ăn người ở v.v... cuối cùng thì ông đã lấy vợ kế. Vì nhiều lời bàn ra tán vào hữu lý và chính ông cũng thấy được điều ấy nữa.

Một cô gái trung niên, vóc dáng mặn mà chưa lập gia đình đã được cưới hỏi đàng hoàng để về làm vợ kế phú ông. Thời gian trải qua không bao lâu, cô vợ bé nở nhụy khai hoa và tặng cho ông cũng như gia đình vốn hẩm hiu thiếu tiếng khóc trẻ thơ lâu nay, một bé trai bụ bẫm, ai nhìn thấy cũng phải mừng thầm.

Cả hai bé càng ngày càng lớn và đảm đang gia nghiệp của cha mình. Chúng chơi chung với nhau rất thân thiện và không hề có ý nghĩ là "con trước, con sau" mà chúng chỉ nghĩ đơn thuần chúng là hai đứa trẻ được sinh ra trong nhà này, nhưng một đứa được kêu người đàn bà kia là dì, một đứa kêu là mẹ, còn cha thì chúng gọi chung không phân biệt gì cả. Tuổi thơ chúng rất hồn nhiên chẳng hiểu gì, nhưng cảm thấy có cái gì đó không ổn nơi người lớn, khi có chén bát khua động giữa cha và dì, không hài lòng nhau về một vấn đề gì đó.

Dĩ nhiên là mối tình riêng của ông đã dành cho người vợ trước rất mặn nồng, dù cho bà này đã mất cách đây hơn mấy năm rồi và tình thương ấy cũng đã dành đặc biệt cho cậu con đầu qua những biểu hiện cử chỉ thường ngày. Khi người vợ lẽ thấy vậy thì chẳng bằng lòng và có tiếng bấc, tiếng chì trách ông, nhưng ông chỉ làm thinh vì không muốn có sự đụng chạm không cần thiết ấy. Nhưng tức nước thì vỡ bờ, đó là gần như luật định vô hình lâu nay của nhân thế, nên một hôm bà nhỏ mới đề nghị rằng nên gửi cậu cả đi học xa, còn công việc nhà có bà và cậu con lo liệu cũng không có gì trở ngại. Mới đầu ông hơi lo và cậu thứ cũng không muốn anh mình đi xa nên cứ cản mẹ mình.

Cuối cùng rồi phú ông cũng phải cho cậu đi học xa, vì lịnh bà tuy thời Nho giáo không thịnh hành, nó không mạnh mấy, nhưng trong bóng tối và trong gia đình người đàn bà, nhất là đàn bà đẹp mà người đó lại là người vợ mình nữa thì người chồng dễ xiêu lòng lắm. Đó là chuyện tự nhiên thôi. Chẳng ai trách cứ làm gì. Hơi đâu mà còn lo chuyện hàng xóm láng giềng.

Giang sơn bây giờ vào một tay bà. Thế là bà thao túng và buộc ông chồng phải làm giấy di chúc tất cả tài sản cho người con của bà. Phú ông vẫn làm thinh chẳng nói gì và trong khi đó đã âm thầm làm di chúc cho con trai cả của mình và đứa con thứ chỉ được một phần nhỏ thôi. Bà nói gì ông cũng chịu đựng, không phân bua, không trách móc và cũng không thổ lộ chuyện chia tài sản bên trên. Nhưng một hôm ông đi vắng, bà lục lạo tìm được di chúc này và bà tìm cách sửa tên con trưởng thành con thứ. Vì cùng họ thì tên chỉ sửa một nét là xong. Âm mưu ấy bà đã thành công và bà mừng thầm là mọi việc sẽ xảy ra như bà sắp đặt.

Sau khi phú ông qua đời bà chắc mẩm là con của mình sẽ thừa hưởng cái tài sản kếch sù đó, nhưng khi đem gia phả và tờ di chúc ra trình cho gia tộc hai bên họ hàng xem thì một chuyện không may xảy đến. Đó là do con gián vô tình nào đó gặm nhấm nét bút sửa cái tên con trưởng thành con thứ, bây giờ tên ấy vẫn là Lê Văn Nam (男) chứ không phải là Lê Văn Dũng (勇) nữa. Vì cái nét thêm vào bên trên đã mất đi rồi. Thế là bà té xỉu.

Chuyện đã lở rồi cũng phải đem đến cửa quan phân xử để ra lẽ công bằng. Nhưng bây giờ thì nhân chứng không còn. Vả lại ai hơi đâu mà đi tìm cho được con gián để chống án lại với bà ta. Hoặc giả cả hai người con, họ cũng chẳng màng gì cái gia tài này. Tuy bà nói để gia tài ấy cho con bà, nhưng thật ra đó là một cách nói để cho bà dễ chuyên quyền về sau thôi.

Lúc ấy Sư Cụ làm quan văn và chứng kiến cuộc xử ấy. Sư Cụ cảm thấy có nhiều điều đáng hổ phận làm người. Nghĩa là lòng tham của con người không có giới hạn. Hết rắp tâm đày con trưởng đi xa, lại lập tâm thâu tóm tài sản bằng cách sửa lại di chúc. Còn con dán ấy có phải thiên sứ không? Biết đâu trong cái vô hình vẫn còn linh hồn của người xưa đâu đó về giúp cho việc chính và cảnh cáo người có tâm tà vậy. Vì vậy cho nên người xưa thường nói "trời cao có mắt" là vậy. Như tình thương là cái gì khó nói được bằng lời, nhưng nó đã đan kết tình huynh đệ với nhau, mặc dù họ có chung và riêng của hai dòng máu. Có lẽ kiếp trước họ là những người có nguyện lực nên mới sanh vào trong nhà này để cảnh tỉnh người mẹ và người dì tham lam ích kỷ ấy. Sư Cụ quý là quý cái tinh thần ấy. Cả hai đã chẳng màng lợi danh phú quý. Một người thì mai danh ẩn tích, một người xuất gia đầu Phật. Còn bà mẹ tuy nhận được cái gia tài đồ sộ ấy nhưng cũng chẳng biết để làm gì. Cuối cùng rồi của đất trời cũng phải trả lại cho thiên nhiên vũ trụ mà thôi.

Đang suy nghĩ về cuộc đời miên man như thế thì bỗng đâu đằng sau có tiếng cất cao:

- Nam mô A Di Đà Phật, chúng con kính chào Sư Cụ

- Các cậu hôm nay không đến trường sao?

- Chúng con đã được nghỉ hè và có thời giờ lên đây để viếng lại Hưng Phước Tự và bạn con đây Ngọc Minh muốn bạch Ngài một việc.

- Thôi chúng ta hãy vào Tổ Đường dễ nói chuyện hơn.

Chàng thư sinh thật điển trai, trông nét mặt thật khôi ngô tuấn tú ấy sau khi đảnh lễ Tổ và Sư Cụ một lạy, lại quỳ xuống để bộc bạch thưa:

- Kính lạy Ngài con là nho sinh Ngọc Minh từ chỗ vô tình đến cửa Phật hôm nọ, mà bây giờ chẳng biết nhân duyên gì khiến con cứ muốn xuất gia đầu Phật để giúp mình và cứu đời ra khỏi chốn tử sanh. Ngoài ra con cũng tìm đọc sách Phật trong thời gian gần đây rất nhiều, nên đã hiểu rõ luật vô thường của nhân thế. Kính mong Ngài mở rộng lòng từ mà tế độ cho tiểu sinh này xuất gia đầu Phật.

- Mô Phật! Cửa thiền là cửa từ bi. Nhưng muốn trở thành người xuất gia phải cần thử thách một thời gian ít nhất từ ba tháng đến sáu tháng, để tự hỏi lại lòng mình có thật sự vì lý tưởng mà đi tu, hay vì một chuyện nhất thời nào đó mà đường công danh không lo cho trọn vẹn, trốn cha mẹ để vào chùa tu niệm là một việc không nên. Xưa nay đã có lắm người làm, nhưng cuối cùng rồi chẳng đâu vào đâu cả. Ta mong rằng con hãy hiểu rõ điều này.

Ngọc Minh mừng quá dập đầu lạy tạ ba lạy rồi thưa:

- Theo con nghĩ, nếu con được Sư Cụ từ bi tế độ cho xuất gia đầu Phật thì còn gì cao quý hơn nữa. Con sẽ thực hiện những điều mà Sư Cụ chỉ dạy.

Vạn Tâm thui thủi ra về, vì bạn hiền bây giờ đã "lánh chốn hồng trần" rồi nên từ đây trở đi, nơi chốn trường thi hay ở chốn quan trường đâu còn ai để mà tâm sự nữa. Trong khi Vạn Tâm buồn thì Ngọc Minh vui, vì Minh đã thực hiện được nguyện ước của mình.

Chú tiểu Ngộ Đạo bây giờ có thêm người bạn đồng liêu mới hơn chú cả 10 tuổi thì cũng rất vui. Vì lâu nay chẳng có ai cùng trang lứa để cùng chơi, hoặc có những người lớn hơn ít tuổi để chỉ vẽ chuyện trò, cũng chỉ vì không có người cùng chơi, nên Ngộ Đạo đã chơi những trò chơi tuổi thơ trong vô thức và đã bị Sư Cụ phạt cho một hình phạt nên thân. Đeo đá tuy không nặng lắm! Nhưng đeo nghiệp vào người mới là điều quan trọng.

Đang mừng vui vì có bạn mới thì được nghe tiếng ngâm thơ thật già dặn và vừa có hồn văng vẳng xa xa từ trên phương trượng đường vang dội đến:

Ngẫm hay muôn sự tại trời,
Trời kia đã bắt làm người có thân,
Bắt phong trần, phải phong trần,
Cho thanh cao mới được phần thanh cao,
Có đâu thiên vị người nào,
Chữ tài chữ mệnh dồi dào cả hai,
Có tài mà cậy chi tài,

Chữ tài liền với chữ tai một vần.
Đã mang lấy nghiệp vào thân,
Cũng đừng trách lẫn trời gần trời xa,
Thiện căn vốn tại lòng ta,
Chữ Tâm kia mới bằng ba chữ Tài.
Lời quê góp nhặt dông dài,
Mua vui cũng được một vài trống canh...

Chữ "canh" ở cuối câu sao mà thấm thía cho tình huống này của Ngọc Minh lắm thế. Xong đâu đấy họ một trẻ, một thanh niên chụm đầu lại với nhau hỏi chuyện:

- Chú Ngộ Đạo ơi! Chú ở đây lâu chưa?

- Huynh biết đó, từ khi lọt lòng mẹ là Ngộ Đạo này đã được ở chùa rồi.

- Trong chùa lâu nay, chú học cái gì vậy?

- Thì hai thời công phu sáng và công phu chiều. Tất cả bằng chữ Hán hết, nhưng đọc âm tiếng Việt, mà huynh chắc là đọc nhanh hơn đệ, vì huynh là một nho sinh học chữ Hán từ thuở nhỏ mà. Ở đây Sư Cụ dậy sớm lắm, mình phải lo pha trà cho Sư Cụ. Sau đó dộng đại hồng chung, rồi ngồi thiền, rồi công phu. Mới đầu không quen buồn ngủ lắm, nhưng bây giờ thì đệ quen rồi. Buổi trưa cúng ngọ, buổi chiều đi công phu chiều và niệm Phật, gióng chuông u minh. Tối đi tịnh độ thì đã có các vị tịnh hạnh nhân rồi. Ngoài ra, còn học nhiều thứ lắm.

- Học cái gì vậy?

Ngộ Tánh hỏi Ngộ Đạo như vậy.

- Sư Cụ đặt cho huynh cái pháp danh hay quá xá. Tánh đã ngộ mà còn là Ngọc Minh nữa thì chắc rằng không mấy chốc, tánh ấy sẽ sáng ngời như ngọc ấy.

- Ai biết đâu, chắc Sư Cụ nhìn người mà đặt tên chăng?

- Có lẽ vậy, nhưng công chuyện của huynh ngoài học thuộc lòng hai thời công phu ra, sau đó mới được xuất gia, rồi học bốn quyển Luật. Gồm Tỳ Ni tức những câu chú ngắn, để ứng dụng trong những oai nghi như đi đứng nằm ngồi trong chùa hằng ngày. Rồi Quy Sơn Cảnh Sách, đây là bài cảnh tỉnh của Tổ Quy Sơn hay lắm. Ngoài ra, còn học 24 oai nghi ở chùa cũng như 10 giới của tăng sĩ mới vào chùa nữa. Huynh đừng lo ở đây không có gì để học. Thế còn huynh học cái gì ở trường vậy?

- Ôi thôi, đủ thứ! Mới đầu học "Tam Thiên Tự" tức là ba ngàn chữ Hán. Ví dụ như "thiên là trời, địa là đất, cử là cất, tồn là còn, tử là con, tôn là cháu, lục là sáu, tam là ba, gia là nhà, quốc là nước, tiền là trước, hậu là sau, ngưu là trâu, mã là ngựa v.v..." Còn dài lắm, đến 3000 chữ kia, tất cả phải học thuộc lòng. Lớn lên thì học Tứ Thư, Ngũ Kinh của Khổng Tử và các học trò của ông, rồi mới chuẩn bị bài vở đi thi.

- Thế huynh thi có đậu không?

- Dĩ nhiên là đậu.

- Nhưng sao không ra làm quan cho nó oai mà đi tu chi vậy?

- Anh có lý do của anh chứ, vì cảm mùi Thiền, cũng như em vậy. Tại sao em phải tu?

- Dĩ nhiên là do nhân duyên thôi.

Hai người dường như tâm đắc lắm, cứ khi nào có thời giờ rảnh là họ hàn huyên tâm sự với nhau như anh em ruột thịt trong nhà. Sư Cụ Từ Tâm có một cái nhìn thật cảm thông. Vì từ nhỏ đến giờ, chú tiểu Ngộ Đạo đâu có ai làm bạn để nói chuyện. Chỉ biết vâng lời những người trên mà thôi, còn bây giờ thì đã có người tâm đắc nên Sư Cụ cũng mừng, mặc dầu tuổi của họ chênh lệch với nhau nhiều lắm.

Cũng có lúc chú Ngộ Đạo hỏi những chữ Hán khó nơi chú Ngộ Tánh, nhưng đa phần là chú Ngộ Tánh phải hỏi chú Ngộ Đạo. Vì lẽ những chuyện trong chùa đối với chú vẫn còn mới mẻ quá. Một hôm Ngộ Tánh hỏi Ngộ Đạo rằng:

- Thế đệ ở chùa lâu vậy, có khi nào được khen và bị phạt không?

- Khen cũng có, nhưng thỉnh thoảng thôi, còn bị phạt hơi nhiều đó.

- Tại sao vậy?

- Thì tại làm sai. Nhẹ thì quỳ hương, còn nặng như hình phạt vừa rồi phải mang đá đó.

- Nhưng tại sao phải mang?

- Vì tạo nghiệp sát sanh.

- Vậy là gì?

- Đó là mấy con cá và mấy con ếch, dế cũng như rắn.

- Sao đệ gan vậy. Những con ấy đâu có làm hại gì mình, mà đệ làm thế?

- Thì là chơi cho vui mà.

- Sư Cụ phạt như thế nào?

- Bắt mang hai hòn đá sau lưng, như những con vật kia bị đệ buộc vào lưng vậy.

- Có nặng lắm không?

- Dĩ nhiên là nặng. Nhưng đó cũng là bài học cho em suốt cả một cuộc đời.

- Đó cũng là một lẽ, nhưng theo huynh nghĩ chắc Sư Cụ Hòa Thượng muốn cho em trở thành người lỗi lạc về sau này đó.

- Lỗi lạc?

- Đúng vậy.

- Tại sao lại lỗi lạc?

- Em không biết sao. Một chữ thạch (石) là một hòn đá, hai chữ Thạch chẳng có nghĩa gì, nhưng ba chữ Thạch viết chung với nhau sẽ thành chữ lỗi (磊), ý nói là nhiều đá hay là nặng nhọc mà cũng có nghĩa là lỗi lạc (磊落). Chắc sau này đệ sẽ lỗi lạc, sẽ nổi tiếng lắm. Còn chữ lạc (落) có nghĩa là rơi xuống. Ví dụ như hoa lạc, lạc vận v.v... mà lạc có nghĩa là đánh mất đi. Nếu đánh mất đá thì được, đánh mất bản tâm của mình thì nguy quá.

- À đúng rồi, có lẽ vì đi lạc vào suối nên đệ mới bắt được cá.

- Đó là chủ ý chứ lạc gì?

- Dĩ nhiên là đệ chủ ý, nhưng vì đi xuống nên gọi là lạc. Chắc lạc đường cũng chữ ấy phải không huynh?

- Chữ Hán nhiều nghĩa lắm, để huynh sẽ giải thích cho đệ sau.

Một hôm Sư Cụ gọi hai chú vào để dạy học và nói qua một số công chuyện hằng ngày trong chùa, các chú phải làm và tiện thể bảo chú Ngộ Đạo mang vào một thau nước, Sư Cụ rửa mặt và nhúng tay vào đó rửa, đoạn hỏi Ngộ Đạo rằng:

- Nước này còn dùng được không?

- Bạch Ngài không ạ!

- Vì sao thế?

- Vì đã bẩn rồi.

- Ừ, tâm con người cũng thế. Nếu không biết cách giữ gìn cũng sẽ giống như một chậu nước dơ này mà thôi. Nếu không biết tự chủ, không biết sửa mình, thì dẫu cho ở gần

Phật gần Tổ cũng chẳng có ích lợi gì. Thế nên con hãy đem thau nước đó đổ đi.

- Mô Phật, xin vâng!

- Nước đổ rồi có còn hốt lại được chăng?

- Mô Phật, không.

- Đúng thế! Sự lỗi lầm của thế nhân cũng giống như là những giọt nước dơ đã bị đổ, lỡ tạo tội rồi thì khó mà bào chữa. Vì tội đã tạo rồi. Tuy nhiên, nếu mình biết đã gây ra tội thì sám hối. Sau khi sám hối tội sẽ nhẹ đi và tin vào chư Phật, chư vị Bồ Tát, các Ngài ấy sẽ giúp cho ta sớm hiểu rõ được nhân quả nghiệp báo v.v..., từ đó ta sẽ tinh tấn hơn.

- Mô Phật, chúng con đã rõ.

- Ta bây giờ đã lớn tuổi, muốn nhập thất một thời gian để tịnh tâm. Trước khi ta nhập thất, ta sẽ cho hai con thọ giới sa-di. Ngộ Tánh tuy mới vào chùa, nhưng tuổi lớn rồi, nên được cạo tóc và thọ giới chung một lần với Ngộ Đạo. Ngày xưa khi Phật còn tại thế những ai trên 20 tuổi đi xuất gia được thọ giới tỳ-kheo liền chứ không cần phải thọ giới sa-di như những người dưới 20 tuổi. Nhưng ngày nay thì căn tánh của chúng sanh chậm lụt lắm, do vậy mà dầu cho lớn bao nhiêu tuổi đi chăng nữa, sau khi xuất gia rồi phải thọ giới sa-di, rồi mới được thọ giới tỳ-kheo. Đó là Luật. Ta sẽ mời Chư Tôn Thiền Đức quanh vùng đến để làm lễ cho hai con và mọi việc chùa bên trong đã có hai vị tịnh hạnh nhân lo rồi, còn bên ngoài thì Ngộ Tánh lo tiếp xúc với các Phật tử. Ngộ Đạo tuy ở chùa lâu nhưng còn nhỏ, hãy lo đi học thêm và nên tiếp sức với huynh Ngộ Tánh của con.

- Mô Phật! Chúng con xin vâng!

Cả hai chú tiểu cùng nhìn nhau, vì biết rằng ngày ấy sẽ đến. Nhưng sao Sư Cụ nhập thất sớm thế? Có phải vì một lý do gì ẩn chứa bên trong chăng? Hay Sư Cụ muốn cho cả hai sống cuộc sống tự chủ như bài học vừa rồi Sư Cụ đã dạy? Hay là có một chuyện gì đây mà Sư Cụ muốn cho chúng ta phải tự định đoạt? Hoặc giả Sư Cụ thử thách chúng mình chăng? Nếu thử thì thiếu gì cách để thử, để trở thành người lỗi lạc. Làm sao mà cục đá thứ ba sớm đeo vào lưng hai chú như thế? Mà chắc rằng cha mẹ bao giờ cũng thương con, chứ có bao giờ ghét bỏ đâu. Bởi thế ngày xưa người ta thường bảo, "thương thì cho roi cho vọt, ghét cho ngọt cho bùi". Có lẽ chúng mình đang nằm trong trường hợp này chăng?

Cả hai chú đảnh lễ Sư Cụ và lui về liêu phòng của mình để lo những công việc riêng. Cánh cửa Phương Trượng Đường từ từ khép lại và bên ngoài thấy có dán một chữ "bế", có nghĩa là Sư Cụ chẳng tiếp xúc với ai cả, cho đến ngày ra thất.

CHƯƠNG 4. GIAI NHÂN LỄ PHẬT

Mới đó mà Sư Cụ nhập thất cũng đã đúng tám năm rồi. Thời gian ấy trôi qua một cách nhanh chóng. Hai tịnh hạnh nhân càng già hơn xưa, trong khi hai chú Ngộ Đạo và Ngộ Tánh càng ngày càng lớn khôn chững chạc. Họ không còn là bạch diện thư sinh như khi còn là một nho sinh nữa. Nhưng dưới lớp áo nâu sồng, họ vẫn là những con người bằng da bằng thịt, ai trông thấy cũng rất ngưỡng mộ. Có lẽ vì cái dáng đẹp trai bên ngoài của hai chú.

Một hôm hai chú lên đồi hái củi đem về chùa. Trên đường đi, họ trao đổi với nhau rằng:

- Này Ngộ Đạo! Đệ thấy ở chùa như thế có thích không?

- Dẫu có thích hay không thì đệ cũng phải ở thôi, chứ cha mẹ đâu có mà nương nhờ. Đâu phải như huynh còn gia đình để thăm viếng.

- Huynh muốn hỏi là đệ có thấy gì thay đổi nơi nội tâm và ngoại hình hay không?

- Ừ, thì dĩ nhiên là có.

- Nhưng có cái gì?

- Thì có cái như sư huynh có đó.

- Cái đó thì sanh ra trong đời này ai mà chẳng có.

- Ví dụ như ăn, uống, ngủ nghỉ và mộng mơ v.v...

- Tại sao những câu kinh lời kệ không giúp cho ta quên đi kiếp nhân sinh này nhỉ?

- Tại huynh trước khi đi xuất gia chắc đã vương vấn vào nợ trần?

- Điều ấy chẳng phải, nhưng...

- Nhưng cái gì hả sư huynh?

- Việc này khó nói lắm.

- Đệ vẫn nghe Sư Cụ dạy rằng: “Mọi sự ham muốn trong cuộc đời này nó cũng giống như một cơn ngứa vậy thôi. Nếu ta càng gãi thì sẽ càng ngứa. Tốt nhất là đừng gãi.”

- Ừ! Đúng vậy! Nhưng chữ tốt nhất thật là khó đấy. Ta vẫn cảm thấy cõi lòng sao sao ấy. Đệ có thấy thế chăng?

- Thỉnh thoảng đệ vẫn thấy, nhưng quên đi rất mau. Vì đệ không để ý đến nó nữa. Vả lại việc gì đến, mình cứ để cho nó đến và việc gì đi cứ để cho nó đi, đâu có gì mà phải luyến tiếc. Cứ chấp nhận là xong.

- Nếu thế ai muốn lấy đệ làm đối tượng thì đệ nghĩ sao?

- Dĩ nhiên là trong “tam thập lục kế” mình phải chọn một. Còn huynh?

- Ta vốn yếu mềm trước sắc đẹp.

- Mà cái gì đẹp vậy sư huynh?

- Cái gì cũng đẹp hết.

- Nhưng Sư Cụ dạy cho chúng ta biết rằng “tất cả những thứ ấy không có thật tướng” mà.

- À, à... này đệ hãy nhìn xem.

Cả hai huynh đệ đều đưa mắt qua bên trái để nhìn thấy hai con rắn đực và cái đang cuốn quýt xoắn tròn lại với nhau, như chẳng muốn rời, mặc dù có bóng người đứng gần đó. Ngộ Đạo thì cuối đầu xuống, trong khi đó Ngộ Tánh vẫn cứ nhướng đầu lên để xem màn cuối ra sao. Ngộ Tánh bỗng giật mình khi nghe tiếng gọi của Ngộ Đạo:

- Này huynh.

- Cái gì thế?

- Thôi chúng ta hãy về đi!

Trên đường về, hai chú vẫn chuyện trò với nhau về mọi lẽ tử sanh, ân ái trong cuộc đời và xa xa đâu đó trên cành cây có một cặp chim uyên ương đang thỏ thẻ với nhau. Rồi nhìn lên cao hơn nữa, có cặp ngỗng trời đang sánh nhau bay về tổ. Ngộ Tánh thấy chúng hạnh phúc lắm. Trong khi đó chính mình, mặc dù ở chùa lâu nay, nhưng chưa thấy được cái hạnh phúc thật sự là gì? Mắt và tâm không ăn khớp nhau, nên Ngộ Tánh té chúi nhũi về phía trước khiến Ngộ Đạo phải chồm đến để đỡ sư huynh mình.

Thỉnh thoảng hai chú vẫn thấy một cặp bò rừng, một cặp bọ hung, một cặp chuồn chuồn, chúng vẫn kết chặt vào nhau, để tạo nên nòi giống cho những thế hệ kế tiếp. Còn người tu, Ngộ Tánh quay lại hỏi Ngộ Đạo:

- Có khi nào đệ thấy trong lòng an lạc và hạnh phúc không?

- Có chứ!

- Khi nào vậy?

- Khi nào chúng ta đang hiện hữu, lúc ấy chúng ta hạnh phúc.

- Vậy thì hạnh phúc là gì?

- Là cái mà người ta đang có, chứ không phải cái mà người ta đang tìm.

- Vậy sao?

- Ai sẽ làm chủ được mình khi đứng trước một giai nhân?

- Mình sẽ làm chủ lấy mình chứ còn ai nữa.

- Nếu đệ gặp một người đẹp thì đệ sẽ làm sao?

- Đệ sẽ quán mọi pháp không thật tướng. Mọi cái, ngay cả thân này thật ra cũng chỉ là một cái túi dơ thôi. Đâu có gì gọi là đẹp, khi nó chết đi rồi, để đó chừng ba ngày không chôn là thối. Vì nó chỉ là một hợp tướng của đất, nước, gió, lửa mà thôi.

- Nếu vậy, có người đẹp đến ôm đệ thì sao?

- Thì cứ để cho họ ôm. Còn huynh?

- Chắc là huynh sẽ chạy trốn.

- Chạy trốn đâu bằng đối diện. Hãy tự đối diện với mình và với nàng, thì mới rõ được tất cả những thật tướng của cuộc đời.

- Nói thì dễ chứ gặp thực tế, chẳng phải đơn giản đâu.

- Đúng thế! Nhưng dễ hay khó vẫn do lòng mình thôi...

Họ vừa đi vừa nói chuyện như thế và về đến cổng tam quan trước chùa lúc nào chẳng hay biết. Bỗng đâu hai tịnh hạnh nhơn xuất hiện, ngỡ rằng việc gì đã xảy ra với Sư Cụ trong thất, nhưng không ngờ được báo tin rằng:

- Chỉ còn ba ngày nữa là công nương con gái quan tể tướng của triều đình sẽ đi chùa, cầu nguyện cho mẫu thân đang bị bệnh.

Cả hai tịnh hạnh nhân lo lắng lắm và hỏi rằng:

- Bây giờ sư phụ đang nhập thất, chùa mình phải tính sao đây?

- Thì cô ấy cứ tới chùa chứ có sao?

- Ai là người sẽ tiếp đón?

- Dĩ nhiên là chúng tôi. Ngộ Đạo và Ngộ Tánh này.

- Còn lễ nghi thì sao?

- Vẫn như xưa nay như Sư Cụ thường dặn.

Cả mấy ngày sau đó, trong ngoài chùa được quét dọn tươm tất như chưa bao giờ việc ấy từng xảy ra với ngôi chùa Sắc Tứ Hưng Phước này. Ngộ Đạo thì mong rằng giá như Sư Cụ ra thất trong lúc này thì hay biết mấy, còn Ngộ Tánh thì ngược lại, vì Ngộ Tánh có chủ đích riêng của mình. Điều này có lẽ Sư Cụ cũng thừa biết nên Ngài chẳng có động tịnh gì cả, để xem thử hai người đệ tử của mình trưởng thành như thế nào trong nội tâm và cơ thể. Sư phụ mới an lòng để ra đi một cách tự tại được. Khi tuổi già không cho phép Sư Cụ ở lại mãi với cõi đời này.

Sáng hôm sau, cổng tam quan của chùa mở sớm và hôm nay cả ba cánh cửa đều mở hết. Vì dầu sao công nương cũng là con gái của bậc đệ nhất quốc công của triều đình đương đại, chỉ thua công chúa một bậc thôi. Vả lại, cha nàng và cả gia tộc nàng đều hộ trì ngôi chùa Hưng Phước từ mấy trăm năm nay. Do vậy việc đón rước để làm lễ cầu nguyện tại chùa là điều tất yếu vậy.

Từ ngoài cổng chùa, sau khi xuống kiệu, nàng đã được các tỳ nữ dìu vào bên trong cổng tam quan. Nàng vẫn có thói quen đi bên mặt không vào cửa giữa, mặc dù hai cánh cửa giữa cũng được mở tung ra. Có lẽ nàng ngại hay vì sanh ra trong gia đình quyền quý và nho giáo, nên nàng vẫn được ăn học lễ nghi như thế.

Đèn đuốc bên trên chánh điện đã được đốt lên sáng trưng. Khói hương trầm nghi ngút hòa quyện với gió ban mai, hòa lẫn với tiếng chuông, làm cho không khí nơi chánh điện vốn đã trang nghiêm, nay lại càng trang nghiêm hơn nữa. Trong khi hai chú Ngộ Đạo và Ngộ Tánh y áo sa-di sẵn sàng đứng đón để trao nhang cho nữ tỳ. Đoạn, nữ tỳ trao lại cho công nương, con quan Tể Tướng. Ngộ Tánh thầm suýt xoa:

- Ôi! Người đâu mà đẹp thế!

Suýt chút nữa là Ngộ Tánh buộc miệng nói ra như thế rồi, nhưng dừng ngay kịp vì biết rằng trước mặt mình còn có nhiều người nữa.

Sau khi khấn vái và cắm ba cây nhang lên, nàng cúi xuống ba lần lễ lạy và sau đó cả hai chú dâng lời cầu nguyện cho mẫu thân của công nương, tức vợ quan Tể Tướng.

Cả chánh điện mọi người đều đứng lên và công nương liếc mắt nhìn qua chú Ngộ Đạo, bỗng dưng như bị điện giật, nàng tự nhủ thầm rằng:

- Người đâu mà đẹp thế. Tại sao phải xuất gia như vậy, ẩn mình vào chốn thiền môn để làm gì?

Trong khi đó chú Ngộ Đạo vẫn không có một dấu hiệu hay tín hiệu nào có được sự cảm xúc như nàng.

Buổi lễ Phật cầu nguyện của công nương hôm đó đã xong, và mọi sinh hoạt tại ngôi chùa Sắc Tứ Hưng Phước Tự vẫn bình lặng như mọi ngày, chỉ có một người trong hai người lúc nào cũng như thấp thỏm chờ mong một cái gì đó, nên trông thấy có vẻ khổ tâm lắm. Đó là chú Ngộ Tánh.

Sư Cụ tuy ở trong thất, nhưng cũng đoán biết được kết quả của buổi lễ Phật hôm ấy rồi, và cũng còn hay tin rằng một trong hai đệ tử xuất gia của mình, bây giờ không còn siêng năng tụng kinh niệm Phật, ngồi Thiền, lễ bái nữa, đó là Ngộ Tánh. Mỗi lần nhìn về phía liêu tây của hai chú, Ngài trầm ngâm suy nghĩ và Ngài muốn cho các chú được yên tâm tu học, nên đã có kế hoạch sắp truyền ra, nhưng để xem mây nước trôi nổi đến đâu, lúc ấy Ngài mới có quyết định. Vả lại Ngài cũng đã quá biết rằng xưa nay "đệ tử tầm sư dị, sư tầm đệ tử nan", nên Ngài cố dùng uy lực của mình để độ người Nho sinh ấy. Hắn vốn cũng là con nhà lành, chỉ vãn cảnh chùa đôi ba lần đã sinh ra mến cảnh, và mong học hỏi nơi cửa Thiền, nên đã phát nguyện xuất gia. Điều ấy hẳn quý thôi! Nhưng đúng là cái nghiệp. Cái nghiệp này nó nặng gấp ngàn cân. Vật nặng mình có thể đỡ được, chứ nghiệp nặng, mỗi người phải tự xoay xở lấy để mà bước ra.

Một hôm, chú Ngộ Đạo vào bên cạnh giường của sư huynh mình và cất tiếng hỏi:

- Tại sao huynh không dậy tụng kinh mà cũng chẳng cơm cháo gì hết vậy. Có cần đệ này giúp gì chăng?

- Cái huynh cần chắc đệ không giúp gì được.

- Sao lạ thế?

- Ờ, thì trên đời có nhiều cái lạ lắm.

- Nhưng đệ nhìn thấy huynh có gì đó bí ẩn.

- Đã gọi là bí ẩn thì làm sao nói ra được.

- Thế nhưng người ta có thể cảm nhận được mà.

- Vậy đệ hãy cảm nhận giùm đi.

- Chắc là vương vấn rồi chứ gì?

- Đệ nói vương vấn cái gì?

- Thì sư huynh hẳn biết rồi mà.

- Bây giờ ta muốn đệ giúp ta một việc.

- Giúp việc gì, nếu không ngoài khả năng của đệ.

- Ta muốn gặp công nương.

- Huynh có đường đột không đấy? Có được lệnh Sư Cụ chưa? Nhất là sự dị nghị của thế gian và nhà của quan Tể Tướng kín cổng cao tường, đâu phải tới lui lúc nào cũng được. Vả lại chúng ta là những người xuất gia, đi đến cửa quan để làm gì? Nếu họ biết việc đường đột ấy thì chỉ khổ thân cho cả đám.

- Nhưng bây giờ biết làm sao hơn, hay sư đệ mang lá thư này tìm cách trao cho cô nữ tỳ hôm nọ, rồi nhờ cô ấy trao giùm cho công nương chắc cũng được.

- Việc này không có đệ rồi đó.

Nói xong Ngộ Đạo bước ra khỏi phòng rồi tự suy nghĩ về buổi lễ Phật hôm ấy của tiểu thư. Sau khi gặp tiểu thư rồi, tâm hồn của sư huynh mình dường như đờ đẫn ra. Ngồi đâu quên đó, lúc nào nhìn gương mặt cũng như mất hồn, đã đánh rơi một cái gì đó, nhưng ngẫm lại cho cùng trên đường sanh tử này, ta đã rơi bao nhiêu lượt như thế rồi nhỉ. Kết hợp rồi chia ly, chia ly rồi kết hợp. Lúc thương nhau thì nói đẹp, nói hay. Lúc ghét nhau chẳng có lời xấu nào chẳng dùng đến. Quả là con người có muôn vạn cách nói để che đậy những hành vi tội lỗi của mình, mà vốn bị cái ái tình, cái tình cảm, cái nghiệp duyên nó đã làm cho không có cơ hội thoát ra khỏi. Ngẫm phận mình, tuy là một đứa con hoang bị mẹ bỏ rơi trước cửa chùa và nhờ Sư Cụ nuôi nấng dạy dỗ đã gần hai mươi năm qua, trong tâm của mình vẫn dửng dưng với mọi việc xảy đến, trước mắt hoặc sau lưng mình. Ví dụ như tiểu thư ấy đẹp như thế nào, thì mình chẳng rõ biết, nhưng sư huynh thì ví như "cá lặn chim sa", rõ ràng là mỗi người nghĩ mỗi khác về việc này. Bởi vậy cho nên cái này có người cho là đẹp thì người kia bảo xấu và ngược lại cũng vậy. Vậy xấu hay đẹp là do quan niệm về nghiệp lực nó chiêu cảm, chứ đâu phải là tại con người. Ví như câu chuyện của Tổ Bát Nhã Đa La đời thứ 27 bên Ấn Độ, đã hỏi Bồ Đề Đạt Ma trước khi đi xuất gia và nhận làm đệ tử của Ngài. Khi được biết là viên ngọc quý nhất của triều đình đã được vua cha tặng cho Tổ Bát Nhã Đa La, trong khi hai ông anh thì tiếc rẻ. Còn đến lúc hỏi Ngài thì Ngài bảo còn một loại quý hơn ngọc nữa, đó là cái tâm của con người.

Đúng là vậy, cho nên sau này Bồ Đề Đạt Ma mới được truyền y bát. Nếu trả lời chỉ có ngọc kia là quý, thì chỉ được ngôi vua mà thôi. Vậy thì rõ ràng là việc đẹp xấu, có giá trị hay không là do trình độ hiểu biết nhân duyên và nghiệp lực của mỗi người.

Riêng tiểu thư con quan Tể Tướng thì chẳng khá gì hơn, sau khi đi dâng hương làm lễ cầu nguyện cho mẹ về dinh mấy hôm nay cũng nằm liệt giường liệt chiếu. Gia nhân nghĩ rằng nàng lậm gió lậm sương nhưng không phải, xem mặt mày trở nên hốc hác lạ thường, biếng ăn mất ngủ. Đúng là một người đã lậm tình. Nhưng tình chi một thứ tình quái lạ. Ở chốn triều ca, có không biết bao nhiêu công tôn vương tử đi cầu hôn mà chẳng màng đến, bây giờ sau khi lễ Phật về, lại lậm tình bởi một người đã xuất gia, muốn thoát vòng tục lụy. Quả là điều nghịch lý. Bây giờ quan Tể Tướng phải tính sao đây. Nếu không, việc này mà loan truyền ra bên ngoài thì là cả một vấn đề khó xử.

Ban đầu mẹ của tiểu thư tưởng nàng chỉ ốm nắng do trái gió trở trời, nên đã mời biết bao nhiêu lương y đến. Nhưng nàng cũng chẳng uống một giọt thuốc nào. Có vị biết tâm bệnh của nàng nên khuyên hãy tìm cho được người nàng thích thì mọi chuyện sẽ yên. Khi hỏi mãi mới biết rằng tiểu thư đã để ý đến chú Ngộ Đạo, chỉ mới nhìn dáng hình chú ấy trong chiếc áo nâu sồng là đã đem lòng thương ngay, nhưng làm sao bây giờ để giải bày tâm sự ấy cho cha mẹ và chú hiểu được lòng mình. Thế là trống đánh xuôi mà kèn lại thổi ngược là ý này chăng? Có biết bao người thương ta mà ta không để ý đến, thế mà ta phải lòng một kẻ xuất gia. Tâm sự ấy tiểu thư đã thổ lộ hết cho người nữ tỳ thân cận để tìm cách giúp nàng.

Khi mẹ vào giường bệnh, nàng chẳng dám nói sự thật, chỉ ấm ớ cho qua chuyện. Đến khi gạn kỹ người hầu của nàng, thì bà mới biết đầu đuôi câu chuyện. Sau khi suy đi tính lại nhiều lần, bà cũng chẳng tìm ra một phương cách nào cả. Dẫu sao đi nữa, gia đình bà cũng là một gia đình Phật Tử thuần thành. Danh dự ấy, niềm tin vào Tam Bảo lâu nay của gia đình như thế, không lẽ bây giờ hạ mình nơi cửa Phật để giải bày tâm sự của con gái mình chăng? Chắc điều ấy không thể được vì tội lỗi lắm. Nếu mình không khuyên một người đi xuất gia được thì mình cũng không nên làm cho một người đã xuất gia rồi trở lại với đời sống của thế nhân, mà vốn cuộc đời này đâu có cái gì đẹp hơn là con người muốn thoát tục? Sau khi suy nghĩ như vậy, bà vào lại bên giường con gái và cất tiếng gọi:

- Con ơi! Con muốn gì?

- Điều con mong muốn chắc con không dám trình bày.

- Mẹ đã hiểu cả rồi. Nhưng cớ sự ra nông nổi này thì phải giải quyết sao đây?

- Biết làm sao bây giờ nữa, nếu con không gặp và không thương được người con yêu thì con sẽ chết.

Nghe đến chết là bà mẹ cuống cuồng lên và tìm cách cầu cứu nơi chồng mình. Hôm nay quan Tể Tướng không vào triều. Một mình ông ngồi trên bộ sập gụ xưa có chạm hình tứ quý để uống trà và đọc truyện Đông Chu Liệt Quốc. Thấy bà vào, ông đỡ chiếc kiếng cận giơ lên cao rồi khẽ hỏi:

- Bà vào đây có chuyện gì?

- Chắc mọi việc ông đã rõ. Về con gái nhà mình chứ còn gì nữa?

- Nhưng bây giờ ăn làm sao, nói làm sao với bàng dân thiên hạ đây?

- Ông thì bao giờ cũng thể diện hết. Nhưng nếu con mình nó chết thì sao.

- Để từ từ tôi suy nghĩ đã, đừng đem cái chết của con ra mà hù doạ.Thật sự ra, những người nói chết thường ít dám chết lắm. Chỉ có những kẻ âm thầm không nói gì hết, kẻ đó mới đáng quan tâm.

- Theo ông nghĩ thì chúng ta phải làm sao?

- Bà để đó tôi sẽ tính.

Suốt đêm đó ông không ngủ. Không phải ông giận gì con gái cưng của mình hay ông không tìm ra phương pháp giải cứu được trận này, vốn ông là một vị tướng của triều đình tả xông hữu đột, nơi nào ông cũng thắng cả. Còn bây giờ trận giặc của gia đình, ông chẳng biết phải tiến thối sao đây. Phải chi là quân địch lúc nào tấn công, lúc nào rút lui ông đều rành rẽ, nhưng đây là chuyện của con mình, một chuyện theo ông khó chấp nhận được.

Cũng có lúc ông nghĩ rằng thôi mình nên biên thư để tỏ bày tự sự của con mình cho Sư Cụ chùa Hưng Phước biết mà liệu định. Vì trước khi đi xuất gia, Sư Cụ Từ Tâm cũng là một quan văn trong sạch ở chốn triều ca. Việc ấy chẳng khó gì khi trao đổi ý kiến. Nhưng xét cho cùng ông lại thôi và cứ để cho dòng suy tư tiếp tục hướng đến một cõi xa xăm nào đó.

Trong khi đó chú Ngộ Đạo ở chùa vẫn hồn nhiên như lứa tuổi đôi chín vừa lớn lên trong cuộc đời. Thỉnh thoảng còn đi đến trước cửa phòng của sư huynh mình và ngâm bài thơ rằng:

"Sư vừa cất tiếng nam-mô,
Bỗng đâu có bóng một cô bước vào.
Tim sư rộn rực nôn nao,
Bỏ chuông, bỏ mõ, ra vào chẳng yên."

Ngộ Đạo vừa ngâm vừa đãi tiếng cuối cùng thật dài khiến cho Ngộ Tánh nằm trong phòng cũng bật cười.

Không biết đây là tâm sự của Ngộ Tánh hay là của tiểu thư. Nghĩ một chặp Ngộ Đạo ngâm tiếp.

"Tim này ví xẻ làm đôi,
Trót dâng cúng Phật, chao ôi còn nàng.
Lung linh dưới ánh trăng vàng,
Như Lai Điều Ngự trên làn tóc em."

Hai câu sau chót mới là tuyệt vời, đa phần ta quán Phật ra em, nhưng ở đây thì quán em ra Phật. Không biết giờ đây sư huynh của mình có quán được như thế chăng?

Đêm hôm ấy, Ngộ Tánh nằm mơ thấy đức Hộ Pháp về bảo rằng:

"Phàm mọi việc ở đời đều có nhân có quả. Tất cả đều kết thành một chuỗi dài Thập Nhị Nhân Duyên, mà trong ấy vô minh đứng đầu. Bởi vì chúng ta chính từ vô minh phiền não mà trổi dậy trong cõi luân hồi, nhưng cũng nhờ vô minh phiền não mà ta thành Vô thượng Bồ-đề. Ở trong sự khổ đau tục lụy nếu ta nhận chân rõ được nguyên nhân và hậu quả, ta sẽ thấy rõ đường đi nẻo về, còn nếu không chịu nhận ra bản lai diện mục của mình là ai, thì mãi vẫn còn quay cuồng trong chốn sanh tử tử sanh ấy. Trong Luận Đại Thừa Khởi Tín và Luận Đại Trí Độ, chư Tổ Sư truyền thừa cũng đã dạy cho chúng ta rõ ràng là tâm này vốn thanh tịnh bình đẳng, giác ngộ, nhưng cái tánh giác từ vô thỉ kiếp ấy ta không giữ gìn mà quên đi, lo lăng xăng vào ra đâu đó, rồi mãi vui say với ngũ dục gồm: tài, sắc, danh, thực, thùy, rồi quên bản tâm mình vốn thanh tịnh. Bây giờ chỉ cần cắt hẳn dây ái ân, đoạn lìa việc sanh tử là Niết Bàn Diệu Tâm sẽ ngự nơi tâm của mình. Hãy đừng bắt bóng mà quên hình. Vì hình ảnh đẹp của giai nhân đó, nó cũng là ảo ảnh của cuộc đời mà thôi. Tại sao ngươi đã dám từ bỏ con đường danh lợi của một nho sinh vào chùa xuất gia đầu Phật, đã là một bậc đại nhân rồi, mà bây giờ mới chỉ thoáng qua một hình ảnh mỹ miều mà ngươi đã quên đi cái ngũ trược ác thế ấy. Đời này vốn chẳng có gì vui. Hãy cố gắng lên đi. Vì chỉ có con đường tu mới có thể giải thoát sanh tử được.

Ngươi hãy nhìn xem, lâu đài, cung điện, ngai vàng, vợ đẹp, con ngoan. Tất cả đều do tứ đại hợp thành. Từ đất người ta xây lên bao nhiêu cung vàng điện ngọc, nhưng qua bao nhiêu cuộc bể dâu của lịch sử rồi đất ấy cũng trả lại cho đất mà thôi. Thân này cũng thế, chỉ là một cái túi da đựng không biết bao nhiêu đồ phế thải bên trong. Nào ruột non, ruột già, lá lách, bàng quan, tụy tạng, gan, mật, mỡ, đờm v.v... ôi thôi là đủ thứ. Những cao lương mỹ vị ta mới dùng hôm qua, đến ngày sau thải ra ruộng đồng ta đã chẳng dám nhìn lại, thì sắc đẹp cũng chỉ thế thôi. Sắc đẹp không đánh đổ được niềm tin, sắc đẹp không giữ được ngai vàng. Sắc đẹp chỉ đem lại khổ đau và tục luỵ. Điều ấy chắc thật như thế. Xưa nay ít có người nào ham sắc mà ngộ đạo bao giờ. Như ngươi học Luật chắc cũng đã biết rõ. Ngày xưa Vua Trụ vì ham vui nơi rượu và sắc đẹp mà mất nước. Còn mình là người tu tuy không có giang sơn to lớn, nhưng không lẽ cũng để đánh mất cái bản tâm vốn thanh tịnh ấy ư?

Còn nữa, việc đi xuất gia vốn do ngươi tự chọn, chứ đâu có ai bắt ép, mà vốn ý nghĩa của hai chữ xuất gia nó quan trọng lắm. Đầu tiên là ra khỏi nhà thế tục. Cái nhà ấy sáng vui, chiều buồn, tối giận, khuya hờn. Rồi lại cứ tiếp diễn như thế. Cái nhà mà có cả bao nhiêu niềm vui lẫn nỗi buồn chen lẫn với nhau đó, ngươi đã một lần ra khỏi rồi. Bây giờ ngươi lại muốn trở lại chăng? Mà cái nhà ấy vốn đã quá nhiều phiền não. Nói rộng ra là cái xã hội này đây, đâu có gì vui. Tất cả cái gì cũng là lợi danh, danh lợi, mạnh được, yếu thua. Nơi chốn quan trường cũng thế. Sức mạnh nằm ở nơi kẻ có quyền thế, tiền bạc. Còn lẽ phải vẫn còn nằm chờ sau bức màn nhung. Ngươi có hiểu điều ta nói chăng?

Còn nghĩa thứ ba của việc xuất gia cao cả hơn nữa. Đó là ra khỏi ba cõi, mà ba cõi này vốn không yên, giống như trong nhà lửa vậy. Ngươi đã có lần học trong luận A Tỳ Đàm, Phật đã nói về sự hình thành của thế giới này rồi, do Sư Cụ Từ Tâm dạy và Ngộ Đạo đã kể qua. Ngươi còn nhớ nữa chăng? Khi tiểu tam tai đến và đại tam tai tới thì giàu nghèo sang hèn gì cũng chẳng còn gì cả. Lúc ấy chỉ có người biết tu là còn sống sót mà thôi. Từ cõi người cho đến cõi chư Thiên ở Vô sắc giới, cõi nào dẫu đẹp đến bao nhiêu đi chăng nữa mà không tu thì cũng lâm vào đại nạn như thường. Tại sao ngươi đã được vớt lên thuyền Bát Nhã rồi mà còn muốn trèo xuống trở lại thế gian đầy khốn khổ kia?"

Ngộ Tánh toát mồ hôi sau khi la ú ớ mấy câu chữ được chữ mất: "Con đã... con đã chuẩn bị rớt xuống rồi. Hãy cứu con với!"

Nghe tiếng la lớn bên cạnh giường mình, Ngộ Đạo tỉnh dậy lần qua giường Ngộ Tánh hỏi xem việc gì đã xảy ra. Ngộ Tánh bị đánh thức liền ngồi dậy và kể lại tự sự câu chuyện của Đức Hộ Pháp Vi Đà đã báo mộng nhắc nhở mình cho Ngộ Đạo nghe và văng vẳng đâu đây vẫn còn nghe những lời quở trách ấy.

- Đó, huynh thấy chưa. Hộ Pháp Vi Đà chùa mình linh lắm đấy! Việc của huynh làm và huynh đang mơ tưởng Hộ Pháp đều biết hết mà.

- Biết mà tại sao không giúp cho ta?

- Giúp là giúp kéo huynh ra khỏi chỗ bùn dơ tục luỵ, chớ không lẽ giúp xe lại duyên nợ cho anh ở một thuở xa xôi nào đó trong kiếp luân hồi? Thôi huynh ơi! Hãy quên nàng ấy đi. Họ là con nhà quan. Còn mình chỉ là kẻ tu hành không hơn không kém. Đúng là:

Cái vòng tục lụy cong cong,

Kẻ hòng ra khỏi, người mong bước vào.

- Tại sao vậy huynh? Theo đệ nghĩ thì đâu có cái gì mà làm cho huynh say đắm như vậy?

- Bộ đệ không thấy cô ta đẹp sao?

- Dĩ nhiên là đẹp. Nhưng kết quả của cái đẹp ấy là gì? Nào ai biết được. Huynh còn nhớ câu chuyện bà vợ thứ của vua Tần Bà Sa La chăng?

- Chuyện như thế nào, đệ thử kể xem.

- Nguyên là thứ phi vua Tần Bà Sa La đẹp tuyệt vời. Lúc nào bà ta cũng rất hãnh diện về sắc đẹp ấy. Một hôm trong pháp hội tại Trúc Lâm Tịnh Xá, Đức Phật biết căn cơ ngộ đạo của bà ta đã đến và để trừ khử cái tâm cao ngạo về sắc đẹp kia nên Đức Phật liền hóa ra một nàng tiên đẹp hơn bà ta nữa. Bà ta rất ngưỡng mộ, đồng thời cũng rất lấy làm xấu hổ. Vì có người đâu mà đẹp hơn 10 lần mình như thế, mà lâu nay bà ta cứ nghĩ chỉ có mình bà là đẹp nhất ở cái thành Ma Kiệt Đà này thôi. Đoạn đức Phật hóa ra một người con gái đẹp như bà. Lúc này bà ta rất vui, vì có người cũng giống bà. Sau đó Phật hóa ra một người con gái xấu xí cũng từ người đẹp ấy, rồi cuối cùng một đống xương khô, cái nào cũng rã rời riêng lẽ, chẳng có cái nào liền với cái nào. Từ đó bà tỉnh ngộ về "vô thường" và sau khi nghe Phật thuyết pháp bà đã xin Phật và nhà vua xuất gia. Chính sự xuất gia của bà đã làm cho bao nhiêu vương tôn, công tử trong xứ Ma Kiệt Đà lúc bấy giờ rất ngạc nhiên và khâm phục. Cuối đời bà chứng được quả A La Hán. Phật đặt tên cho bà là Aya Khema, trong Trưởng Lão Ni Kệ có chép lại câu chuyện này. Bộ Huynh không nhớ sao?

- Chỉ nhớ loáng thoáng thôi. Còn bây giờ ta chỉ nhớ có một người.

- Lại một người nữa, bộ huynh không sợ Hộ Pháp Vi Đà trách sao? Thôi hãy nằm tịnh dưỡng đi, đệ sẽ mang cháo vào cho sư huynh sau khi đã dâng đồ dùng sáng cho Sư Cụ trước cửa thất.

Trong khi mang cháo vào cho Sư Huynh Ngộ Tánh dùng thì Ngộ Đạo ngẫm nghĩ lại mà giựt mình. Mới đó mà Thầy nhập thất cũng đã hơn 8 năm rồi. Trong 8 năm ấy không biết bao nhiêu là việc thay ngôi đổi chủ ở bên ngoài. Không biết là Sư Cụ có hiểu hết không. Chứ còn Ngộ Đạo chứng kiến không biết bao nhiêu nỗi thăng trầm của nhân thế. Bao nhiêu việc thay ngôi đổi chủ và cũng từ trong sự khổ đau của nhân thế ấy Ngộ Đạo đã nắm vững vàng lý đạo nhiều hơn. Bây giờ Ngộ Đạo đã tự tin lấy mình và quyết đi cho đến đích cuối nẻo tử sinh trong cuộc sống vốn đầy khổ đau tục luỵ này. Ngộ Đạo tiếp tục suy nghĩ. Phàm cái gì mình ham thích, cái ấy nó ít đến với mình. Ví dụ bướm đang đậu mình đến bắt thì nó bay. Còn mình không thích cái gì đó tại sao nó cứ gần gũi mình. Có lẽ vì vậy mà trong tám nỗi khổ, đức Phật có nói về "oán tắng hội khổ" hoặc "ái biệt ly khổ" cũng là những điều nhức nhối cho kiếp nhân sinh này lắm. Đã biết đời là khổ rồi, nên mới xuất gia học Đạo như Ngộ Tánh kia. Thế mà cái pháp danh ấy Sư Cụ đã cố ý cho anh ta thấy ra cái tánh của mình. Vốn tánh ấy có khả năng thành Phật, nhưng sao huynh Ngộ Tánh chẳng thấy, chỉ thấy chi cái khổ sở trong kiếp nhân sinh, lại còn bảo mình làm ông tơ bà nguyệt nữa. Thôi cái ấy em xin chừa.

- Sư huynh ơi! Cháo đây. Sư huynh hãy ngồi dậy đi. Hôm nay trông đỡ nhiều rồi đó. Chẳng có ai thương mình đâu. Chỉ có cơm cháo thương thôi. Sư huynh rán dùng vài chén là khoẻ liền hà. Cháo này do hai vị tịnh hạnh nhơn ở nhà trù nấu đó. Còn riêng em thì nêm nếm cho vừa miệng sư huynh đó. Nào hãy gắng lên.

- Nhưng bệnh ta đâu phải thuộc về thân mà ăn cháo?

- Nếu thuộc về tâm huynh cứ tự chữa đi chứ ai mà chữa được.

- Có chứ.

- Ai vậy?

- Tiểu thư.

- Tiểu thư, tiểu thư lúc nào cũng tiểu thư hết. Tiểu thư cũng chết lên chết xuống kia kìa.

- Ủa bộ tiểu thư cũng tương tư à?

- Chắc vậy.

- Mà tương tư ai vậy.

- Chứ còn ai vào đó nữa, ngoại trừ sư huynh, vì sư huynh lớn và đẹp trai nữa này. Chắc là tiểu thư phải lòng sư huynh rồi đó.

- Có chắc vậy không?

- Phải chờ thời gian và năm tháng trả lời.

- Sự chờ đợi của ta bây giờ mỗi phút giây là nó dài như hàng thế kỷ. Đệ có cách gì giúp ta chăng?

- Có

- Có? Có cách gì?

- Hãy ăn cháo đi, sau khi khỏe mạnh sẽ có tin vui.

Thế là từ đó trở đi Ngộ Tánh mạnh hẳn ra không cần ăn cháo nữa, mà mỗi ngày chàng nho sinh hôm nào cũng lên phía trước tượng Đức Hộ Pháp Vi Đà để cầu nguyện.

Chẳng biết Ngộ Tánh đã cầu gì, nhưng lâu lâu lại thấy như tha thiết lắm và cuối cùng thì đứng lên lạy xuống nhiều lần.

Trong khi đó tiểu thư con quan tể tướng bệnh trạng cũng giảm dần. Vì thời gian và quan san cách trở. Nàng cũng có nhiều niềm vui khác nên đã quên đi một chú tiểu mang tên Ngộ Đạo đẹp trai ngày nào tại chùa Sắc Tứ Hưng Phước Tự. Cha mẹ nàng rất mừng. Vì biết đâu ông bà cha mẹ nhiều đời đã giúp cho gia đình này trong cơn nguy khốn ấy được toại nguyện.

CHƯƠNG 5. THA PHƯƠNG CẦU ĐẠO

Cánh cửa thất nơi Phương Trượng đường đã được mở vào sáng nay sau hơn tám năm Sư Cụ Từ Tâm nhập thất để mỗi tối trì tụng kinh Kim Cang, niệm Phật và trì thần chú Đại Bi. Tuy Ngài không tiếp xúc với thế sự hằng ngày, nhưng mọi việc xảy ra bên ngoài Ngài đều biết rõ, nhất là việc nội tự trong thời gian qua.

Đầu tiên, Ngài bước xuống thiền sàng lễ Phật và đi quanh vườn chùa, đưa mắt nhìn chỗ này, chỗ nọ, đoạn quay lại Phương Trượng Đường và gọi hai chú Ngộ Đạo và Ngộ Tánh vào dặn rằng:

- Nay thì Ngộ Đạo tuy chưa đủ 20 tuổi để thọ giới Tỳ Kheo, nhưng theo Luật định kẻ ở chùa từ nhỏ đến lớn, có thể tính mỗi năm là thêm một tháng. Do vậy hơn 18 năm qua, con ở chùa là hơn một năm rưỡi, cộng với hơn 18 tuổi của con, vị chi là gần 20 tuổi. Cái tuổi có thể đăng đàn thọ Cụ túc giới nơi "Tuyển Phật Trường". Còn Ngộ Tánh, tuy tánh ấy vẫn chưa sáng, vì đã trải qua một cơn giông tố nội tâm, tuy nhiên giới luật sẽ ràng buộc kẻ tu hành và giúp ta thoát qua chặng đường sanh tử, nên ta quyết định cho hai con thọ "Cụ Túc Giới". Sau khi thọ xong, đúng theo luật các con phải ở thêm năm năm nữa với ta, nhưng ta thiết nghĩ các con nên chuẩn bị hành trang, ta sẽ cho các con đi tha phương cầu học đạo giải thoát.

- Mô Phật, chúng con xin vâng.

Cả hai nhìn nhau trong tâm trạng kẻ buồn người vui. Vì nghĩ rằng cái ngày ấy chắc chắn rồi cũng phải đến trong cuộc đời của một người tu sĩ như hai chú Ngộ Đạo và Ngộ Tánh.

Sau khi thọ giới tỳ-kheo tại chùa Sắc Tứ Hưng Phước Tự, hai tân tỳ-kheo Ngộ Đạo và Ngộ Tánh theo lời dạy của Sư Cụ chuẩn bị hành trang thật kỹ càng để đến các nước láng giềng học Đạo.

Nước đầu tiên mà hai thầy tân tỳ-kheo này đến là Ấn Độ. Trước khi đi, hai thầy cũng đã tìm quyển "Đại Đường Tây Vức Ký" của Ngài Huyền Trang biên soạn vào năm 645 tức vào năm Trinh Quán thứ 19, tại Trung Hoa, bằng chữ Hán để học. Các vị này sau khi đọc xong đều trầm trồ thán phục. Ngày ấy vào thế kỷ 7 mà Ngài chỉ đi bộ suốt hai năm, chuyến đi và lúc về nào kinh sách, tượng Phật, xá lợi nặng nề trên hai vai và voi ngựa và Ngài cũng đã phải lặn lội qua những con sông sâu. Khổ cực biết dường nào. Thời gian ấy cũng tốn hai năm nữa. Cộng thêm với 15 năm ở Ấn Độ và các nước lân bang, trong đó có năm năm ở tại Đại Học Na-lan-đà, Ngài Huyền Trang học Du Già Sư Địa Luận và các bộ Luận lớn với Pháp Sư Giới Hiền. Ngài ra đi lúc 33 tuổi và về lại kinh đô Trường An lúc đó 50 tuổi. Vua Đường Thái Tông dâng cho Ngài cung Ngọc Hoa để Ngài chủ trì dịch những kinh sách tiếng Phạn đã mang về ra tiếng Trung Hoa, đến 657 bộ.

Suốt 19 năm trường như thế, Ngài đã miệt mài với kinh điển. Buổi sáng Ngài chủ trì phiên dịch, buổi chiều giảo chính lại câu văn và buổi tối thăng toà thuyết pháp về những gì đã dịch được trong ngày hôm ấy. Đến năm 664, Ngài viên tịch thọ 69 tuổi. Như vậy cả cuộc đời, Ngài đã hy sinh cho hậu thế biết dường bao. Đặc biệt trong quyển "Đại Đường Tây Vức Ký" Ngài đi đến đâu cũng đều có ghi lại rõ ràng từng nơi, từng Phật tích về phong tục tập quán, ngôn ngữ, bộ phái v.v. Nếu không có tài liệu ấy những người học Phật đi sau thật là khốn khổ.

Hai thầy đọc đến đoạn Ngài Huyền Trang đến Bồ-đề Đạo Tràng, nơi đức Phật Thích Ca Mâu Ni thành đạo, hai

Thầy nhớ lại câu Ngài Huyền Trang đã cảm thán lúc ấy như sau:

"Phật tại thế thời, ngã trầm luân,
Kim đắc nhân thân, Phật diệt độ,
Áo não thử thân đa nghiệp chướng,
Bất kiến Như Lai kim sắc thân."

Nghĩa là:

"Lúc Phật tại thế, con trầm luân,
Nay được thân người, Phật diệt độ,
Buồn trách sao mình nhiều nghiệp chướng,
Chẳng thấy thân vàng của Như Lai."

Đó là tâm trạng của Ngài Huyền Trang hồi thế kỷ 7. Còn bây giờ đã gần 1.000 năm sau, hai thầy tân tỳ-kheo Ngộ Đạo và Ngộ Tánh mới đến được xứ Ấn Độ và lần đầu tiên họ tìm đến Bồ-đề Đạo Tràng để đảnh lễ Phật. Họ đi quanh Đại Tháp ba vòng như để hồi tưởng lại Như Lai sau khi diệt độ và cứ mỗi nơi có ghi lại dấu tích gì hai thầy đều chí thành cung kính đảnh lễ.

Khi đến Kim Cương Toà dưới cội Bồ-đề, nơi đây đức Thế Tôn đã thành Chánh Đẳng Chánh Giác, họ quỳ xuống oà khóc như trẻ thơ vắng mẹ lâu ngày, bây giờ mới gặp lại. Họ mừng quá và thầm nghĩ rằng: "Đúng là mình có phước duyên, chứ bao nhiêu người đâu có được cơ hội ấy. Họ nhìn cành lá cây Bồ-đề vẫn còn tỏa rộng, che rợp cả lối đi và có nhiều cành còn vươn cao lên phía đại tháp nữa. Họ cụng đầu nhiều lần vào cành cây Bồ-đề và gục đầu khóc nức nở như chưa bao giờ được khóc như thế.

Kế đến họ đi ra phía sau, nơi Đức Phật lần đầu tiên quy y cho hai người thương nhân Miến Điện. Lúc ấy khi Phật vừa thành đạo thì hai thương nhân này đến, muốn xin quy y. Phật đã nhận lời và khi ấy mới có Nhị bảo chứ chưa có Tam Bảo. Nghĩa là chưa có Tăng đoàn.

Rồi họ đi đến chỗ tuần lễ thứ hai, thứ tư, thứ năm, thứ sáu, thứ bảy sau khi Đức Phật thành đạo để đảnh lễ những nơi mà Phật đã trầm tư cũng như nói lên những câu nói thật giá trị lịch sử. Ví dụ như câu: "Không phải khi mới sinh ra, người ta là một bà-la-môn, mà người ta phải làm gì đó mới có thể trở thành một bà-la-môn" v.v...

Quang cảnh Bồ-đề Đạo Tràng chung quanh còn hoang phế lắm. Hai thầy ghé thăm Đại học Ma-kiệt-đà đã một thời huy hoàng sánh với Na-lan-đà, cũng như thăm hang đá nơi Đức Phật tu khổ hạnh, rồi qua sông Ni-liên-thiền để xem nơi Đức Phật tắm rửa trước khi thành đạo.

Gần đó, có Linh Thứu sơn, Trúc Lâm Tinh Xá và Đại học Na-lan-đà họ cũng đã ghé qua. Khi đi lên con đường của vua Tần-bà-sa-la từng đi thuở trước, họ hình dung rằng vua đã phải cực nhọc như thế nào. Rồi đến động đá A-nan và Ngài Xá-lợi-phất. Chính nơi động đá này, theo Ngài Huyền Trang ghi lại trong Đại Đường Tây Vức Ký thì Ngài A-nan tu Thiền bị ma quấy nhiễu và Ngài phải nhờ đến Phật giúp an tâm cho. Ngài là vị thị giả luôn hầu cận bên Đức Phật, nên hang đá này nằm phía dưới chân núi, còn hương thất của Phật nằm tận trên đỉnh cao. Điều ấy cũng hợp với một trong năm điều kiện của Ngài đưa ra khi nhận làm thị giả cho Phật là: "Bất cứ ai, trước khi muốn gặp Đức Phật thì phải qua Ngài." Nếu A-nan thấy Phật đang bận ngồi Thiền hoặc giảng Pháp, Ngài sẽ không cho vị khách ấy gặp, dầu cho vị khách đó là ai đi chăng nữa. Còn Ngài Xá-lợi-phất, bậc trí tuệ bậc nhất bao giờ cũng ở gần Tăng chúng để dạy dỗ họ. Khi hai thầy Ngộ Đạo và Ngộ Tánh đến đây, những tu viện trên núi Linh Thứu chỉ còn là những nền đá trơ gan cùng tuế nguyệt. Năm tháng chất chồng, thời gian thay đổi, tất cả rồi cũng phải như thế thôi. Đó là Đức Phật và những vị quân vương nổi tiếng.

Còn thân phận của hai người, thật ra chẳng có một mảy may ý nghĩa gì so với cuộc sống thế trần này.

Họ leo lên tận đỉnh núi để nhìn xuống kinh đô xứ Ma-kiệt-đà, rồi đưa mắt nhìn xuống nền móng nhà tù khi vua A-xà-thế đã giam giữ phụ vương mình để đoạt ngôi, vì theo lời xúi giục của Đề-bà-đạt-đa. Chính nơi đây Đức Phật đã truyền giới Bát Quan Trai cho vua Tần-bà-sa-la và dùng thần thông để cho Hoàng hậu Vi-đề-hy thấy hết các cảnh giới Tịnh độ trong mười phương và cuối cùng Hoàng Hậu chọn vãng sanh về thế giới Cực Lạc của Đức Phật A-di-đà.

Sau khi viếng thăm Trúc Lâm Tinh Xá, suối nước nóng và nơi kiết tập kinh điển lần đầu tiên nơi động Thất Diệp cùng Đại học Na-lan-đà, hai người đã tìm cách đi đến vườn Lộc Uyển bên sông Hằng để đảnh lễ nơi Đức Phật đã thuyết bài Pháp Tứ Diệu Đế đầu tiên cho năm anh em Kiều-trần-như nghe và bắt đầu từ đó Tăng đoàn được thành lập. Tại đây cảnh trí hoang sơ lắm. Chỉ còn lại ngôi Đại Tháp và trụ đá của vua A-dục cũng như những nền cũ của các tu viện ngày xưa. Điều ấy chứng tỏ rằng khi đạo Phật thịnh hành và có những bậc Thánh Tăng xuất hiện, thì đã có hàng hàng lớp lớp người từ bỏ thế tục xuất gia cầu đạo giải thoát và khi Phật Giáo lâm nguy, không phải là Phật Giáo đã chết, mà Phật Giáo chỉ chuyển mình hướng theo một quy luật khác để tồn tại mà thôi.

Ngộ Đạo và Ngộ Tánh đắm chìm trong ánh sáng từ bi của Đức Phật và những công đức của vua chúa cùng những người giàu có ngày xưa đã giúp cho Phật giáo ở nhiều lãnh vực, cho nên nhân loại ngày nay dầu ở đâu trên quả địa cầu này cũng đều có thể học hỏi giáo lý giải thoát ấy được. Họ lần dò đến nước Xá-vệ, nơi mà Thái tử Kỳ-đà cùng ông Trưởng giả Cấp Cô Độc đã dâng trọn của cải cũng như niềm tin lên đức Phật và chư Tăng, họ đã dựng Kỳ

Viên Tinh Xá cúng dường Đức Phật và Tăng chúng. Trong hơn 45 mùa hạ của Đức Phật, Ngài đã an cư nơi đây hơn 25 lần và những kinh quan trọng được thuyết giảng nơi đây, trong đó có kinh A-di-đà.

Bên cạnh đó có nhà của chàng Vô Não và nơi đức Phật đã dùng thần thông, thi triển thần lực với ngoại đạo. Cho đến lúc Ngộ Đạo và Ngộ Tánh tới nơi, ở đây cũng chỉ còn những dấu tích hoang phế của một thời. Điều ấy Bà Huyện Thanh Quan cũng từng cảm thán khi tâm hồn hoài Lê vẫn còn đó:

"Tạo hóa gây chi cuộc hý trường,
Đến nay thấm thoát mấy tinh sương,
Lối xưa xe ngựa hồn thu thảo,
Nền cũ lâu đài bóng tịch dương.
Đá vẫn trơ gan cùng tuế nguyệt,
Nước còn cau mặt với tang thương.
Nghìn năm gương cũ soi kim cổ,
Cảnh đấy người đây luống đoạn trường."

So ra thì ở đâu cũng thế thôi! Có còn chăng là còn cái phước, cái đức và cái trí tuệ, chứ lâu đài cung điện, nhà cửa ruộng vườn, trước sau rồi cát bụi cũng trả về cho cát bụi mà thôi.

Họ tìm đến nơi cây Bồ-đề A-nan để hồi tưởng về người đệ tử mà Đức Phật rất thương mến đó. Sau đó họ tìm đến nơi nàng vũ nữ giả bụng mang dạ chửa để vu oan cho Phật. Đến nơi này thì Ngộ Đạo quay qua Ngộ Tánh hỏi rằng:

- Thế sư huynh có nhớ chuyện này không?

- Chuyện gì thế?

- Chuyện nàng vũ nữ độn bụng chữa vu oan cho Phật đó.

- Đệ kể lại xem.

- Đây là câu chuyện: "Thuở ấy ngoại đạo không thích gì sự phát triển Tăng Đoàn của Đức Phật. Một hôm Đức Phật đang thuyết pháp có một ma nữ giả bụng mang dạ chữa và vu oan cho Đức Phật, cho rằng chính cái bào thai trong bụng là con của Ngài. Ngài vẫn điềm nhiên không tỏ ra một thái độ gì cả. Trong khi các vị có trí tuệ biết rằng đó là việc vu oan, nhưng những bậc xuất gia mà lậu tận chưa hết, sinh ra nghi ngờ, không hiểu tại sao mà Phật lại như vậy. Chư Thiên thấy thế không xong, để giữ lòng tin cho mọi người, nên mới hóa hiện ra một con chuột chui vào bụng ma nữ cắn đứt sợi dây bên trong. Thế là cái bụng độn rơm kia bị tuột xuống. Nàng mắc cỡ quá mới đâm đầu xuống cái giếng này tự tử và giếng ấy vẫn còn đây."

- Lúc nào sư đệ cũng rành rẽ hơn ta.

- Không dám! Có đâu như sư huynh lúc nào cũng tìm đến ma nữ.

- Nhưng có sao đâu?

- May mà Sư Cụ cho anh em chúng ta đi học xa như thế này, chứ còn ở trong nước thì...

- Thì sao?

- Thì lửa gần rơm lâu ngày sẽ bị cháy.

- Nhưng bây giờ thì sư huynh đã quên nàng rồi.

- Chắc không đó?

Họ nói với nhau như chọc ghẹo để nhớ lại chuyện lẩm cẩm vừa qua, nhưng đời họ đâu có gì để luận bàn. Họ chỉ chăm chú một việc là đi chiêm bái và đảnh lễ những nơi còn lại. Thế là họ đã đến nơi thành Tỳ-xá-ly. Nơi đây có nhiều sự kiện quan trọng lắm. Ví dụ như Đức Phật lần đầu tiên tuyên bố là Ngài sẽ nhập Niết-bàn. Nơi ngài độ cho bà Ma-ha Ba-xà-ba-đề xuất gia. Nơi đức Phật lên cõi trời Đao

Lợi để giảng kinh Địa Tạng cho mẫu hậu Ma-da nghe. Nơi mà ông Duy-ma-cật đã hiện thân bịnh để nói pháp. Cuối cùng, thành Tỳ-xá-ly cũng là nơi kiết tập kinh điển lần thứ hai sau khi đức Phật diệt độ 100 năm.

"Thuở ấy, Ma Ba-tuần đã hiện ra và thưa với Phật rằng:

- Bạch Ngài! Tất cả những gì đáng độ, Ngài đã độ. Bây giờ các chúng đệ tử của Ngài đã đủ. Ngài nên vào Niết-bàn như lời đã hứa sau khi thành đạo."

Đức Phật lấy móng tay của mình múc lên một ít đất và hỏi Ma Ba-tuần rằng:

- Đất trong móng tay ta nhiều hay ở dưới đất nhiều?

- Dĩ nhiên là đất trong móng tay Ngài ít hơn.

- Cũng như thế đó. Những gì ta dạy cho đệ tử của ta cũng giống như đất trong móng tay này. Còn những gì ta chưa dạy còn lại nhiều như đất của đại địa vậy. Thôi còn ba tháng nữa ta sẽ vào Niết-bàn.

Trong khi đó Ngài A-nan ở trong rừng trải qua một giấc mơ rằng cành lá của cây đại thọ đã rụng hết, chỉ còn một gốc cây trơ trọi. Sau đó Ngài về bạch Phật rằng đã xảy ra chuyện gì thì Phật bảo: Trước đó ta có bảo cho ngươi nghe rằng: Một bậc giác ngộ nếu có lời thưa thỉnh, ta sẽ ở lại lâu dài hơn trên đời này, nhưng đầu óc của ngươi đã bị Ma Ba-tuần che khuất, khi nhớ ra thì đã muộn rồi. Vì ta đã hứa với Ma Ba-tuần ba tháng nữa ta sẽ nhập Niết-bàn.

Ngài A-nan nghe thế dập đầu xuống đất khóc than thảm thiết, nhưng biết làm sao hơn..."

Gần đây có vườn nhà của ông Trưởng giả Duy-ma-cật nữa. Nhìn cái vườn nhỏ như thế này mà chứa đến chín triệu Bồ Tát từ cõi trời Chúng Hương đến và mỗi vị có một tòa sư tử, mới hay pháp Phật thật nhiệm mầu bất khả tư nghì.

Đọc kinh Duy-ma-cật, Ngộ Đạo thấy có nhiều điểm hay và hôm nay nhân đến vườn này nên hỏi Ngộ Tánh thử sư huynh mình có nhớ ra không?

- Thưa sư huynh! Sư huynh có biết tại sao khi thiên nữ hiện thân ra nơi đây để rải hoa dâng cúng các vị Bồ Tát và các vị Thanh Văn mà khi hoa rơi trên vai của Bồ Tát lại không dính, nhưng lại dính trên vai của các vị Thanh Văn?

- Chắc các vị Thanh Văn thích hoa hơn các vị Bồ Tát.

- Chưa đúng hẳn.

- Vậy chứ sao?

- Theo đệ là do các vị Thanh Văn tu hành còn chấp trước nhiều lắm, nên hoa rơi đến đâu thì dính đến đó. Còn các vị Bồ Tát vượt lên trên sự chấp có, chấp không, cho nên mới không bị dính.

- Thế sư đệ muốn tu theo hạnh nào?

- Chắc sư huynh đã biết rồi.

- Còn ta, ta chỉ tu theo pháp Thanh Văn thôi.

- Nghĩa là vẫn còn nghĩ đến người đẹp?

Ngộ Tánh liếc một cái thật mạnh về Ngộ Đạo làm như có ý trách móc và hỏi lại Ngộ Đạo rằng:

- Thế thì món cơm Hương Tích tại sao mà có?

- Vì Ngài Duy-ma-cật muốn các vị đệ tử của Phật Thích-ca biết được công đức của Phật ở cõi Chúng Hương ấy như thế nào, mới có ý ấy.

- Nhưng tại sao chỉ một nồi cơm nhỏ mà mấy ngàn, mấy vạn, mấy triệu Bồ Tát ăn cũng không hết?

- Bởi vì cơm Hương Tích là cơm công đức, không thể ăn hết công đức của vị Phật ở cõi Chúng Hương kia được.

- Đúng là xứng đáng sư đệ của ta rồi. Hèn gì mà lúc nào Sư Cụ cũng tuyên dương sư đệ ở nhiều phương diện...

- Việc ấy đệ đâu có bao giờ để ý.

Nói xong hai thầy tìm đến nơi Đức Phật đã độ cho bà dì ruột là Ma-ha Ba-xà-ba-đề và 500 thể nữ cùng xuất gia với điều kiện là phải giữ gìn tám pháp cung kính với chư Tăng. Tiếp đó họ hướng về phía thành Câu-thi-na, nơi đức Phật nhập diệt để lạy tam bộ nhứt bái và mười mấy ngày sau họ mới đến nơi.

Ở đây dấu tích hai cây sa-la vẫn còn đó và hình Phật nằm nhập Niết-bàn bất động, trông dáng vẻ rất từ bi, nhưng cả hai người đều không cầm được nước mắt. Họ đã khóc như chưa bao giờ được khóc, rồi họ ôn lại những gì trong kinh Đại Bát Niết-bàn cũng như kinh Di Giáo mà Phật đã dạy. Sau đó họ đi đến nơi làm lễ trà tỳ của Đức Phật. Bây giờ chỗ này chỉ còn một tháp kỷ niệm lớn. Vì xá-lợi đã được các vua chúa đương thời phân chia để thờ và vua A-dục về sau cũng đã dựng 84.000 tháp để thờ xá lợi ấy và ngày nay xá lợi của đức Phật đã hiện diện khắp mọi nơi. Từ Thiên cung cho đến Long cung và ở cõi Diêm-phù-đề này nữa, nơi nào mà chẳng có pháp thân của đức Phật.

Câu-thi-na vào một chiều thu trông rất buồn và ảm đạm. Họ cũng đã cảm lây với cái không khí đau sầu khổ não của các đệ tử Phật trước khi Ngài vào Đại Niết-bàn. Họ xót thương cho thân phận của mình là sinh ra sau Phật quá xa. Vì thế ánh sáng Chánh pháp đã yếu dần. Thay vào đó là Ma vương, ngạ quỷ đã hoành hành khắp nơi trên thế giới. Người có đức hạnh đã ở ẩn trong rừng sâu, trên núi cao, chỉ còn những người đạo hạnh không tinh chuyên đang múa may quay cuồng với nhân thế.

Họ phải vượt qua biên giới bằng thư giới thiệu của nhà chức trách, mới đến được nơi vườn Lam-tỳ-ni, nơi Thái Tử

Tất-đạt-đa đản sanh vào năm 624 trước Tây lịch. Giờ đây cây vô ưu không còn nữa. Chỉ còn trơ lại cây trụ đá của vua A-dục, do Ngài Huyền Trang phát hiện trong thế kỷ 7. Bây giờ vẫn đứng trơ gan cùng tuế nguyệt. Chung quanh đó chẳng còn gì, chùa viện hầu như hoang tàn đổ nát, trông thấy mà cảm lây với sự tang thương của đất trời vạn vật. Bên cạnh đó có một hồ nước thiêng, tương truyền rằng sau khi mẫu hậu Ma-da hạ sanh Thái Tử, chín con rồng đã phun nước để tắm cho Thái Tử và hoa sen từ dưới đất đã mọc lên để đỡ chân Thái Tử trong mỗi bước đi, để đến bước cuối cùng Ngài nói:

"Trên trời dưới đất chỉ có cái ta là quan trọng hơn cả và đây là lần sanh cuối cùng của ta."

Quả là bậc Chánh Biến Tri. Vì khi Ngài sanh ra, Ngài đã biết sanh vào đâu và chọn lựa chốn nào để sanh. Còn chúng ta ở nơi bụng mẹ trong chín tháng mười ngày tối đen như mực, chẳng biết thế giới bên ngoài ra sao, chứ bên trong toàn là máu huyết, đờm dãi và bị ngộp thở. Thế mà nhiều người đã chẳng chịu ra, cứ muốn dấn thân vào. Đã đành nếu là Bồ Tát vào cõi hồng trần không có sao, vì các Ngài có thể dùng tâm Bồ Tát và hành động của Bồ Tát để chuyển hóa khổ đau thành ra an lạc hạnh phúc. Còn chúng ta thì trái lại. Ta vào đời đâu phải vì nguyện lực độ sanh. Tất cả chỉ vì nghiệp lực, mà đã là nghiệp lực thì mình cứu mình còn không nổi làm sao cứu nổi ai?

Sau khi thăm tất cả những thánh tích trong cuộc đời đức Phật, họ đã học được bài học vô giá cho cuộc sống tu hành, cho bây giờ cũng như cho mai hậu. Nhân cơ hội ấy họ đã đi hết xứ Nepal rồi Bhutan và vượt qua Hy Mã Lạp Sơn để vào thăm Tây Tạng huyền bí.

Xứ Tây Tạng trong một thời gian dài luôn lấy Phật Giáo làm quốc giáo. Đặc biệt từ thế kỷ 9, 10, Đức Đạt-lai

Lạt-ma được kính trọng tôn xưng là hóa thân của Bồ Tát Quán Thế Âm, với lòng từ bi vô lượng Ngài đi vào đời để cứu khổ chúng sanh. Chữ Lạt-ma có nghĩa là vị thầy. Chữ Đạt-lai có nghĩa là trí tuệ. Vị thầy ấy được người dân Tây Tạng cung kính như một vị Phật sống, một quốc vương, một tăng vương, cai trị một quốc gia toàn núi đồi và có dân số rất ít, chừng mấy triệu người.

Họ có triều đình gồm hai viện. Một viện do chư Tăng điều hành và một viện do cư sĩ điều hành. Kinh điển mà họ dùng đa phần bằng tiếng Phạn và tiếng Tây Tạng. Họ ảnh hưởng rất nhiều về Mật Giáo bởi các vị Đại Sư Santideva và Ngài Tông Khách Ba v.v...

Cung điện Potala là một cung điện gồm nhiều tầng và nhiều dãy nhà ngang dọc. Trên cùng nơi lớn nhất là nơi thờ Tượng Đức Quán Thế Âm. Bên cạnh đó là Pháp tòa, cũng là ngai vàng của Đức Đạt-lai Lạt-ma ngự trị.

So với Ấn Độ, Népal thì Tây Tạng, cách kiến trúc khác xa rất nhiều. Vả lại nơi đây toàn là núi đồi, cho nên những chùa viện được cất thật cao trên vách núi cheo leo. Cứ tưởng tượng rằng một vị tăng sĩ khi vào đó nhập thất chắc chừng vài ba chục năm họ mới xuống núi một lần. Họ hình như không còn thiết tha gì với cuộc sống trần thế này nữa. Vì lẽ theo quan niệm của những người nhập thất là càng xa nơi ồn ào náo nhiệt nhiều chừng nào càng tốt chừng ấy!

Ở Tây Tạng cũng như Bhutan, chùa viện là trung tâm sinh hoạt. Bhutan ảnh hưởng văn hóa của Phật Giáo Tây Tạng, vì Tây Tạng có thời chiếm cứ Bhutan để làm thuộc địa. Vì vậy Phật Giáo Bhutan cũng gần giống như Phật Giáo Tây Tạng, nghĩa là đa phần dân chúng theo Phật Giáo.

Đến Bhutan để thấy rằng trên từ vua chúa, hoàng hậu đến bá quan văn võ, dưới cho đến thần dân, mọi người đều tin theo Phật và nơi nơi đều thực hiện hạnh từ bi đối với thiên nhiên cũng như muông thú. Họ cũng có hai cơ quan điều hành đất nước. Một là viện của chư Tăng, phần khác do vua và các quan nắm giữ.

Ở đây họ cũng chịu ảnh hưởng Ngài Santideva của Ấn Độ không ít. Tương truyền rằng sau khi Ngài Santideva bay qua Tây Tạng để truyền giáo, Ngài cũng dùng thần lực bay qua Bhutan để truyền dạy giáo pháp nhiệm mầu của Phật.

Ở trên một đỉnh đồi thật cao gần thủ đô Thimpu của Bhutan có một hang động và nơi đây mọi người dân cũng như chư Tăng tin rằng sau khi truyền phép mật tông thì Ngài từ hang động này dùng thần lực để thăng thiên và từ đó biệt vô âm tín.

Lịch sử của Ngài Santideva (dịch là Tịch Thiên) ở Ấn Độ cũng mang nhiều nét ly kỳ lắm. Tương truyền rằng lúc nhỏ Ngài có một ước mơ là tu theo trí tuệ của Bồ Tát Văn-thù và ước gì trong đời, Ngài được gặp Ngài Văn-thù một lần cho thoả chí. Một hôm nằm mộng Ngài thấy một vị Tara đến báo rằng hãy vào rừng thì sẽ gặp. Ngài Santideva rất hoan hỷ. Khi vào rừng sâu, Ngài được gặp Ngài Văn-thù-sư-lợi Bồ Tát và được học Pháp Trí Tuệ của Bồ Tát Văn-thù suốt mấy năm như vậy. Sau khi được pháp Trí Tuệ rồi, Ngài được Ngài Văn-thù ban cho một cây kiếm báu bằng gỗ và với nhiều sự gởi gắm giữ gìn.

Lớn lên Ngài được làm Thừa Tướng hầu cận đức Vua. Một hôm có một vị đại thần tâu với vua rằng: Làm Thừa Tướng hầu bên cạnh Vua mà lúc nào cũng mang cây kiếm giả, thì khi quân giặc đến làm sao có thể chiến đấu để phò vua. Đó là một tội khi quân và đáng trách. Vua nghe tâu như vậy thấy có lý, nên một hôm vua hỏi Ngài Santideva rằng:

- Tại sao ngươi lại dám khi quân như thế. Trong khi hầu cận ta mà chỉ mang thanh kiếm gỗ?

- Muôn tâu bệ hạ! Hạ thần không có tội đường đột ấy. Chỉ sợ Thánh Thượng không tin, nên không dám tỏ bày.

- Ngươi hãy chứng minh.

- Đây là cây kiếm báu của Đức Văn-thù. Nếu Ngài muốn xem thì Ngài phải lấy tay bịt con mắt phải lại.

- Để làm gì?

- Bệ hạ cứ thực hiện như vậy.

Khi lưỡi kiếm vừa rút ra khỏi bao, thì một tia hào quang sáng chói lòa dội ngược vào mắt trái của Vua. Tức thời con mắt này tự động rơi xuống đất. Đức Vua rất hối hận mà nói rằng:

- Quả ngươi có lý. Còn ta có mắt mà cũng như mù.

Sau khi nói xong lời hối hận ấy, mắt trái của Vua hoàn lại như cũ và kể từ đó Vua tin tưởng Santideva nhiều hơn. Nhưng sau nhiều năm tháng làm Thừa Tướng với bao nhiêu nỗi nhọc nhằn của nhân thế, nên Ngài đã từ quan và đến Đại học Na-lan-đà xin xuất gia học Đạo.

Sau khi xuất gia, Ngài vẫn là con người bình thường, đôi khi các bạn đồng tu còn cho là biếng nhác nữa, vì thấy Ngài chẳng siêng năng học hành tu niệm gì cả. Một hôm, Ngài mới bảo các vị đồng tu rằng:

- Quý vị hãy làm cho tôi một pháp tòa.

- Để làm gì?

- Để nói pháp.

Các vị đồng tu đều cười khẩy, tỏ ý chẳng tin lời nói của một người biếng lười như thế, nhưng họ vẫn sẵn sàng làm một pháp tòa để cho Ngài Santideva thuyết pháp. Thăng tòa, Ngài hỏi đại chúng:

- Quý vị muốn tôi nói pháp nào? Pháp quá khứ, pháp hiện tại, hay pháp vị lai.

Ai nghe thấy cũng cười và đồng loạt trả lời trong vẻ khinh bỉ vì cho rằng Ngài đâu có khả năng nói pháp. Họ nói:

- Tất cả pháp đều nên nói.

Thế là Ngài thao thao bất tuyệt giảng về pháp quá khứ, hiện tại và vị lai không một chỗ vấp nào cả. Sau khi thuyết xong Ngài dùng thần lực bay lên hư không và thế là mọi người tiếc ngẩn ngơ, không ngờ Bồ Tát đang ở trước mặt mà chẳng nhìn ra. Sau đó mọi người về phòng của Ngài thì thấy trên bàn có để lại ba quyển sách nhan đề là Đại Thừa Tập Bồ Tát Học Luận, Bồ Tát Hạnh và một quyển thuộc về kinh. Cả ba quyển này có tác dụng với Phật Giáo Mật Tông rất nhiều. Đặc biệt là Phật Giáo Tây Tạng, Bhutan, Népal và Mông Cổ.

Nghe qua câu chuyện vừa như thần thoại, vừa như truyền thuyết ấy, cả Ngộ Đạo và Ngộ Tánh đều bàng hoàng. Rõ ràng là vẫn có những vị tu chứng đấy chứ! Chỉ vì mình không và chưa có nhân duyên để gặp đấy thôi.

Trong quyển "Đại Đường Tây Vức Ký", Ngài Huyền Trang cũng có ghi lại rằng: Trong núi Hy Mã Lạp Sơn có ngọn núi Everest cao 8.848 thước ấy vẫn còn hai hay ba vị tu theo pháp "Diệt Tận Định", có nghĩa là quý Ngài ấy đã tọa Thiền gần hai triệu năm rồi và thân thể vẫn còn bất động. Thân thể này sẽ được sống dậy với ba điều kiện như sau:

Thứ nhất là nghe tiếng khảy móng tay mà tỉnh dậy. Thứ hai là khi có tiếng chuông đánh gần bên tai và thứ ba là khi ánh sáng mặt trời rọi đến. Các Ngài vẫn còn tính nghe và tính biết. Chỉ không ăn uống gì cả mà thôi.

Ngài Huyền Trang cũng có ghi lại việc nhập diệt của Ngài Ma Ha Ca Diếp gần Bồ Đề Đạo Tràng trên núi Kê Túc như sau:

"Hiện tại Ngài Ca Diếp đang nhập Diệt thọ tưởng định và chờ đến khi nào Ngài Di Lặc Bồ Tát ra đời độ Tam Hội Long Hoa xong, lúc ấy có các vị Tăng không tin nên đã cùng với đức Phật Di Lặc đến nơi và dùng ngón tay khảy ba lần, lúc ấy Ngài Ca Diếp từ bên trong hang đá bay ra, dâng y vàng của Mẫu Hậu Ma Gia lên Ngài Ca Diếp và Ngài dùng thần lực để bay lên không trung và dùng lửa Tam Muội để thiêu thân mình rồi thác hoá."

Như vậy ta có thể tin là còn 7 triệu năm nữa. Trong bảy triệu năm ấy Ngài Ma Ha Ca Diếp không ăn uống gì cả. Còn ta ăn ngày ba bữa vẫn thấy đói như thường. Nghĩ đến đó mà thẹn cả lòng. Nên cả Ngộ Đạo và Ngộ Tánh đều yên lặng bước đi và bàn với nhau về những dự tính trong thời gian sắp đến.

Cả hai thầy sau bao nhiêu năm chiêm bái và học hỏi ở những nơi trên, bây giờ họ muốn băng rừng vượt suối qua các xứ Trung Hoa, Đại Hàn và Nhật Bản là những nơi mà Phật giáo đã có mặt lâu đời. Đồng thời những nước này dùng chữ Hán, có thể qua bút đàm mọi người sẽ hiểu, chứ thật ra những nước như Ấn Độ, Népal, Tây Tạng và Bhutan, đi đến đâu họ cũng gặp khó khăn. Vấn đề đầu tiên vẫn là vấn đề ngôn ngữ. Còn những vấn đề khác như ăn, uống, ngủ nghỉ đối với họ không thành vấn đề.

Trước khi họ đến Trung Hoa, họ được biết rằng Phật Giáo được truyền vào Trung Hoa từ đời nhà Hán, nhưng đến hơn 300 năm sau Phật giáo mới thịnh hành được. Vì lẽ Nho giáo đã có mặt lâu đời ở đây, phải thật tình mà nói sở dĩ Phật giáo phát triển dễ dàng ở Trung quốc là nhờ Đạo giáo hay còn gọi là Lão giáo. Tinh thần "vô vi chi đạo" của

Lão Giáo dễ hòa hợp với tinh thần Bát Nhã hay tinh thần Tánh Không hoặc Trung Đạo trong văn học Bát Nhã. Do vậy mà trên từ vua quan dưới cho đến thứ dân ai ai cũng ngưỡng mộ đạo Phật suốt từ thời đạo Phật được truyền vào đến nay. Tuy cũng có vài giai đoạn khó khăn, Phật giáo bị Pháp nạn, nhưng không vì thế mà bị lu mờ trên mọi phương diện trong đời sống của người dân tại xứ sở rộng lớn này.

Người ta nói ở Trung Hoa có nhiều châu huyện, nhưng có bốn châu là tiêu biểu hơn cả. Đó là Tô Châu, Hàng Châu, Quảng Châu và Liễu Châu. Tại Tô Châu có chùa Hàn Sơn rất nổi tiếng. Không phải ngôi chùa tự nổi tiếng mà nhờ bốn câu thơ của Trương Kế mà ngôi chùa trở nên nổi tiếng hơn. Đó là bài:

Nguyệt lạc ô đề sương mãn thiên,
Giang phong ngư hỏa đối sầu miên,
Cô Tô thành ngoại Hàn sơn tự,
Dạ bán chung thanh đáo khách thuyền.

Dịch thơ:

Trăng tà tiếng quạ kêu sương,
Lửa chài cây bến sầu vương não lòng.
Ngoài thành chùa núi tên Hàn,
Cô Tô khách đến khuya thuyền nghe chuông.

Đây là câu chuyện có một nho sinh thời đó thi hỏng, anh ta buồn quá nên mới thuê thuyền đi trên sông để hóng mát, uống rượu ngâm thơ. Mãi từ khi tiếng quạ kêu buổi tối, lúc mà ánh lửa bập bùng trên thuyền chài đậu dưới hàng cây phong, cho đến khuya lơ khuya lắc người nho sinh ấy mới thức dậy, vì chợt nghe tiếng chuông chùa đã báo hiệu vào canh khuya. Bài thơ đại ý chỉ có thế, nhưng ý thơ thì quá hay và bài Đường luật này phải nói rằng các nho sinh như Ngọc Minh tức là Thích Ngộ Tánh bây giờ đã thuộc làu từ dạo ấy. Bây giờ qua đây, nghe những giai thoại này nghĩ rằng như chuyện mới xảy ra đâu đây.

Rồi Hàng Châu có con gái tuyệt thế giai nhân. Quả thật là đẹp tuyệt vời. Đến đây để thấy sông Tiền Đường như thế nào, không biết ngày xưa Kiều đã nhảy xuống sông này tự tử rồi được sãi Giác Duyên vớt lên có lớn như bây giờ không, chứ trong lúc này thì dòng sông thơ mộng lắm. Hình như nhiều bà hoàng hậu, vương phi của các vua Trung Hoa ở những triều đại trước đều xuất thân từ Hàng Châu này.

Bên bờ sông có những cây liễu rũ buông mình trên dòng nước mát trông giống như những cung nữ thời xưa đứng chờ thời để một lúc nào đó được vua đi ngang qua đoái mắt nhìn theo. Quả thật là đẹp. Đúng với danh tiếng Hàng Châu.

Rời Hàng Châu đến Quảng Châu là thủ phủ của tỉnh Quảng Đông mà tương truyền rằng đây là giang sơn của người Việt chúng ta, nên vào cuối thế kỷ 18 sau khi Quang Trung Nguyễn Huệ chiến thắng trận Đống Đa với quân Thanh, đã đưa quân qua gần tới Quảng Châu. Nhiều người Việt Nam bảo rằng chỉ tiếc vì vua mất quá sớm, chứ không thì Quảng Đông và Quảng Tây đã đòi lại được rồi. Hai chữ phải chi sao mà nó trễ nãi thế!

Ở đây đặc biệt là đồ ăn rất ngon. Hầu như các thợ nấu ăn Trung quốc có mặt khắp nơi trên thế giới đều xuất thân từ Quảng Châu này. Nơi đây có chùa Quang Hiếu nhỏ lắm, nhưng người ta bảo nhau rằng: Khi thành Quảng Châu chưa có, thì chùa Quang Hiếu đã có rồi. Đúng là Phật giáo đã có mặt lâu đời ở Trung quốc. Bên cạnh đó có chùa Lục Dung, chùa có sáu cây dung rất lớn. Tô Đông Pha, một thi sĩ nổi danh đời Đường đã đến đây và có bài thơ nổi tiếng để tặng nơi này, bây giờ vẫn còn hai câu thơ khắc vào ván treo ở phía trước cửa tháp.

Đi chừng vài ba tiếng đồng hồ, đến chùa Nam Hoa ở Thiều Quang, nơi mà cả cuộc đời hành đạo của Lục Tổ Huệ Năng được ghi dấu tại đây. Ở đây ba chân thân xá lợi của Ngài Huệ Năng, Ngài Đơn Điền và Ngài Hám Sơn đều còn ngồi nguyên vẹn tại Tổ Đường. Nơi Tào Khê này là đạo tràng dựng nghiệp Tổ thuộc Nam truyền hay Đốn giáo. Từ đây Thiền Tông được truyền sang Việt Nam, qua Đại Hàn và qua Nhật Bản. Nếu nói Ấn Độ là chốn Phật ra đời, thì ở đây lại là chốn Tổ. Ai là con cháu của Thiền Tông và Tịnh Độ Tông hãy nên về đây một lần để đảnh lễ nhục thân xá lợi của ba Ngài.

Phật ra đời đã lâu ở Ấn Độ. Nếu không có những vị Tổ tiếp nối dòng sinh mệnh của Phật thì Phật giáo đâu có cơ hội truyền thừa liên tục từ mấy ngàn năm qua.

Đi đến đâu Ngộ Đạo và Ngộ Tánh cũng trầm ngâm. Thỉnh thoảng Ngộ Tánh than mệt, nhưng Ngộ Đạo hết lời khích lệ. Dầu Ngộ Đạo tuổi nhỏ hơn Ngộ Tánh nhưng ngẫm nghĩ những công khó của chư Tổ ngày trước nên cố gắng hơn và nhân cơ hội này họ mới có duyên đi đến đây để học hỏi những điều của người xưa để lại.

Liễu Châu là một trong bốn châu còn lại, ít có liên quan đến Phật Giáo, nhưng vì ở đây người Trung quốc có tục lệ khi chết phải chôn, mà phải chôn trong quan tài tốt. Tại Liễu Châu gỗ rất tốt, vì đây toàn là chốn rừng già. Do vậy ở Trung quốc nhiều người già muốn về Liễu Châu để sống và chết tại đó để được vững tâm hơn và thân thể của mình lâu mục nát. Đó có thể là quan niệm của Nho giáo chứ chẳng phải của Phật giáo.

Lần này hai người đến đây cốt để đi đảnh lễ tứ đại danh sơn, tức là bốn chốn núi danh tiếng, là nơi thị hiện của bốn vị Bồ Tát trong tinh thần Đại Thừa. Đó là Phổ Đà Sơn, nơi thị hiện của Đức Quán Thế Âm Bồ Tát; Nga Mi

Sơn, nơi thị hiện của đức Đại Hạnh Phổ Hiền Bồ Tát; Cửu Hoa Sơn, nơi thị hiện của Đức Địa Tạng Vương Bồ Tát và Ngũ Đài Sơn là nơi thị hiện của Đức Đại Trí Văn Thù Sư Lợi Bồ Tát.

Trí tưởng tượng của người Trung Hoa thật phong phú, họ đã mường tượng và suy diễn lịch sử Phật Giáo bằng nhiều hình thức khác nhau, trong óc sáng tạo của họ. Thật sự ra các kinh điển của Phật dạy đều có đề cập đến các vị Bồ Tát này trong nhiều pháp hội khác nhau, nhưng đâu phải tại Trung quốc. Thế là mấy trăm năm sau thôi, đa phần người Trung quốc đều nghĩ rằng các vị Bồ Tát ấy là người Trung Hoa. Việc này thật sự ra cũng hay chứ không dở. Vì lẽ đạo Phật đến đâu mọc rễ tại đó. Ấy mới là đạo Phật.

Muốn đến Phổ Đà Sơn phải dùng thuyền đi từ Ninh Ba hoặc Thượng Hải. Đây là một cái đảo, trên đó có nhiều chùa viện xây la liệt từ trên đỉnh xuống đến biển. Gần bờ biển có một ngôi chùa tuy nhỏ, trông rất khiêm nhường, nhưng là ngôi chùa nổi tiếng nhất. Ngôi chùa này gọi là "Bất Khẳng Khứ Quán Âm Điện" có nghĩa là điện thờ đức Quán Thế Âm không chịu đi.

Câu chuyện được kể lại rằng: Vào đời Đường có một vị sư người Nhật tên Tuệ Ngạc sang Trung quốc để học đạo, sau đó Ngài về nước. Khi về, vị sư muốn mang tượng Quan Âm của núi này về Nhật để thờ tự, lễ bái, nguyện cầu. Thế nhưng đi chưa ra khỏi bờ biển được bao lâu thì sóng gió nổi lên và các hoa sen bằng sắt mọc lên chặn thuyền của vị Sư Nhật Bản lại. Vị ấy đi không được, đành quay lại bờ. Đoạn Ngài lập miếu để thờ tượng ấy và nơi đây đã xảy ra nhiều việc linh hiển có ghi trong quyển "Phổ Đà Sơn Dị Truyện". Do Phật Bà không chịu đi về Nhật, nên gọi là "Bất Khẳng Khứ". Đó là sự thật chứ không phải giai thoại. Ai đến đó cũng rất cảm động và có nhiều người khóc sướt mướt lễ bái đức Quan Thế Âm.

Đức Quan Thế Âm ở Ấn Độ là hình thù của một người nam, khi qua Tây Tạng là hiện thân của Đức Đạt Lai Lạt Ma. Khi đến Trung quốc trở thành một người nữ và đến nước khác lại có nhiều hóa thân khác nhau, cho nên Quan Âm có nghìn mắt, nghìn tay là thế. Gặp trong hoàn cảnh nào Ngài hiện ra cảnh ấy để cứu độ nhân sinh. Ngộ Đạo và Ngộ Tánh khi đến đây cũng hồi tưởng lại tượng Đức Quan Thế Âm có thờ nơi chùa Sắc Tứ Hưng Phước Tự của mình.

Sau khi rời khỏi Phổ Đà Sơn, họ đã đi lên hướng phía Bắc để đảnh lễ nơi Đức Văn Thù thị hiện. Nơi ấy gọi là Ngũ Đài Sơn. Gồm có năm đài là Nam, Tây, Đông, Bắc và Trung đài. Nơi đây có một ngôi chùa thật cao, leo đến 1.080 bậc cấp mới lên tận đỉnh được. Không biết người xưa đã làm cách nào mà có thể khuân vác, vận chuyển gạch ngói lên tận mây xanh ấy. Quả là bất khả tư nghì.

Tiếp đến hai thầy viếng Nga Mi Sơn và Cửu Hoa Sơn, nơi đức Đại Hạnh Phổ Hiền thị hiện. Các núi ở đây rất đẹp, giống như đôi lông mi của người con gái, nên gọi là Nga Mi. Trung quốc có một phái võ của người nữ gọi là phái Nga Mi. Tại Nga Mi cảnh thật đẹp, nơi đây có một chùa đúc tượng đồng Ngài Phổ Hiền và voi trắng sáu ngà có từ thời nhà Đường trông oai vệ và có hồn lắm. Ở đây núi cao, sương thấp cho nên cảnh vật mờ mờ ảo ảo trông thật nên thơ.

Danh sơn cuối cùng là Cửu Hoa Sơn. Nơi đây có chín ngọn núi mọc lên như lẵng hoa đang nở nên gọi là Cửu Hoa. Đức Địa Tạng trong kinh Địa Tạng và Đức Địa Tạng ở đây đã hiện thân vào đời nhà Đường hơi khác. Hình ảnh mà đức Địa Tạng đang thờ trong các chùa ở Việt Nam và Trung Hoa cũng như Đại Hàn là hình ảnh của Ngài Kim Kiều Giác, là một Đông Cung Thái Tử của Đại Hàn, bỏ ngôi báu đi xuất gia. Vào đời nhà Đường, Ngài đến núi này để tu học và tìm cho được chơn thân của Ngài Địa Tạng. Cuối cùng thì chính Ngài đã hiện thân là Địa Tạng Vương. Vì vậy cho nên hình ảnh của các vị Bồ Tát, vị nào cũng còn để tóc dưới hình thức thị hiện là một nam nhơn hay nữ nhơn, nhưng Đức Địa Tạng Vương Bồ Tát nhìn trên đầu của Ngài là hình ảnh của vị Tăng sĩ, đầu cạo nhẵn. Đó là lý do.

Ngộ Đạo và Ngộ Tánh ngẩn ngơ trước các cảnh thiên nhiên của Trung Hoa đẹp không thể nào tả hết. Thật đúng như những bức tranh thủy mặc mà các họa sĩ đã vẽ và giới thiệu. Nơi nào có núi non là nơi đó có chùa viện và một điều thú vị là đi đến chùa nào cũng nghe họ tụng kinh hai thời sáng tối đều giống Việt Nam mình, nên Ngộ Tánh lên tiếng trước.

- Đó, đệ thấy không, họ tụng kinh giống mình quá xá phải không?

- Không biết là ai giống ai đó.

- Dĩ nhiên là Việt Nam mình giống Trung Hoa thì đúng hơn. Vì lẽ đạo Phật Việt mình một phần lớn được truyền từ Trung Hoa vào mà.

- Điều ấy xin nói kỹ lại. Vậy tại sao khi Ngài Khương Tăng Hội từ Giao Châu mình qua nơi đất Nghiệp, Ngài bảo rằng lúc đó Trung quốc ít chùa viện hơn mình?

- Huynh nên biết rằng đạo Phật Trung Hoa được truyền từ Ấn Độ sang từ thời Hán Minh Đế, nghĩa là đầu thế kỷ thứ nhất kia. Hai Ngài Ma Đằng và Trúc Pháp Lan mang kinh Tứ Thập Nhị Chương đầu tiên vào đất Nghiệp đó. Sau đó vua chúa nhà Hán đều có tín tâm với Phật, nhưng sau đó có nhiều triều đại phế Phật, do vậy khi Ngài Khương Tăng Hội đến thì tình thế mới như vậy.

- Nhưng đệ có biết hai thời công phu do ai soạn không?

- Chà chà cái này phải hỏi lại đấy. Thế sư huynh có biết không?

- Sư huynh cũng chịu. Huynh này chỉ biết một điều là ở Ấn Độ chư Tăng không tụng Lăng Nghiêm vào buổi sáng, không tụng A-di-đà vào buổi chiều. Họ chỉ ngồi Thiền thôi. Nếu tụng họ chỉ tụng kinh Pháp Cú và những bài kinh ngắn, chứ đâu dài hàng tiếng đồng hồ như các chùa ở xứ mình.

- Một điều chắc chắn là vào đầu thế kỷ 5, Ngài Huệ Viễn là Tổ Khai Tông của Tịnh Độ đã có mặt tại đó từ thời nhà Tấn. Vậy thì chắc chắn Kinh A-di-đà và Kinh Quán Vô Lượng Thọ cũng như kinh Vô Lượng Thọ đã bắt đầu tụng vào thời này.

- Còn Kinh Lăng Nghiêm?

- Dĩ nhiên là do các nhà sư Ấn Độ mang vào, chứ không lẽ tự nhiên các Tổ Sư Trung Hoa soạn ra cái chữ gì mà nó chẳng có nghĩa ấy sao?

- Đệ quên một điều là thần chú Lăng Nghiêm do Phật nói để giải cứu cho Ngài A-nan bị Ma-đăng-già bắt.

- Đệ đã hiểu rồi, còn huynh thì sao? Tại vì không trì tụng kinh Lăng Nghiêm thường xuyên nên bị Ma-đăng-già quấy nhiễu, có phải thế không nào, hãy bật mí cho đệ biết đi.

- Không nói thì đệ cũng biết rồi, nhưng ta ...

- Nhưng sao? Có lẽ còn vương vấn đấy chứ?

- Chúng sanh mà đệ.

- Thôi chúng ta hãy quên đi chuyện cũ. Bây giờ chúng ta nên tìm cách sang Đại Hàn để viếng thăm các danh lam cổ tự tại đó. Vì lẽ Phật giáo Đại Hàn cũng dùng chữ Hán và tụng kinh giống mình, chỉ khác âm vận mà thôi.

Thế là họ cất bước ra đi với hai tay nãi nhẹ nhàng trên đường du hóa. Đi đến đâu, gặp chùa nào họ xin vào ngủ tá túc qua đêm. Ban ngày đi, ban đêm nghỉ. Họ chỉ dùng một bữa ngọ trai đã quen rồi kể từ mấy năm còn ở Ấn Độ. Do đó họ cảm thấy an lạc trong từng bước đi. Nếu nơi nào không có nhà dân chúng thì họ tìm trái cây trong rừng hái lấy làm đồ ăn thay cơm cháo. Nơi nào đồng không nhà trống thì họ cố nhịn qua đêm, thế là xong. Còn phương tiện di chuyển đối với họ cũng đơn giản. Lúc thì đi xe ngựa, khi thì đi kiệu, nếu đường khó đi, nhưng đa phần là đi bộ. Vì họ nghĩ đến Ngài Huyền Trang đã khổ nhọc hồi thế kỷ 7 rất nhiều. Còn bây giờ so ra với ngày xưa, họ vẫn còn chưa thấm vào đâu, nên họ đã hăng hái tiến bước.

Ngày lại tháng qua họ đã đến Triều Tiên lúc nào chẳng hay biết. Khi đến biên giới họ đã trình thư giới thiệu cho quan sở tại và họ đã vào đất này một cách dễ dàng.

Tại Trung quốc cảnh đã đẹp thì tại Triều Tiên cảnh sắc còn đẹp hơn. Hình như núi ở đây cao hơn và sông ở đây tuy không dài như ở Trung quốc và Ấn Độ, nhưng vẻ đẹp thật là lộng lẫy kiêu sa. Vừa đi, vừa ngắm cảnh hai bên đường cũng đã làm cho họ bớt nhọc nhằn. Họ thấy cách xây chùa ở đây cũng khác với Trung quốc và Ấn Độ. Vì núi ít cây nên chùa xây trong hang đá cũng nhiều, nhất là miền bắc. Còn miền nam Triều Tiên thì trù phú hơn. Có nhiều chùa rất lớn như Phật Quốc Tự, Hải Ấn Tự và Thông Độ Tự chẳng hạn. Ba chùa này là ba chùa đại biểu của Phật Giáo Đại Hàn. Mỗi chùa như vậy ngự trị trên một và nhiều dãy núi khác nhau và mỗi chùa như vậy lớn gấp mấy chục lần chùa viện của Việt Nam chúng ta.

Ở Trung quốc có đến 10 Tông Phái lớn, nhưng ở Đại Hàn chỉ có Tông Tào Khê thuộc Thiền Tông là lớn nhất. Còn các Tông khác thì ít người theo, ngay cả pháp môn Niệm Phật A-di-đà cũng vậy. Có lẽ ở Triều Tiên gần với

Trung quốc nên hấp thụ Thiền từ Lục Tổ Huệ Năng dễ hơn, nên họ đã ảnh hưởng được như vậy chăng?

Ngộ Đạo và Ngộ Tánh lần lượt thăm ba ngôi chùa trên và mỗi nơi ở lại nhiều tháng, ngay cả nhiều năm để tham cứu học hỏi. Chùa Viện tại Đại Hàn họ dậy sớm lắm. Mới hai giờ sáng đã ngồi Thiền và họ hành trì cho đến sáng. Ăn cơm tối thì bốn giờ chiều và hình như tám giờ tối họ đã đi ngủ rồi. Có lẽ để tiết kiệm nhang dầu chăng? Họ dùng chay như Trung quốc, đồ chay đa phần là cây củ cải trong núi rừng được hái đem về luộc và chấm tương. Điều đặc biệt là họ ăn ớt rất nhiều. Có lẽ để chống lạnh. Vì lẽ Đại Hàn, ngay cả cái tên của nước này đã biểu hiện rõ một điều là "lạnh lắm". Mà lạnh lắm thì phải có khả năng chống chọi lại với thiên nhiên, chỉ có ớt mới có thể giúp cho thân thể một phần khi ăn uống sẽ tạo nên nhiều năng lượng.

Họ lễ bái với nhau, chứ không phải một người ngồi để cho mình lễ. Dù cho vị thầy đó là Hòa Thượng hay Thượng Toạ đi chăng nữa. Ở đây tinh thần bình đẳng có thể thấy qua sự thể hiện này.

Trong những năm tháng mà Ngộ Đạo và Ngộ Tánh ở đây, họ tìm cách học tiếng Đại Hàn và đi tìm tòi những sách vở để nghiên cứu thì được biết rằng từ đầu thế kỷ 13, người Việt Nam mình đã có mặt tại quê hương lạnh giá này.

Như tất cả chúng ta đều biết là qua chủ mưu của Trần Thủ Độ, ông ta đã đưa Trần Cảnh lên làm vua, tức vua Trần Thái Tông sau này, và việc phế lập trong lúc ấy chỉ một mình Trần Thủ Độ chuyên quyền. Ông ta ép công chúa Lý Chiêu Hoàng phải nhường ngôi và cả gia tộc nhà Lý hầu như bị tru diệt hết. Ngay cả Lý Huệ Tông sau khi đã nhường ngôi cho con gái là Lý Chiêu Hoàng để đi xuất gia và lấy hiệu là Huệ Quang, thế mà một hôm Trần Thủ

Độ đi ngang qua chùa thấy Huệ Quang đang nhổ cỏ, ông ta buộc miệng nói rằng: "Nhổ cỏ thì phải nhổ tận gốc." Ý nói rằng sẽ không chừa một người nào nhà họ Lý lại cả. Do vậy mà trong gia tộc hay nói đúng hơn là hoàng tộc, có một tướng quân mang họ Lý, đó là Hoàng tử Lý Long Tường, đã cùng với gia đình và một số người quen thuộc khác xuống thuyền và qua Cao Ly tỵ nạn từ năm 1222. Kể từ đó ở trong nước xem như đã yên và ngôi vua nhà Trần bắt đầu phát triển.

Lý Long Tường đã hỗ trợ các vua Cao Ly và sau này được phong là Nam Hoa Tướng Quân. Dòng họ ấy cho đến nay vẫn còn sinh sống tại bán đảo này. Tuy chẳng còn ai nói được tiếng Việt, nhưng trong gia phả họ vẫn hãnh diện là con cháu nhà Lý của Việt Nam.

Rõ ràng trong các chùa thuộc Tông Tào Khê họ chuyên ngồi Thiền, nhưng kinh Bát Nhã họ vẫn tụng và kinh Pháp Hoa, Hoa Nghiêm, Đại Bát Niết-bàn họ đều có học, không bỏ sót một môn học hay kinh điển nào. Hoàn toàn giống hệt như ở Trung quốc.

Sau khi ở Cao Ly mấy năm thì cả hai người tìm cách xuống thuyền sang Nhật Bản. Khi ngồi chờ chuyến thuyền sang bên kia bờ đại dương, họ nghĩ đến những chuyến đi của Ngài Giám Chân Hòa Thượng vào thế kỷ 9 từ Trung quốc sang truyền giới luật cho tăng ni Nhật Bản mà cảm thấy vững tâm hơn. Vì thời đó gian nguy hiểm gấp trăm lần mà các Ngài vẫn còn qua lại giữa hai nước được, huống gì là ngày nay. Thế rồi họ quyết chí để đi đến một phương trời xa lạ khác.

Cuối cùng, hai người cũng lên được thuyền buồm của Nhật Bản cho đi nhờ khỏi trả tiền, nhưng phải về đảo Hokkaido, tức Bắc Hải Đảo, cập cảng Sapporo chứ không cập cảng ở Yokohama (Hoành Tân). Họ rất mừng được đi như thế, vì đây là cơ hội để hai người có thể đi chiêm bái tất cả chùa viện cũng như cảnh trí và học hỏi những phong tục tập quán từ bắc chí nam, gồm bốn hòn đảo lớn của xứ đảo này. Phật giáo đã được truyền sang đây từ Đại Hàn vào thế kỷ 6.

Mấy ngày lênh đênh trên biển cả, họ chỉ thấy trời mây sóng nước. Thỉnh thoảng mới thấy một đoàn hải âu liệng quanh thuyền, họ biết rằng đã gần đất liền rồi. Cả Ngộ Đạo và Ngộ Tánh đều mừng rỡ và một ngày nọ họ đã lên bờ sau khi từ giả thuỷ thủ đoàn với những cái chào cảm ơn thật mỏi cổ. Trông ra ai cũng vui vẻ vì được về lại quê hương của mình sau những ngày tháng lênh đênh trên biển cả và phước đức cho họ là chẳng gặp một trận cuồng phong nào. Không như những thế kỷ trước, Ngài Giám Chân Hòa Thượng từ Trung quốc đi không biết bao nhiêu lần đều không thành công. Mãi đến lần thứ sáu, đoàn thuyền của Ngài mới đến được xứ Phù Tang này. Ngay cả Ngài Đạo Nguyên, sáng Tổ của Tào Động Tông Nhật Bản, khi sang Trung quốc học Đạo cũng đã gặp không biết bao nhiêu là chướng nạn trên đường cầu đạo. Còn họ là những người vô danh, ngôn ngữ không rành nhiều và sự tu hành còn non nớt, nhưng có lẽ nhờ đức của Sư Cụ Từ Tâm và sự gia hộ của chư Tổ mà họ đã đến được đây một cách bình yên vô sự.

Hình thể của Hokkaido giống như một củ khoai lang cắt ngang, gồm bốn cạnh. Đa phần dân chúng ở đây sống về nghề nông và chăn nuôi. Họ sống chung với một dân tộc thiểu số trong vùng, gọi là người Ainu, trông cũng giống như người Nhật nhưng mặt mày thô hơn. Vả lại, văn hóa của họ vẫn còn là văn hóa du mục, nên so với người Nhật họ còn kém xa lắm. Quanh vùng không có chùa viện nào to lớn đáng kể. Chỉ có những cảnh trí và suối nước nóng là nổi tiếng mà thôi. Người Nhật rất thích thiên nhiên và họ sống rất hòa hợp với thiên nhiên. Mỗi khi gặt hái mùa màng xong, họ có những ngày lễ hội để ăn mừng và cảm tạ đất trời đã giúp cho họ có được một cuộc sống an bình và cơm no áo ấm như thế.

Từ đảo Hokkaido muốn qua đảo chính Honshu phải dùng tàu bè. Do vậy mà hai người đã tìm cách sang đây. Đầu tiên họ ghé Sendai là một thị trấn miền bắc đẹp tuyệt vời. Với những lá phong vào mùa thu có nhiều màu sắc, những chiếc lá của cây sồi rụng bay lả tả trong rừng, trên đường đi và chen lẫn với những lá khác dệt nên những gấm hoa của đất trời vạn vật, giống như một tấm thảm thiên nhiên gồm nhiều màu sắc tụ hội lại. Đi đến đâu họ cũng trầm trồ khen ngợi. Họ quan sát cách ăn mặc cũng như sinh hoạt của người Nhật thì thấy họ cũng chẳng khác với người Trung quốc và Việt Nam là mấy. Vì chữ nghĩa họ vẫn dùng Hán văn, ăn uống họ vẫn dùng cơm gạo và đặc biệt có một loại tương gọi là miso gần như xác đậu nành cho vào nước nóng nấu chung với đậu hủ, ăn rất tuyệt vời. Gọi là missosuru. Đây là món ăn đặc biệt truyền thống của người Nhật cũng giống như kim chi của Đại Hàn hay dưa cải muối của người Việt Nam. Họ cũng uống trà và nghe đâu trà tại Nhật là do một vị thiền sư người Nhật tên là Vinh Tây (Eisai) vào thế kỷ 12 đã qua học đạo tại Trung quốc, khi trở về nước ngài đã mang hạt trà về và gieo hạt, cây trà lên xanh tốt. Ngài đã dạy cho dân chúng lấy lá trà phơi khô rồi đem sắc với nước sôi uống, là một món tráng miệng bổ dưỡng rất tốt cho sức khoẻ. Do vậy mà trên từ Thiên Hoàng đương đại dưới cho đến thứ dân, ai ai cũng hoan hỷ dùng trà và Ngài Vinh Tây trở thành vị Tổ Sư của Trà Đạo Nhật Bản, cũng giống như Ngài Hải Thượng Lãn Ông là tổ nghề y học của Việt Nam chúng ta.

Đến Tokyo, tức là Đông Kinh, vẫn còn sơ sài lắm. Vì các vua chúa Nhật từ khi lập quốc cho đến thế kỷ 18 vẫn đóng đô ở Nara và Kyoto. Mãi sau này mới dời về Tokyo, ít ra là sau cuộc Duy Tân của Minh Trị (Meiji) Thiên Hoàng vào năm 1868. Do vậy mà đền đài cung điện thành quách ở đây chưa có nhiều. Chỉ có bến cảng Yokohama là buôn bán sầm uất, đa phần là người Trung Hoa dùng thuyền đến đây để trao đổi hàng hoá. Có nhiều người ở lại đây luôn, nhất là sau khi nhà Thanh lên chiếm ngôi nhà Minh vào năm 1640, có nhiều người không muốn cộng tác với nhà Minh nên đã dùng thuyền đến tỵ nạn tại Nhật.

Ở Việt Nam chúng ta cũng thế, khi đó người Trung Hoa đến tỵ nạn tại Hội An. Vì Hội An thuở ấy đã là một thương cảng lớn buôn bán giao thương với nhiều nước ở Âu châu như Hòa Lan, Tây Ban Nha, Bồ Đào Nha v.v... Từ đó ta thấy rằng Việt Nam chúng ta cũng có sự liên hệ với người ngoại quốc đã từ xa xưa lắm rồi, chứ không phải chỉ với Trung quốc mà thôi. Các vị giáo sĩ người Bồ Đào Nha đến Việt Nam muốn truyền đạo họ phải học tiếng Việt Nam và sau khi học, họ đã sáng chế ra chữ Quốc Ngữ tại làng Thanh Chiêm, thuộc xã Cẩm Hà, gần Hội An bây giờ. Còn ngôn ngữ tiếng Nhật thì do Ngài Bạch Ẩn Huệ Hạc (Hakuin), là một Thiền Sư người Nhật đã sáng tác các loại chữ Hiragana và Katakana. Ngoài ra, chữ Hán vẫn đọc theo tiếng Nhật đã có tự lâu rồi. Việc này cũng giống như chữ Hán Việt của chúng ta vậy. Chỉ khác một điều là chữ Việt ngày nay do các vị giám mục người Bồ Đào Nha sáng chế. Còn chữ Nhật ngày nay do các vị sư Nhật sáng chế. Vì lẽ ấy cho nên văn hóa Nhật là văn hóa Phật Giáo. Nói lên điều đó không ngoa chút nào. Từ Trà Đạo, Hoa Đạo, Thi Đạo, Kiếm Đạo, Nhu Đạo v.v... tất cả đều từ chùa mà ra và tất cả đều do các vị thiền sư chủ xướng, đề bạt cũng như sáng tác. Như thế đủ thấy là vị trí của Phật Giáo không nhỏ tại đảo quốc này.

Đi về hướng đông của Tokyo, tâm hồn Ngộ Đạo và Ngộ

Tánh như được thư giãn rất nhiều, vì lẽ cảnh nào cũng đẹp tuyệt vời. Nếu nói cảnh trí ở Trung Hoa là những bức tranh thủy mạc thì cảnh trí tại Nhật Bản là những sức sống hiện thực trong những bức tranh thiên nhiên ấy.

Nhà của người Nhật đa phần nhỏ hơn nhà của người Trung quốc và được xây dựng bằng những vật liệu nhẹ để tránh nạn động đất. Ở Nhật động đất thường xảy ra hằng ngày. Vì lẽ núi Phú Sĩ vẫn còn hoạt động, đây giống như là ngòi thuốc nổ chậm. Cho nên người Nhật không xây nhà cao và nặng nề như những nước khác.

Tại Kyoto, cứ đi chừng 50 thước là có một ngôi chùa. Chùa dựng lên khắp nơi, mà chùa nào cũng đẹp tuyệt vời. Mái không cong như kiểu Trung quốc hay Việt Nam mà độ cong vừa tầm như cánh phượng hoàng đang chuẩn bị xòe ra và đáp xuống đất. Đặc biệt họ không dùng màu sắc sặc sỡ như Trung quốc hay Tây Tạng, chỉ toàn bằng gỗ. Ở Kyoto có ngôi chùa tên là Higashi Hongangi, có nghĩa là Đông Bổn Nguyện tự. Công trình này xây dựng từ thế kỷ 12, bởi Tịnh Độ Tông là một tông phái lớn do Ngài Thân Loan Thánh Nhân lập nên. Ngôi chùa này có tất cả 250 cây cột. Mỗi cây độ hai người ôm và cao chừng 50 thước tính từ sàn nhà lên đến nóc, thẳng tuốt một đường không có chắp nối. Tương truyền rằng ngày ấy muốn dựng những cây cột này toàn dân xứ Nhật huy động những người đàn bà hy sinh mái tóc của mình rồi gọp lại với nhau, để bện thành những sợi dây cúi thật dài hàng trăm thước, như thế mới có thể buộc vào thân cây cột và dựng chùa được. Cho đến ngày nay, những cây cột ấy vẫn còn và những dây cúi ấy vẫn sót lại một vài dây, có trưng bày nơi đại điện của chùa để ghi nhớ lại những công đức của người xưa.

Đến đây để thấy cái vĩ đại của đất trời, cái bao la của tạo hóa và nhất là cái ý chí kiên cường của con người, quyết rằng không chịu thua trước bất cứ một hoàn cảnh nào mà thiên nhiên vốn vô tình, nhưng thuở ấy đã gặp những khó khăn như thế. Ngộ Đạo và Ngộ Tánh càng ngẩn ngơ hơn khi đi thăm hết các chùa viện quanh vùng. Nào Kim Các Tự, Ngân Các Tự... Các chùa này có lịch sử viết cả quyển sách cũng không nói hết.

Chùa Thanh Thủy (Kyomizudera) được xây dựng một nửa trên núi và một nửa dưới triền đồi, vì vậy cho nên thơ mộng và lãng mạn. Đặc biệt chùa này xây toàn bằng gỗ quý, trông rất bề thế và đồ sộ. Mái vẫn lợp tranh để giữ lại truyền thống cũ của người Nhật. Dưới thềm chùa có ba dòng nước chảy từ trong suối ra. Một dòng tượng trưng cho tình yêu, một dòng khác tượng trương cho công danh sự nghiệp và tiền tài và một dòng nữa tượng trưng cho sức khoẻ. Mỗi người thảy một đồng bạc kẽm vào miệng hồ rồi chấp tay khấn nguyện theo điều mình mong muốn, đoạn nhắm mắt lại để hứng nước. Hứng trúng giòng nước nào tức ứng nghiệm với lời nguyện của mình cho việc đó. Đấy là một tập tục tương đối hay, nên có rất nhiều người đến đây để cầu.

Từ giã Kyoto trong luyến tiếc, Ngộ Đạo và Ngộ Tánh lên đường đi đến Nara là kinh đô cổ nhất của Nhật Bản. Nơi đây đã có lần Thánh Đức Thái Tử (Shotoku Taishi), là một Phật Tử thuần thành, lấy Tam quy, Ngũ giới đưa vào Hiến pháp 17 điều để trị dân. Ngoài ra mỗi ngày trước khi lâm triều, nhà vua đều hướng về hướng đông để đảnh lễ các vị Phật. Những hành động thiện mỹ ấy của đức vua vào thế kỷ 7 khiến cho triều đình và dân chúng ai ai cũng vâng mệnh phụng hành những giáo chỉ, mệnh lệnh của vua và triều đình ban ra.

Tại Nara có chùa Todaiji (Đông Đại Tự) là một chùa cổ hơn so với Pháp Long Tự gần đó. Nghe truyền rằng vào thế kỷ 8, khoảng năm 758, triều đình Nhật Bản có cho người qua nước Phù Nam để mời đoàn nhạc công qua Nhật trình diễn âm nhạc Phật giáo. Trong đoàn đó lại có thêm những nhạc sư Việt Nam của Phật giáo Đàng Trong. Chính nhã nhạc hoàng cung ấy mãi cho đến bây giờ Nhật Bản vẫn còn trình tấu vào những khi triều đình có đại lễ liên quan đến Phật giáo.

Ở giữa chánh điện có một tượng đồng đen rất to, cao chừng 40 mét. Nghe đâu tượng này được đúc trước và sau đó mới xây chùa, nên tượng nằm lọt vào bên trong. Vào thế kỷ 8, 9 mà đúc được những tượng bằng đồng to lớn như thế này thì quả thật đầu óc người xưa quá cao cả tuyệt vời. Chung quanh chùa là vườn tùng, vườn bách. Lại thêm có nhiều chú nai đang ngơ ngác tìm cỏ để ăn. Đến đây Ngộ Đạo và Ngộ Tánh nhớ lại bài học của Tổ Quy Sơn trong văn Cảnh Sách rằng:

"Chẳng thấy như dây leo kia, nhờ dựa vào thân cây tùng mà lên được đến tầng cao chót vót. Hãy chọn nhân lành cao trổi mà ký thác đời mình, mới có thể rộng làm lợi ích."

Quả thật ngẫm nghĩ lời dạy của người xưa mà thấm thía vô cùng. Ngày xưa người ta ăn lá cây, uống nước suối để sống mà có được những tâm hồn cao thượng như vậy. Còn bây giờ có đầy đủ tất cả nhưng vẫn thấy thiếu thốn.

Họ đến đây cũng học được tư tưởng Thiền của Lâm Tế và Tào Động. Lâm Tế có Ngài Nhất Hưu, Ngài Bạch Ẩn và Ngài Bàn Khuê là những vị Đại Thiền Sư thời bấy giờ. Tào Động Tông thì có Ngài Đạo Nguyên, Nhật Liên Tông có Ngài Nhật Liên Thánh Nhân. Tịnh Độ Tông có Ngài Thân Loan Thánh Nhân... toàn là những vị Thánh, nhưng cũng từ những người phàm mà qua công phu tu tập đã thành tựu được như thế. Ngày xưa các Ngài nghe tiếng chim kêu, tiếng suối chảy, cảm được cái linh diệu của hoa nở hương bay nên ngộ được đạo. Còn bây giờ những việc ấy xảy ra nhan nhản hằng ngày khắp đó đây nhưng nào có đánh động được lòng người.

Phải chăng "thời thế tạo anh hùng" là đúng trong lúc này? Còn cái tự thể là Phật tánh của mỗi người thì ta đã đánh mất từ lâu rồi? Gió vẫn thổi, mưa vẫn rơi, hoa vẫn nở, chim vẫn kêu ríu rít trên cành như bao đời nay vậy. Nhưng con người thì có nhiều đổi thay quá, khiến ai trông thấy cũng đau lòng.

Ở Nhật, những bảo tháp được xây dựng toàn bằng gỗ cao từ 3 đến 11 tầng. Nhiều tháp xây bằng gỗ nhưng không có một cái đinh sắt nào đóng vào, mà chỉ ghép toàn bằng mộng. Ngọn tháp cao năm tầng được gọi là "Ngũ trùng tháp" ấy đã trải qua không biết bao nhiêu với phong sương cùng tuế nguyệt và những trận động đất khủng khiếp, nhưng vẫn còn đứng đó như muốn thi gan cùng tuế nguyệt. Thật là bất khả tư nghì.

Họ đứng nhìn những công trình kiến trúc vào thời xa xưa ấy mà thầm khâm phục vô cùng. Ngoài ra, người Nhật còn theo một Đạo giống như Đạo thờ ông bà của chúng ta là Shinto, dịch nghĩa là Thần Đạo. Đây là cái Đạo mà Vua chúa được thờ như những vị Thần của quốc gia, sinh ra chỉ để đứng trên thiên hạ mà cai dân, trị nước, phải nhất nhất tuân theo. Tuy Shinto không có tu sĩ, nhưng họ đã gìn giữ được lâu ngày, vì chính Hoàng gia và Triều đình là những người luôn luôn bảo trợ cho họ. Họ phục sức những đồ lễ cũng giống như Kimono của người Nhật mặc, nhưng chỉ toàn một màu đen và trắng. Chỉ những vị chức sắc thì đội mũ nhiều màu.

Sau khi viếng thăm Nara ở đảo chính của Nhật Bản, họ lại tìm thuyền nhỏ qua thăm đảo Tứ Quốc (Sikokku). Đảo này không có những thánh tích đặc biệt, nhưng trên đảo có đến 33 đạo tràng của Đức Quán Thế Âm Bồ Tát, thường hay gọi là "Quán Âm Linh Trường", tức nơi linh thiêng của Đức Quán Thế Âm. Những hành giả tu Thiền hay tu Tịnh Độ, trước khi giải một công án chưa xong, hoặc giả sau khi đã giải một công án gọi là "tu hành sau khi đã giác ngộ", hoặc giả cũng có những người nhất tâm niệm Phật cầu vãng sanh Tây Phương thì hay đi tuần như thế. Do họ đi bộ nên gọi là "tuần lễ", tức là tuần hành và lễ bái. Đến đâu họ cũng tha thiết nguyện cầu để được toại nguyện.

Đến đây, Ngộ Đạo và Ngộ Tánh được nghe kể lại những câu chuyện của các vị Tổ Thiền Lâm Tế trong những thế kỷ trước cũng đã có đến Tứ Quốc này để đi "tuần lễ" và nhờ đó mà ngộ đạo. Ví dụ như Ngài Duy Tinh khi quán công án của Ngài Lâm Tế về "âm thanh của một bàn tay", quán hoài không ra chỗ hồ nghi. Thế mà sau khi đi "tuần lễ" ở đảo Tứ Quốc này thì Ngài đã giải được công án đó. Ngài sinh ra tại Nhật vào thế kỷ 17 và hành đạo khắp nơi vào thế kỷ 18. Cuộc đời của Ngài thật là ly kỳ. Khi đã chứng đạo rồi, Ngài luôn đề xướng công án "bất sanh Thiền", nghĩa là Thiền ấy chẳng sanh, đã có sẵn nơi tâm. Điều này ngược lại với Thiền của Ngài Bạch Ẩn đã xuất hiện trước đó chừng hơn nửa thế kỷ. Ngài tu hành rất khổ hạnh. Sau khi được Thầy mình ấn chứng rồi, ngài về lại quê hương làm chòi tranh và ngồi thiền trong chòi cho đến bịnh lao phổi mà cũng không dừng nghỉ. Đôi khi khạc ra toàn đờm và máu. Thế nhưng ngài vẫn cứ ngồi. Một hôm, Ngài đứng dậy đi rửa mặt và sau khi rửa mặt xong không thể trở lại chỗ ngồi cũ. Ngài đứng đó cảm nhận được một mùi hương bay đến. Đó là mùi hương của hoa mai. Thế là Ngài ngộ đạo.

Trong khi Ngài tu hành lúc chưa được ấn chứng thì Ngài luôn nhận được những lá thư động viên từ mẹ của mình. Khi chồng thư càng cao bao nhiêu Ngài hiểu rằng mẹ mình càng sống được lâu và khỏe mạnh bấy nhiêu. Đến khi mẹ Ngài mất, Ngài đem tất cả những lá thư ấy đốt đi và cùng lúc tụng kinh siêu độ cho mẹ. Sau đó Ngài hốt hết những tro đã được đốt đó đem về, làm một Tôn Tượng Địa Tạng với dáng hình của mẹ và trên bụng Ngài Địa Tạng Ngài cho tất cả những tro này vào và gọi là "Phật Thai Tạng", ý nói chư Phật chư Bồ Tát đã vì cứu độ chúng sanh mà vào đời chịu khổ, trong đó có mẹ Ngài.

Lúc đương thời mẹ Ngài còn sống, ngài cứ hỏi cái "minh đức" trong sách Đại học thuộc Tứ thư của Nho giáo, mà Thầy dạy chữ Nho đã không giải thích được. Ngài đem sự ưu tư ấy về hỏi mẹ, nhưng mẹ cũng không giải rõ và cuối cùng Ngài đã sáng ra là cái "minh đức" ấy chính là Phật tánh của mình. Khi chưa hiểu đạo đi quanh đi co để tìm cho ra câu giải đáp, nhưng khi đã ngộ đạo rồi thì cái đó nó ở bên trong chứ không phải ở bên ngoài và nó chính là cái Phật tánh mà ai cũng có. Ngộ Đạo quay lại hỏi Ngộ Tánh rằng:

- Sư huynh có biết tại sao ở đây họ thờ nhiều tượng Địa Tạng mà những tượng này không giống với Trung quốc và Việt Nam mình. Tại sao tượng nhỏ xíu vậy?

- Nghe đâu tiếng Nhật gọi là Ojijosama, nhưng cũng còn gọi là Omizunoko. Nghĩa là có những người đàn bà sinh con không được, bị chết sớm. Do đó họ làm những tượng Địa Tạng nhỏ như thế để cầu nguyện cho con mình được siêu thoát.

- Nhưng muốn siêu thì phải cầu Đức A-di-đà tiếp dẫn chứ sao lại Ngài Địa Tạng?

- Có lẽ họ nghĩ rằng Ngài Địa Tạng có thệ nguyện gần gũi với họ chăng.

- Theo đệ nghĩ thì có lẽ ở Nhật nhiều tông phái quá, cho nên họ chọn một vị Bồ Tát nào có đại nguyện thì họ thờ.

- Có thể là sư đệ cũng có lý, nhưng ta sẽ cố gắng tìm hiểu thêm.

Họ hiểu được rằng đạo Phật khi đi vào nước nào thì hội nhập với phong tục và tập quán của nước đó, cũng như đạo Phật ấy phải là đạo Phật của nước đó, chứ không còn là đạo Phật của Ấn Độ nữa, hoặc giả cũng không phải là của Trung Hoa hay Đại Hàn. Theo tinh thần Đại Thừa thì mỗi một nước như vậy có một cách riêng để đem đạo vào đời. Cũng ví như Thiền tại Ấn Độ thì im lặng tĩnh mịch, nhưng khi được truyền qua Trung quốc đến đời Ngài Lâm Tế thì quát mắng, đánh, hét v.v... Vậy nếu chúng ta nói cái đó không phải Thiền cũng không được. Vì Thiền đã qua nhiều giai đoạn gạn lọc và qua nhiều quốc độ khác nhau nên phải vậy.

Cũng như thế đó, Phật giáo tại Nhật, nhất là Tịnh Độ Tông dưới sự lãnh đạo của Ngài Shinran Shonin (Thân Loan Thánh Nhân) vào thế kỷ 13, nghĩa là ở Việt Nam mình thuộc vào thời nhà Trần, ở Nhật các tăng sĩ đã lập gia đình, có vợ con cưới hỏi hẳn hoi, nhưng tại Việt Nam mình mấy trăm năm sau còn không biết tại sao và cho đó là xấu. Thế nhưng việc nhập thế của Tông phái này họ lấy lý do là "tức thân thành Phật", nghĩa là thành Phật ngay trong thân này chứ không cần chờ ở vị lai, và quan niệm rằng sắc thân cũng là Phật thân, nên với họ rất tự tại vô ngại ở mọi vấn đề.

Đó có thể là quan niệm sống về Đạo và thực hành về Đạo của Phật Giáo Nhật Bản mà thôi. Dĩ nhiên nó không phải là bài học mô phạm cho những xứ Phật giáo khác. Vì mỗi nước đều có phong tục tập quán riêng của mình.

Sau khi đi chiêm bái theo các đoàn hành hương đi "tuần lễ", Ngộ Đạo và Ngộ Tánh bắt đầu tìm cách sang đảo Kyushu (Cửu Châu). Đây cũng là một trong bốn đảo lớn còn lại mà họ muốn đi. Vùng này khí hậu tương đối ấm áp và đa phần là núi. Vùng Kagoshima (Lộc Nhi Đảo) núi lửa vẫn còn đang hoạt động mạnh và họ đã tìm cách đến đó để xem. Gần đó có loại củ cải ở vùng này thật lớn, lớn không thể tưởng tượng nổi. Một củ như thế hai người khiêng không nổi. Đến đây họ cũng nhớ lại câu chuyện của Hòa Thượng củ cải trong truyện kể của người Nhật.

Ngài tu hành sống đời sống thanh đạm nơi núi thẳm rừng sâu. Vào thời xa xưa, dĩ nhiên là Nhật cũng không có những món ăn trân quý như sau này. Công việc của Ngài mỗi ngày là làm ruộng và ruộng chùa chỉ có củ cải là tốt hơn bất cứ loại hoa màu nào. Sau khi thu hoạch nhiều mùa, cải chất thành đống và bị thối, Ngài chẳng biết làm gì nên nghĩ ra cách phơi khô và muối mặn, đến mùa đông đem ra dùng. Từ đó về sau trở thành thông lệ, khi ăn củ cải muối người ta gọi là Takuwan. Đôi khi còn thêm chữ Osho vào sau để tỏ lòng tôn kính. Chữ Osho có nghĩa là Hòa Thượng, Hòa Thượng Củ Cải. Củ cải cũng được lấy tên của Ngài nữa. Do vậy mà ngày nay ai đến Nhật khi ăn củ cải muối mặn nên nhớ đến vị hòa thượng này.

Thời gian thấm thoát trôi qua, mới đó mà họ ở Nhật đã khá lâu, đã trải qua nhiều mùa xuân hạ thu đông và giờ đây cả hai người đều có thể sử dụng tiếng Nhật một cách nhuần nhuyễn và dĩ nhiên những phong tục tập quán của Nhật họ cũng đã rành. Những cái chào của họ không còn cảm thấy bị mỏi cổ như lúc ban đầu khi tàu mới cập bến tại Sapporo ở Hobkaido trong những năm trước nữa. Họ đến đâu cũng học hỏi được rất nhiều và cả hai bây giờ đều muốn quay về Việt Nam, nơi ngôi chùa Hưng Phước đầy kỷ niệm của tuổi thơ.

Trên đường về, tàu đi dọc theo eo biển của Trung Hoa rồi cuối cùng thì dừng lại ở Hải Phòng và hai người trên tuyến hải trình xa xôi ấy đã hồi tưởng lại.

Tất cả những nước đã đi qua, họ thấy rằng nước nào cũng có những vị vua và những vị thiền sư rất đặc biệt. Riêng Việt Nam mình thì Ngộ Đạo và Ngộ Tánh cũng rất hãnh diện về ba ông vua Phật tử. Một ở vào triều Lý, đó là Lý Công Uẩn. Ông Vua này sau khi lên làm vua đã là một ông vua Phật tử hiền lành, thông minh, nhưng không để lại một tư tưởng nào, do đó ngày nay khi nghiên cứu đến lịch sử khó mà có cái gì đó chắc thật để dựa vào mà phẩm bình, đa phần là tư tưởng của Thiền Sư Vạn Hạnh trong thời gian ấy. Ông vua thứ hai là Trần Thái Tông, mà đã có lần hai người đề cập đến phía trước. Tuy nhiên, đi sâu hơn nữa thì thấy ông vua Phật tử này là người khai mở triều Trần. Công việc triều chính bận rộn không biết là bao nhiêu, mà sau khi vào núi Yên Tử gặp quốc sư Phù Vân rồi và sau đó có sự can thiệp mạnh của Trần Thủ Độ mà ông phải về lại cung cấm để tiếp tục nhiếp chính. Ban ngày lo việc triều đình, ban đêm lo tụng Kinh, niệm Phật, ngồi Thiền. Quả là một ông vua khác thường so với mọi ông vua khác. Ông có soạn nhiều sách kinh để lại. Trong đó có hai quyển "Khóa Hư Lục" và "Lục Thời Sám Hối Khoa Nghi" (Sám Hối Sáu Thời Trong Ngày) là quan trọng nhất và còn lại nguyên vẹn. Do đó ta có thể thấy được tư tưởng của ông vua này rất rõ ràng.

Qua quyển "Sám Hối Sáu Thời Trong Ngày" do vua Trần Thái Tông soạn, ta thấy rằng chính vua cũng sám hối nữa, chứ không phải chỉ soạn ra cho người khác sám hối. Đó là sám hối sáu căn gồm mắt, tai, mũi, lưỡi, thân, ý. Gồm có sám hối buổi sáng, nửa buổi, buổi trưa, buổi chiều, buổi tối và khuya. Mỗi một thời như vậy có một nghi thức riêng. Đa phần không thay đổi nội dung mấy. Tuy nhiên phải nói rằng đây là một ông vua liễu đạo mới có thể chủ trương và đề xướng như thế. Khi vua đã thực tập sám hối ban ngày thì chắc rằng các quan văn võ triều đình ai ai cũng thực hành như thế cả. Đó là cái phước của nhân dân trăm họ sinh ra trong thời đó.

Ngoài ra, tác phẩm "Khóa Hư Lục" của nhà vua soạn ra theo tinh thần tánh không của Trung Quán Luận và dựa vào cái "không hai" của lý tưởng Bát-nhã, nên tác phẩm này là một tác phẩm rất độc đáo, khó có ông vua nào khác sánh bằng và ông dùng cái lý tưởng Trung Đạo trong tác phẩm này để trị dân. Vì vậy cho nên suốt trong triều Trần đã ba lần quân Nguyên Mông đến đánh phá Việt Nam chúng ta, nhưng lần nào họ cũng phải gánh lấy thất bại ê chề rồi mang quân trở về lại Trung quốc.

Tinh thần Bát-nhã của Ngài Long Thọ trong Trung Quán luận đã ảnh hưởng đến nhà vua không ít trong tác phẩm "Khóa Hư Lục". Đó là giáo nghĩa "bát bất" gồm bất tăng, bất giảm, bất thường, bất đoạn, bất khứ, bất lai, bất nhất, bất dị". Ở vào thời điểm thế kỷ 13 mà có được cái nhìn như vậy quả là một cái nhìn thực tướng đối với vạn pháp.

"Bất tăng bất giảm" cũng là tinh thần của Bát-nhã, có nghĩa là mọi sự vật, sự việc ta nhìn thấy có lên xuống, còn mất, đều là do con mắt chấp ngã, chấp tướng của mình, lấy mình làm chủ, nên mới có sự phân biệt ấy, chứ thật ra tất cả pháp thế gian hay xuất thế gian đều không tăng mà cũng không giảm.

"Bất thường bất đoạn", nghĩa là các pháp ấy luôn luôn thay đổi chứ không ở yên một chỗ, cũng không phải mất đi. Do vậy, trong Kinh Kim Cang Phật dạy rằng: "Tất cả pháp đều là Phật pháp". Cái gì là thường thì cái ấy không thuận theo sanh tử, cái gì là đoạn thì cái ấy không đúng với nhân quả. Do vậy, mọi vật trên thế gian này chỉ thay đổi và hoán chuyển vị trí để tồn tại, chứ thật ra nó không còn mà cũng chẳng mất.

"Bất khứ bất lai" cũng giống như tinh thần của Kinh Kim Cang định nghĩa là: "Như Lai giả, vô sở tùng lai, diệc vô sở khứ, cố danh Như Lai." Nghĩa là: "Như Lai chẳng từ đâu đến và cũng chẳng đi về đâu. Đó là Như Lai." Vậy thì cái gì có đến, có đi, cái ấy còn đối đãi, không phải là chân thật tướng, chân thật nghĩa của vạn pháp. Không phải hôm nay chúng ta có mặt trong cuộc đời này thì bảo rằng ta đã đến. Ngày mai ta mất đi thì bảo rằng ta đã đi. Thật ra chẳng có đi mà cũng chẳng có đến. Tất cả sự đến đi đó chỉ là những hiện tượng, mà đã là hiện tượng thì không có thật tướng. Đã không có thực tướng nghĩa là giả định. Bởi vì giả định cho nên ta thấy có đến, có đi.

"Bất nhất bất dị" là điểm sâu sắc nhất, mà trong bất cứ một loại triết học nào của Đông Tây cũng không thể sánh bằng. Đây có nghĩa là chẳng phải một mà cũng chẳng phải khác một. Nghĩa là trong cái này có cái kia và trong cái kia có cái này. Ngoài vật chất không có tinh thần, ngoài tinh thần không có vật chất. Cũng ví như lửa nằm trong củi, ngoài củi không có lửa. Bản tính của lửa là bản tính Phật, mà Phật tính ấy không trong cũng chẳng ngoài, nên gọi là không khác một.

Đây có thể là ý chính của tư tưởng Trần Thái Tông đưa vào áp dụng trong cách cai dân trị nước của Ngài. Cho nên ông gọi rằng: "Sắc thân tức thị Phật thân." Cái thân bằng da bằng thịt này tức là thân Phật. Dĩ nhiên là Phật không phải tự nhiên mà có. Sở dĩ có Phật là nhờ có sắc thân này. Do vậy mà lý luận ngoài cái này không có cái kia và ngoài cái kia không có cái này.

Đến đời vua cháu là Trần Nhân Tông đã quá chín muồi qua tư tưởng Phật học đó. Do vậy, ông vua này mới sáng lập ra một phái Thiền mới thuần túy của Việt Nam. Đó là phái thiền Trúc Lâm Yên Tử. Qua những thơ văn và bút tích còn để lại, chúng ta thấy hình tượng trong tác phẩm "Cư Trần Lạc Đạo" quả là một nhân cách sống thật tuyệt vời. Ở trong cuộc đời vẩn đục này mà vẫn vui với Đạo. Cái Đạo ấy không cần phải trốn tránh thế gian mới có được. Ông chủ trương Niệm Phật Thiền, hoặc Thiền Niệm Phật cũng là một trong những cách giải quyết vấn đề sanh tử.

Sống giữa đời sau khi đã chiến thắng quân Mông Cổ hai lần vào năm 1285 và 1287 thì ông thấy đã quá đủ để chứng kiến bao nhiêu sự thịnh suy của dân tộc và sự phù phiếm của thế gian, nên ông đã quyết nhường ngôi cho con là Trần Anh Tông, rồi lên làm Thái Thượng Hoàng. Mãi đến năm 1296 ông mới chính thức xuất gia để hoàn thành sở nguyện của mình. Vì lợi ích quốc gia, ông cũng quyết định gả con gái là Huyền Trân Công chúa, em vua Trần Anh Tông, cho vua Chiêm Thành là Chế Mân năm 1306. Nhân việc này mà Châu Ô và Châu Rí đã trở thành lãnh thổ của Việt Nam. Nếu không thì quê hương Đại Việt của chúng ta cũng không thể có được một giang sơn gấm vóc trải dài từ Bắc vô Trung rồi vào Nam như thế. Vả lại vua chúa của nước ta tuy có ảnh hưởng tinh thần tùy duyên của Đạo Phật không ít, nhưng cũng có tư tưởng thương dân như con ruột nên đã tìm cách mở mang bờ cõi về phía nam và giữ cho đất nước yên bình, không bị chiến tranh quấy nhiễu.

Rồi những triều đại tiếp tục trong lịch sử cũng thế. Một Ngọc Hân công chúa vợ của Nguyễn Huệ cũng là một bậc nữ lưu tài hoa trong bài văn tế khóc chồng, chứng tỏ rằng người đàn bà ấy bản lãnh lắm. Sau Hoàng Đế, chính là Bà. Bà đã làm đẹp mặt cho chồng và quân sĩ ở chốn sa trường khi đối đầu với mấy vạn quân Thanh.

Rồi công chúa Ngọc Vạn đã được gả về Chân Lạp nhưng khi vua chết, bà xin về ở Gia Định, rồi từ đó xây thành trấn lũy để trở thành Tây Cống và là một tiền đồn khá quan trọng ở Đàng Trong.

Vua Minh Mạng cũng có người con gái đi xuất gia tại chùa Tam Thai, núi Non Nước ở Đà Nẵng v.v...

Như thế ta có quyền kết luận là Phật Giáo Việt Nam chúng ta cũng đâu có thua kém gì so với các nước Phật Giáo lân bang. Chỉ có điều là cái tinh thần nhập thế ấy của vua chúa Việt Nam chúng ta chưa được phổ cập nhiều ra ngoại quốc đó thôi.

Cả hai người, Ngộ Đạo và Ngộ Tánh cùng đồng quan điểm là bất cứ ở thời điểm nào mọi người cũng nên học ngoại ngữ và xem đó là vấn đề quan trọng. Vì nếu ngôn ngữ không thông suốt thì chắc chắn phần bất lợi sẽ thuộc về mình. Suốt mấy năm trường lang thang trên các nước đó đây, họ đã hiểu rõ điều đó hơn ai hết. Do vậy mà họ đã có những kế hoạch cụ thể là sau khi về lại chùa xưa họ sẽ dựng lại chương trình tu học, trong đó có vấn đề trau dồi ngoại ngữ.

Cả hai cùng đi, cùng suy nghĩ và cùng bàn luận với nhau về nhiều đề tài sôi nổi như thế. Cho nên họ trở về lại làng xưa lúc nào chẳng hay biết. Bỗng đâu có một bóng người xuất hiện và chào.

- Xin hai sư huynh dừng bước.

- A-di-đà Phật! Thí chủ đây là...

- Là Vạn Tâm của năm xưa, bạn cũ của Ngọc Minh, à quên là chú... à.... phải là Thầy Ngộ Tánh chứ.

- A ha! Đi đâu mà hối hả vậy?

- Mừng quá là mừng mà cũng lo quá là lo.

- Mừng gì vậy và lo gì vậy?

- Mừng vì gặp lại hai huynh ở đây và lo là lo cho Sư Cụ Từ Tâm đã hấp hối trên chùa. Chắc là Ngài còn chờ nhị vị đó.

- Anh nói sao? Có phải... có phải... điều ấy là thật?

- Dĩ nhiên là vậy. Nhưng nào, chúng ta cùng nhanh lên, kẻo không thì trễ.

CHƯƠNG 6. NGÀY HỘI NGỘ

Sư cụ Từ Tâm càng ngày càng già yếu và cơ thể từ đó càng sa sút thấy rõ. Tuy Sư Cụ không bị bịnh hoạn gì, nhưng thân này cũng giống như một cành cây. Khi còn nhỏ thì tốt tươi, đơm bông kết trái, dâng hiến vẻ đẹp của mình cho đời thưởng ngoạn và khi về già rồi cây cũng như thân người phải đi vào giai đoạn chót của bốn tiến trình của sanh tử, đó là hoại và diệt.

Sư Cụ đã biết chắc điều đó, nên trong những ngày tháng còn lại trong đời lúc còn khỏe mạnh Sư Cụ luôn trì tụng Kinh Kim Cang, chú Đại Bi và cuối đời Sư Cụ càng niệm Phật nhiều hơn, nhất là những lúc đi đứng không được bình thường như khi còn trẻ khỏe. Sư Cụ như thế cũng đã tự hoan hỷ với chính mình, nhưng kể từ khi cho hai Thầy Ngộ Đạo và Ngộ Tánh ra đi học đạo ở các nước xa xôi, tính đến nay cũng đã hơn 10 năm rồi vẫn chưa về lại quê cũ. Do vậy Sư Cụ viết hai bức thư để lại cho hai người đệ tử xuất gia của mình như sau:

"Ngộ Tánh con!

Nay thì duyên trần thế của ta cũng sắp mãn. Ta sẽ tự tại ra đi, về hầu Phật Tổ, nhưng ta biết chắc một điều rằng dẫu con có tận lực bao nhiêu đi chăng nữa thì cái ái nghiệp vẫn còn đeo đuổi theo con một cách dai dẳng. Điều này trước khi nhận con làm đệ tử xuất gia, ta đã lưu ý đến và ngay cả trong những khi thiền định, ta quán sát về năng lực nội tại của con, ta thấy con còn phải phấn đấu nhiều hơn nữa mới được. Nếu không thì khó tránh khỏi những việc không lành có thể lụy đến thân về sau này. Đó là điều chính con và nhất là ta sẽ không bao giờ muốn như thế cả. Nhưng con nên biết, nghiệp lực của mỗi người phải do chính mình tự chuyển mà thôi, chư Phật hay các vị Bồ Tát chỉ có thể chỉ bày phương pháp cho chúng ta ra khỏi nghiệp khổ ấy, chứ các Ngài sẽ không thay thế gánh chịu tội lỗi của chúng sanh được. Con hãy nhớ rõ điều này mà ráng tự nhắc nhở trong tâm mình, lúc còn ở trong cửa chùa hay dù ở bất cứ hình thức nào khác đi chăng nữa.

Tuy ở cõi xa xăm nào đó, ta vẫn dõi mắt theo con để hỗ trợ con trong những lúc không làm chủ được chính mình.

Thầy.”

Bức thư thứ hai dài hơn và dung chứa nội dung rất chi ly về nhiều vấn đề. Sư Cụ đã viết từ trước trong khi chờ đợi Ngộ Đạo về với nội dung như sau:

“Ngộ Đạo con!

Như mới ngày nào con vẫn còn là đứa con rơi trước cửa Phật, với người mẹ đau khổ ấy chắc bà vẫn còn đau khổ trong nỗi niềm mất con, nhưng bà sẽ vui khi thấy ngày nay con đã nên người. Vì con nay đã ba mươi tuổi rồi, không còn nhỏ nữa, đã đến độ tuổi mà ở đời tất cả mọi người đều phải tự lập thân để sống. Ta hy vọng rằng có một ngày nào đó cha mẹ con sẽ có cơ hội để gặp lại con.

Phần ta thì duyên trần sắp mãn. Vì ta biết rằng mọi pháp trong thế gian này đều do sự giả hợp mà thành, do vậy chắc chắn phải có ngày tan rã. Điều này cũng giống như ta và con vậy. Nhân duyên ta gặp con và con đã trưởng thành dưới mái chùa Hưng Phước này hai mươi năm và mười năm lưu học tại xứ người, chắc hẳn rằng con đã hiểu được lẽ sắc không và sự vô thường của nhân thế. Chắc chắn không có một vật gì tồn tại mãi mãi mà không bị biến đổi bởi thời gian và năm tháng, ngoại trừ cái chơn thân. Nhưng chúng ta vốn sống trong cuộc sống hữu hạn này, phàm có ngày đến thì phải có ngày đi thôi. Đó là một định luật. Ví như con chim non khi sanh ra phải tập bay nhảy múa hót và tìm mồi để nuôi thân. Chúng hót vào mỗi sớm mai khi mặt trời gần ló dạng như để chào đón một buổi bình minh rạng rỡ và một ngày huy hoàng trong kiếp sống của chúng. Khi hót, nó chẳng biết là năm nào tháng nào ngày nào phải nghỉ hót chăng? Nhưng một sự tự nhiên không ai bảo mà chúng phải tự làm nhiệm vụ ấy. Rồi một ngày nào đó nó không hót nữa có những con chim khác hót thay thế, chứ đâu phải vì chim không hót mà vũ trụ này không còn?

Cũng có những động vật khác như chó thì hay sủa, mèo kêu vào buổi tối, không như gà gáy vào buổi sáng. Vì mỗi con thể hiện một nhiệm vụ và một đặc tính khác nhau. Đó là đặc tính của mỗi loài vậy. Dưới cái nhìn của Đức Phật và chư vị Bồ Tát, loài chúng sanh nào cũng có Phật tính cả, nhưng biết bao giờ cái Phật tính ấy mới hiển lộ nơi loài côn trùng và những động vật bé nhỏ ấy?

Ta cũng chỉ là một chúng sanh như bao nhiêu chúng sanh khác, có đến, đi, còn, mất. Do vậy, trước khi ta về với thế giới của chư Phật, ta có thư này để căn dặn con là ngôi Tổ nghiệp Sắc Tứ Hưng Phước Tự này con sẽ giữ quyền trụ trì. Còn sư huynh của con trong thời gian tới chắc chắn còn phải đối đầu với nhiều việc khác nữa về các phương diện thanh danh, tiền bạc, sắc đẹp, quyền thế v.v.. Tất cả những thứ ấy ta cũng đã trải qua và ta xem như đôi dép bỏ. Giờ đây và mai sau sẽ còn có nhiều người, trong đó cũng có con nữa. Nếu con quan niệm rằng tất cả là phương tiện để độ sanh thì con sẽ vượt qua dễ dàng. Nếu con vẫn bị nó sai sử và chìm đắm nơi ngũ dục thì suốt đời cũng chỉ làm nô lệ cho chúng mà thôi.

Trong thời gian hai con đi lưu học thì hai vị tịnh hạnh nhơn đã lần lượt quy Phật rồi. Sau khi ta đi, con nên chọn người khác để hỗ trợ việc chùa. Vì muốn cho Thiền môn hưng thịnh cả Tăng Ni và Tín đồ phải gánh vác cho cân xứng cả hai vai, ngôi chùa mới đứng vững trong lòng người Phật tử được. Như thế mới xứng danh là: Thế gian trụ trì Tam Bảo. Nếu không phải vậy ta chắc không an lạc ở cõi khác.

Thân tứ đại vốn do giả hợp mà thành, do vậy không có gì luyến tiếc cả. Sau khi thiêu, xác thân Thầy một phần đem rải xuống dưới dòng suối mà ngày xưa con đã vì thú vui của tuổi trẻ mà hành hạ những con vật ấy, để cho cát bụi trả về lại với cát bụi. Phần khác nếu các con muốn nhập tháp để thờ, ta cũng tùy hỷ thôi, không có gì trở ngại cả.

Có một điều vô cùng quan trọng ta đã ghi trong bao thư đỏ kèm theo lá thư này, con chỉ được mở ra khi mọi việc đều bế tắc, con không thể tự giải quyết một mình được. Con hãy nhớ kỹ điều này.

Tài sản của cải vốn là vật vô tri và tất cả đều là của tín thí, ta hãy sử dụng cho nó đúng mục đích làm lợi sanh thì người cúng vào họ cũng hoan hỷ. Không được vì tình riêng mà xâm phạm đến của thập phương bá tánh. Điều ấy chính giới luật cũng không cho phép, mà ta cũng chẳng vui lòng.

Người xưa thường nói: "Khi nào nắp quan tài đậy lại thì mới biết rằng ta có tu trọn kiếp được hay không?" Do vậy con hãy canh cánh bên lòng với câu Phật hiệu để có thể trợ duyên cho con trên mọi nẻo đường đời.

Ta mong rằng hai con, nhất là con, sẽ không phụ lời căn dặn sau cùng của ta là: "Phụng sự chúng sanh tức cúng dường Chư Phật."

Thầy."

Cả ba người cùng bước hối hả vào chùa thì thấy khung cảnh thật náo nhiệt và gần như hỗn loạn, vì kẻ đứng người ngồi, kẻ khóc, người lau nước mắt. Có những thanh niên trai tráng lo làm rạp, chẻ tre v.v... Nhìn tận vào trong chánh điện đèn đuốc sáng trưng cũng như bóng dáng Tăng Ni đông hơn thường lệ. Họ vào bên trong bàn Tổ thì thấy nơi đây đã thiết trí một quan tài. Họ quỳ xuống lạy ba lạy, rồi vội chạy về Phương Trượng Đường. Nơi đây, mọi người đang chí tâm tụng câu: "Nam Mô Tiếp Dẫn Đạo Sư A Di Đà Phật" thật là bi hùng và câu Phật hiệu càng cao dần cao dần với số lượng chư Tăng Ni cũng như Phật tử càng đông khi đồng hộ niệm.

Ngộ Đạo và Ngộ Tánh cũng như Vạn Tâm đã đến sát bên giường của Sư Cụ Từ Tâm đảnh lễ ba lạy và không nói được một lời nào vì quá xúc động. Sau khi biết rằng hai đệ tử xuất gia của mình đã về lại rồi, lúc bấy giờ Sư Cụ mới từ từ và gượng sức mình để mở mắt ra và hai tay đưa lên ngực chắp lại hình đóa sen, đoạn Sư Cụ buông xuống thật mạnh rồi thở một hơi dài và nhắm mắt lại một cách an lành.

Tất cả mọi người Tăng cũng như tục biết rằng giờ ấy phải đến và mọi người tự lo nhiệm vụ của mình như đã được cắt đặt trước đó trong ban tang lễ. Còn Ngộ Đạo và Ngộ Tánh trở lại phòng xưa cùng với Vạn Tâm đi sau, mang giùm hai túi xách đã nặng gánh phong sương trong suốt mười năm trường mà cả hai bên đây là lần đầu tiên gặp lại. Họ vừa vui, vừa buồn. Vui vì được gặp lại bạn xưa và buồn vì kể từ giờ phút này hình ảnh của một vị quan văn đã giũ áo từ quan, nương náu cửa Phật bây giờ không còn nữa. Họ như đàn chim tuy đã gặp lại nhau, nhưng chim mẹ không còn nữa.

Sau khi xem thơ di chúc của Sư Cụ Từ Tâm để lại, cả hai Thầy mắt đều đỏ hoe, không phải chỉ vì khóc thương kính Sư Cụ mà còn nghĩ đến hoàn cảnh của mình phải đối đầu với mọi công việc khó khăn trong những ngày tháng sắp tới. Họ vội vã bước đi về chốn Tổ Đường.

Nơi đây chư Tôn Đức Tăng Ni kẻ tụng kinh A-di-đà, người niệm Phật. Kẻ lo phận sự của mình trong vấn đề trần thiết cho buổi lễ nhập liệm và các lễ lạt khác trong vòng một tuần lễ mà kim quan của Sư Cụ được thiết trí tại đây. Không khí như một ngày hội lớn. Chương trình mỗi ngày đều có tụng kinh lễ bái, cúng trà tiến giác linh, cúng ngọ và lễ viếng v.v...

Những ngày ấy tuy nhộn nhịp, nhưng Ngộ Đạo và Ngộ Tánh vẫn an tọa hoặc đứng hầu gần bên kim quan của Sư Cụ Hòa Thượng. Ngài vừa là bậc quan văn của triều đình, vừa là một bậc Trưởng Lão của Thiền Môn. Do vậy mà các quan lớn trong triều cho đến các vị từ nhất phẩm cho đến cửu phẩm đều có mặt. Ngoài ra chư Tôn Thiền Đức trong chốn kinh kỳ đã không vắng mặt một vị nào. Chỉ trừ một số vị quan trọng sẽ đến vào giờ chót khi cung tống kim quan để làm lễ trà tì và sau đó lễ nhập bảo tháp mới có sự hiện diện của những vị quan trọng này.

Cũng có một số vị Tăng Ni đến trước kim quan lạy xong ba lạy rồi qua một bên ngồi Thiền, chứ không trì tụng các kinh bộ như những vị khác và chính lúc ấy Ngộ Đạo và Ngộ Tánh có thời gian nghĩ ngược chiều về chuyến đi tham bái học đạo trong thời gian mười năm qua, cũng như hai bức thư mà Sư Cụ đã dặn dò cho hai huynh đệ.

Ngộ Đạo thấy bài "Tọa Thiền Hòa Tán" của Ngài Bạch Ẩn Huệ Hạc (Hakuin), thiền sư của Nhật Bản, nghe ra rất thấm thía trong lúc này, nên thầm đọc trong miệng rằng:

"Chúng sanh bổn lai đã là Phật,
Nước và băng đều giống nhau.
Lìa nước thì không có băng,
Ngoài chúng sanh không có Phật.

Nơi gần nhưng chúng sanh không biết,
Chỉ lo tìm cầu ở nơi xa.
Giống như ở trong nước
Mà là bị khát
Con của nhà giàu
Mà mê vào chỗ nghèo chẳng khác
Là nguyên nhân của lục đạo luân hồi
Ta đã ngu si vào con đường tối
Đường tối tiếp theo đường tối
Đến khi nào thì xa được sanh tử
Nếu Thiền Định theo Đại Thừa
Mà còn xưng tán nữa
Bố thí trì giới Ba La Mật
Niệm Phật sám hối tu hành v.v...
Với những việc làm lành kia
Tất cả đều trở về
Công phu ngồi ấy thành một người
Nếu có tích chứa vô lượng tội
Rơi vào đường ác thú
Thì Tịnh Độ cũng chẳng xa
Chịu khó nơi pháp
Khi nghe lọt vào tai
Có người tán thán tùy hỉ
Chẳng có giới hạn nơi công đức
Huống nữa là tự mình hồi hướng
Ngay nơi tự tánh được chứng biết
Tự tánh ấy tức vô tánh
Việc ấy rời hí luận
Nhân quả nhất như đã mở cửa
Chẳng hai chẳng ba mà thẳng lối
Tướng của vô tướng là tướng
Đến đi đều chẳng có
Niệm cái vô niệm gọi là niệm
Múa và hát là tiếng của pháp

Cái không của tam muội vô ngại rộng mở
Mặt trăng của Tứ Trí viên minh sáng tỏ
Lúc ấy đâu có cần tìm cầu
Đó là tịch diệt cho nên
Chính nơi đó là nước liên hoa
Thân này chính là Phật.”

Chừng ấy lời lẽ, chừng ấy tư tưởng, chừng ấy ý chí cũng đủ nói lên được cái thoát tục, cái chứng đạo của Ngài Bạch Ẩn rồi. Vì Ngài quan niệm theo tinh thần của Đại Thừa Khởi Tín Luận và Đại Trí Độ Luận rằng: Chúng sanh vốn xưa nay đã giác ngộ rồi (bản giác), nhưng vì quên đi lối về (bất giác) và từ đó bắt đầu trôi giạt trong sanh tử (thỉ giác). Tuy biết đó, nhưng đã lỡ lầm gây tội rồi, bây giờ chỉ cần quay đầu lại thôi, nhưng đâu có đơn giản.

Họ nhìn lên những tấm trướng treo hai bên tường có tấm được dệt bốn chữ đại tự là: “Khứ Lai Tự Tại” quả là đúng ý của Sư Cụ Từ Tâm. Vì việc đến của Ngài trong thế giới này hay việc đi của Ngài khỏi thế gian này không có gì bị ràng buộc hết, nên gọi là tự tại. Mà tự tại thật, kể từ khi các chú vào chùa từ nhỏ, đặc biệt là Ngộ Đạo, cho đến nay đã 30 năm rồi, nhưng đâu có khi nào Sư Cụ nặng lời với chú đâu. Nếu muốn phạt thì Ngài dùng thân giáo, khẩu giáo và ý giáo để dạy bảo. Giống như bài học đầu đời của Ngộ Đạo khi xuống suối bắt cá vậy. Rồi lớn lên không biết bao nhiêu là chuyện lụy phiền của nhân thế cũng như việc học hỏi tu niệm, nhưng nhứt nhứt Ngài đều đã dạy rõ. Ngồi đây hồi tưởng lại chuyện xưa mà cảm thấy thấm thía làm sao.

Thoang thoảng bên tai của hai người, đâu đó tiếng Kinh Kim Cang trầm hùng bay bổng như từ không trung bay đến làm họ cảm thấy lời và ý kinh thấm vào trong từng thớ thịt.

"... Phật cáo Tu Bồ Đề! Chư Bồ Tát Ma Ha Tát ưng như thị hàng phục kỳ tâm. Sở hữu nhứt thiết chúng sanh chi loại. Nhược noãn sanh, nhược thai sanh, nhược thấp sanh, nhược hóa sanh, nhược hữu sắc, nhược vô sắc, nhược hữu tưởng, nhược vô tưởng, nhược phi hữu tưởng, nhược phi vô tưởng, ngã giai linh nhập Vô Dư Niết Bàn, nhi diệt độ chi. Như thị diệt độ, vô lượng vô số vô biên chúng sanh, thật vô chúng sanh đắc diệt độ giả. Hà dĩ cố? Tu Bồ Đề! Nhược Bồ Tát hữu ngã tướng, nhân tướng, chúng sanh tướng, thọ giả tướng, tức phi Bồ Tát..."

Khi nghe qua như vậy cả hai đều sáng ra. Rõ ràng là đã có vô lượng vô số chúng sanh, Đức Phật đã làm cho họ vào cảnh Vô Dư Niết Bàn, nhưng thật sự ra chẳng có một chúng sanh nào diệt độ cả. Vì sao vậy? Nếu Bồ Tát mà còn tướng ta, tướng người, tướng chúng sanh, tướng thọ giả, tức chẳng phải là Bồ Tát. Như thế không thể hàng phục tâm này được. Rõ ràng là nếu Bồ Tát còn chấp nơi tướng thì không còn gọi là Bồ Tát nữa. Vậy một vị Bồ Tát phải đứng trên sanh tử để ra vào tự tại chứ không thể đứng trong sanh tử để cho sanh tử chuyển xoay mình được.

Tiếp đến đoạn: *"Phật cáo Tu Bồ Đề! Phàm sở hữu tướng giai thị hư vọng, nhược kiến chư tướng phi tướng tức kiến Như Lai."*

Đoạn này cũng quá hay và quá súc tích. Phật đã dạy cho Ngài Tu Bồ Đề, cũng là gián tiếp dạy cho hai Thầy cùng với mọi người đến đưa đám của Sư Cụ rằng: *"Cái gì có hình tướng thì cái đó đều hư vọng, nếu thấy các tướng mà không phải tướng mới thấy được Như Lai."*

Tất cả mọi vật có hình tướng như cái bàn, cái ghế, cái nhà, cho đến lâu đài, cung điện, ngai vàng và ngay cả thân này, đều do các hợp tướng hợp lại, mà đã do hợp tướng tạo thành, tức nó không là thật. Đó chỉ là đồ giả mà thôi, thế mà lâu nay đa phần ta nghĩ là có thật. Chỉ có con mắt của những người giác ngộ mới nhận chân được thật tướng của các pháp không thật, lúc ấy mới thấy được chơn như. Ấy là Như Lai Tạng hay Phật tánh đâu có ở ngoài, ở trong mà ta vẫn mãi dong ruổi tìm cầu để đến khi quay lại nhận được tự tánh của mình thì lúc ấy mới thật biết rằng chơn như vốn không đến không đi, không còn, không mất.

Dưới cái nhìn của thế gian thì thấy Sư Cụ Từ Tâm có ra đi. Vì vậy cho nên đã có không biết bao nhiêu người buồn. Còn mình thì sao đây? Họ vừa buồn vừa hiểu mọi việc rõ như ban ngày, nhưng trong hiện tại họ khó làm chủ nổi chính mình. Phải cầu vào tha lực của Đức Phật A-di-đà, nên họ mãi niệm Phật để cho những tư tưởng khác khỏi xen tạp vào với lời Kinh từ trên vọng lại.

"... chư Bồ Tát Ma Ha Tát ưng như thị sanh thanh tịnh tâm, bất ưng trụ sắc sanh tâm, bất ưng trụ thanh hương vị xúc pháp sanh tâm, ưng vô sở trụ nhi sanh kỳ tâm."

Đoạn này là đoạn rất quan trọng mà Ngài Lục Tổ Huệ Năng đã ngộ được đạo và các vị Tổ khác cũng đã lần lượt ngộ cái cốt tủy của đoạn Kinh này. Kinh Kim Cang có 32 đoạn và đây là đoạn thứ 10. "Các Bồ Tát nên như thế này mà sanh tâm thanh tịnh. Đó là chẳng nên trụ vào sắc để sanh tâm, chẳng nên trụ vào thanh hương vị xúc pháp sanh tâm, mà nên sanh tâm này ở chỗ không trụ." Chỗ không trụ là chỗ nào thế? Đó là chỗ không chấp vào cái này, bỏ cái kia. Chấp có, chấp không, chấp còn, chấp mất, chấp vào sự hiện hữu của hình tướng, sự mất đi của thế giới v.v... Tất cả đều bị cái chấp và lấy cái ngã của mình làm chủ nên mới sinh ra như vậy. Nếu Bồ Tát sanh cái tâm không chỗ sanh thì Bồ Tát chẳng trụ vào đâu để mà đến đi còn mất cả. Đó mới chính là thực tướng của Bồ Tát.

Khi nghe đến đoạn: *"Sở dĩ giả hà? Ngã tướng tức thị*

phi tướng, nhơn tướng, chúng sanh tướng, thọ giả tướng, tức thị phi tướng. Hà dĩ cố? Ly nhứt thiết chư tướng tức danh chư Phật."

Đúng đây là chỗ khúc mắc mà một hành giả đi vào đời phải rõ biết. Tướng của ta hay tướng thuộc về ta đều chẳng phải là tướng, tướng của người, tướng của chúng sanh, tướng thọ giả cũng chẳng phải là tướng. Vì sao vậy? Vì lìa tất cả tướng ấy mới gọi là Chư Phật. Vậy Chư Phật là những vị đã lìa khỏi sanh tử, lìa khỏi chấp trước. Còn chúng ta thì hoàn toàn ngược lại. Do vậy chúng ta vẫn còn là chúng sanh, chứ chưa được gọi là Phật. Mặc dầu trong ta đã có Phật tánh sẵn rồi, nhưng chúng ta chưa nhận ra sự thật ấy.

Sự thật ấy như Ngài Bạch Ẩn đã nói trong Tọa Thiền Hòa Tán là: *"Nước và băng đều giống nhau và lìa nước không có băng."* Vậy thì băng từ nước mà có. Giữa nước và băng giống nhau một tánh. Đó là tánh ướt, mà tánh này là tánh Phật, giữa Phật và chúng sanh đều có, nhưng Phật đã thành Phật. Còn chúng sanh vẫn là chúng sanh. Vì chúng ta chưa nhận chân được vị Phật chân chánh của mỗi chúng ta tự có.

"Tu Bồ Đề! Nhược Bồ Tát thông đạt vô ngã pháp giả, Như Lai thuyết danh chơn thị Bồ Tát."

Nếu là Bồ Tát thì phải thông đạt pháp vô ngã. Cho nên Đức Như Lai nói đó mới chính là Bồ Tát. Bồ Tát là vị đã vì sự lợi lạc của chúng sanh mà vào đời để độ sanh, nhưng không vì thế mà bị đời làm lay chuyển. Trong khi độ sanh đó, thấy mình chẳng phải là người độ và chẳng thấy kẻ được độ, đó mới chính là sự độ sanh đúng nghĩa. Vì Bồ Tát khi độ như thế không đứng trên quan điểm hữu ngã, mà tất cả chỉ là tinh thần vô ngã. Khi Bồ Tát đã hiểu như thế rồi mới được Chư Phật thừa nhận là một vị Bồ Tát chơn thật.

"Sở dĩ giả hà? Tu Bồ Đề! Quá khứ tâm bất khả đắc, hiện tại tâm bất khả đắc, vị lai tâm bất khả đắc."

Vì Phật dạy rằng tất cả tâm chẳng phải là tâm thì đó mới gọi là tâm, mà cái tâm ấy trong quá khứ ta đã chẳng dừng nghỉ, hiện tại tâm ấy cũng chẳng được. Còn vị lai thay đổi trong từng sát-na sanh diệt, vậy thì cái gì gọi là tâm? Sở dĩ gọi là tâm, ấy chẳng qua là phương tiện nhắm đến cái trạng thái không thấy và không nắm bắt sờ mó được, nhưng dùng hình ảnh để ví dụ thì khó có cái trừu tượng, do vậy phải dùng phương pháp duyên khởi và vô tướng để ví dụ cho dễ hiểu vậy.

Ở đoạn thứ 26 có bài kệ mà hai thầy đã nghe là:

"Nhược dĩ sắc kiến ngã,
Dĩ âm thanh cầu ngã.
Thị nhơn hành tà đạo,
Bất năng kiến Như Lai."

Rõ ràng là:

"Ai dùng sắc để thấy ta,
Dùng âm thanh để cầu ta.
Kẻ ấy hành việc tà,
Chẳng thể thấy Như Lai."

Vậy muốn thấy được chân thật tướng của Như Lai phải vượt lên trên tất cả hình tướng, âm thanh, đối đãi v.v... Nếu vin vào một cái gì đó thì chắc rằng hỏng hết đại sự rồi.

"Hà dĩ cố? Nhược thế giới thật hữu giả tức thị nhứt hợp tướng. Như Lai thuyết nhứt hợp tướng tức phi nhứt hợp tướng, thị danh nhứt hợp tướng."

Đoạn này ý nói: "Vì sao vậy? Nếu thế giới là thật có, tức là một hợp tướng. Đây có tên là một hợp tướng." Như vậy thì ngay cả thế giới này, nào sơn hà đại địa, con người, loài vật, cây cỏ và không những chỉ ở đây mà còn trong đại thiên thế giới lớn nhỏ khác nữa, tuy có đó, nhưng thật tế là không có. Vì sao vậy? Vì nó là một hợp tướng. Nói như trong Luận A-tỳ-đàm, Phật đã chỉ rõ về sự hình thành của thế giới này và dẫu cho vũ trụ có bao la, thời gian có vô cùng đi chăng nữa, tất cả cũng chỉ là một hợp tướng mà thôi. Hợp tướng ấy do đất, nước, gió, lửa tụ lại mà thành. Nếu thiếu một nhân duyên nào đó, hợp tướng kia sẽ tan rã. Do vậy mà không có gì chắc thật cả. Ngay cả thân tứ đại này cũng thế thôi. Hôm nay Ngài còn nằm đây để nghe người ta đến cầu nguyện và chúc tụng, nhưng ngày mai đây khi ngọn lửa hồng đến thì thân này cũng chẳng còn gì. Rõ ràng là một hợp tướng. Do vậy mà Đức Phật dạy rằng cái hợp tướng ấy chẳng phải là một hợp tướng, thế nên có tên là một hợp tướng. Vì hợp tướng ấy không thật.

Cũng giống như thân người, thân muôn vật vậy. Vì còn trong vòng đối đãi cho nên ta thấy có tốt xấu, trẻ già, nhưng nếu chúng ta quán triệt được lẽ vô thường của kiếp nhân sinh và cái hợp tướng không thật đó, ta sẽ hiểu được tự tánh của chính mình.

Đoạn cuối cùng của Kinh Kim Cang có bốn câu rất là siêu việt mà ai trong chúng ta khi nghe qua cũng phải thức tỉnh một cách nhanh chóng để trở về với thực tại.

Kinh rằng:

"Nhứt thiết hữu vi pháp,
Như mộng huyễn bào ảnh.
Như lộ diệc như điển,
Ưng tác như thị quán."

Nghĩa là:

"Nên quán như thế này,
Tất cả pháp hữu vi.
Như mộng và như huyễn,
Như sương lại như điện."

Hiểu được như thế là rõ biết nội dung của Kinh Kim Cang Phật muốn dạy điều gì cho chúng ta. Vì chúng ta biết rằng phàm cái gì có hình tướng, tức là các pháp hữu vi, đều giống như mộng huyễn và ảo ảnh. Tuy có đó, nhưng trên thực tế là không. Vì lẽ thực tướng của vạn pháp là không. Cái không ấy cũng giống như sương mai trên đầu ngọn cỏ. Có đó rồi mất đó, đẹp như hạt ngọc đó, nhưng khi ánh thái dương ló dạng nó lại tan đi ngay. Thân này cũng giống như dòng điện. Hợp thì tạo thành ánh sáng, âm thanh. Không hợp thì không tạo thành hình tướng. Chỉ đơn giản thế và thực tướng của nó là không. Nhưng nào ai có thể rõ biết được?

Nếu quán được như vậy và đem sự hiểu biết này để đi truyền dạy cho người khác cùng biết thì công đức này lớn hơn công đức đem vàng bạc của báu và ngay cả thân mạng này đi bố thí suốt năm tháng ngày giờ cũng không sánh được với công đức hoằng pháp kia, dù chỉ một phần trong trăm, ngàn, vạn ức phần. Do vậy mà việc trì Kinh, hiểu Kinh rồi biên chép, giảng nói cho người khác cùng hiểu để được giải thoát và trở về lại với cái ta chân thật của mình mới chính là cách tu học đúng đắn nhất của người Phật Tử.

Sau khi nghe nội dung của Kinh Kim Cang xong, có lẽ do chư Thiên hay chư vị Bồ Tát đọc, cả hai người đều cảm nhận được, nhưng rất nhanh, thời gian có thể chỉ trong sát-na mà xem ra dài lâu lắm. Ngộ Đạo nhìn lên bàn thờ của Sư Cụ thấy một tuần nhang đã mãn. Có nghĩa là ít nhất cũng đã hơn một tiếng đồng hồ rồi và trong một tiếng đồng hồ đó có biết bao nhiêu người qua lại cũng như đối mặt với hai thầy. Vì lâu nay họ cũng muốn biết công phu tu niệm của hai thầy ra sao và rồi đây một trong hai thầy sẽ là kế vị trụ trì của ngôi Sắc Tứ Hưng Phước Tự này.

Ba cánh cửa tam quan đều được mở rộng để cung nghinh chư Tôn Đức Tăng-già và đặc biệt hôm nay có đương kim Thánh Thượng sẽ giáng lâm cùng với các quan văn võ của triều đình để tham dự lễ hỏa thiêu của Sư Cụ Từ Tâm và sắc phong đạo hiệu. Do vậy mà ai cũng tỏ ra nghiêm trọng và lo lắng. Nhất là những quân tuần canh quanh chùa. Họ chỉ muốn làm tròn bổn phận của họ, nhưng họ cũng không tha thứ cho ai hết. Nếu có việc gì bất trắc xảy ra, họ biết phải làm sao?

Một đoàn ngự giá nào xe, nào ngựa, nào quan quân, cờ lọng rợp cả một vùng núi non của Hưng Phước Tự hôm ấy. Từ xa xa đã nghe những tiếng hô vang dội: Thánh Thượng vạn tuế, vạn vạn tuế. Thế là chữ tuế này nối tiếp chữ tuế kia vang dội mãi cho đến cổng chùa. Nơi nào nhà vua đi qua thì bàng dân thiên hạ đều quỳ mọp xuống, chỉ trừ những người xuất gia là không thực hiện nghi lễ ấy mà thôi. Họ chỉ hơi cúi người xuống để chào một vị "dân chi phụ mẫu" rồi ngẩng lên ngay.

Đến cổng tam quan, nhà vua xuống ngựa và đi bộ ngay vào chánh điện lễ Phật và sau đó vào Tổ Đường để thăm viếng kim quan của Hòa Thượng Từ Tâm. Nhà Vua đứng lặng yên hồi lâu chẳng nói lời nào rồi ra hiệu cho bộ lễ mang lễ vật ra để phúng điếu. Sau đó, một vị quan văn mở phong hàm ra và quỳ xuống trước bàn thờ Tổ trịnh trọng đọc:

"Đại Nam quốc Đương Triều Hoàng Đế sắc phong Đạo hiệu: 'Từ Lâm Tế Chánh Tông Tam thập bát thế húy thượng Từ hạ Tâm, tự Giác Ngộ, hiệu Hưng Quốc Quốc Sư Hòa Thượng tọa hạ liên tòa."

Đoạn trao giấy sắc phong ấy cho Thầy Ngộ Đạo và hai vị cúi đầu thi lễ Đức Vua cũng như Hoàng Hậu và bá quan văn võ triều đình.

Hôm nay Công nương Mỹ Lệ, con quan Tể Tướng cũng có mặt. Nàng nhìn chăm chăm về phía trước và hiểu ra rằng Ngộ Đạo sẽ là vị trụ trì kế nhiệm tương lai, thế là trong dạ nàng mừng thầm. Còn Ngộ Tánh như đờ người ra vì đã xa hình bóng cũ hơn mười năm rồi mà trông nàng vẫn còn xinh đẹp như xưa. Quả là trái đất vẫn tròn. Nhưng hội ngộ trong khung cảnh tang tóc như thế này thì quả rằng khó nói lắm.

Sau khi đi chùa về cách đây mười năm về trước, nàng cảm nặng. Đó là cảm tình chứ không phải là cảm nắng hay sương như cha mẹ nàng nghĩ. Thế rồi mọi việc cũng đã qua, nhưng hôm nay nàng Mỹ Lệ cố ý đi đưa tiễn kim quan của Sư Cụ Từ Tâm vì trên thực tế nàng muốn gặp mặt người mình thương, đó là Thầy Ngộ Đạo. Qua sự khuyên giải của mẹ cha rồi nàng cũng nguôi đi, nhưng bây giờ gặp lại người xưa mặt đối mặt thì bao nhiêu nổi tơ vò lại xốn xang trong lòng nàng, chẳng biết diễn tả như thế nào trong bối cảnh này nữa.

Một nhịp đập khác của con tim bị rối loạn. Đó chính là của Ngộ Tánh. Mặc dầu Ngộ Tánh cũng đã nghe Tứ Thiên Vương trì Kinh Kim Cang xong, nhưng bây giờ những câu Kinh ấy đã bay bổng đi đâu hết rồi. Trong khi đó, Ngộ Đạo nét mặt vẫn điềm nhiên và Thầy quán lại bốn câu kệ rằng:

"Nhược dĩ sắc kiến ngã,
Dĩ âm thanh cầu ngã,
Thị nhơn hành tà đạo,
Bất năng kiến Như Lai."

Và:

"Như Lai giả, vô sở tùng lai, diệc vô sở khứ, cố danh Như Lai."

Chỉ chừng ấy thôi cũng đã giúp cho Ngộ Đạo rõ được lý vô thường rồi và cũng làm cho Thầy an tâm để gìn giữ Như

Lai chơn thật tướng của mình. Trong khi đó, nếu lúc ấy có ai nhìn trộm được mặt của tiểu thư thì chắc rằng cũng đã thấy được những cử chỉ vụng về của tiểu thư lúc ấy.

Từ xa xa cách chỗ kim quan của Sư Cụ có một người đàn bà mang dáng dấp là một mệnh phụ phu nhân, trông rất đài các và đứng đắn, trạc tuổi chừng năm mươi, thỉnh thoảng lại đưa mắt nhìn Ngộ Đạo với một cái nhìn đặc biệt, nửa như van xin nài nỉ, nửa như muốn nói một điều gì đó mà chẳng phát biểu được trong lúc này. Rồi lại thôi không nhìn nữa, nhưng thỉnh thoảng người đàn bà ấy vẫn có một cái nhìn thật là thiện cảm. Không phải là cái nhìn bình thường mà trong cái nhìn ấy còn ẩn chứa một cái gì đó nữa.

Thế rồi giờ di quan đã đến và cỗ kim quan từ từ được di chuyển ra giàn hỏa thiêu nhân tạo gần đó. Trong khi chư Tăng tụng sám Khể thủ, Ngộ Đạo và Ngộ Tánh cố nhặt những viên xá-lợi óng ánh của Sư Cụ cho vào lọ sành mang qua bảo tháp Vạn Thọ để nhập tháp.

Văng vẳng đâu đây bên tai hai Thầy những câu tụng giọng trầm bổng của chư Tăng như sau:

"... Ngã cập chúng sanh, khoáng kiếp chí kim, mê bổn tịnh tâm, túng tham sân si, nhiễm uế tam nghiệp, vô lượng vô biên, sở kết tội cấu, vô lượng vô biên, sở kết oan nghiệp, nguyện tất tiêu diệt, tùng ư kim nhật, lập thâm thệ nguyện, viễn ly ác pháp, thề bất cánh tạo, cần tu Thánh đạo, thệ bất thối đọa, thệ thành Chánh giác, thệ độ chúng sanh..."

Cốc... cốc, cốc... boong... cứ theo từng nhịp mõ lời Kinh như thế, bài sám Khể thủ như là bài sám cho chính mình, cho hai người đệ tử của Sư Cụ Từ Tâm. Bởi chính vì mình từ trong vô lượng kiếp đến nay cái gốc của mê mờ nằm nơi tâm thanh tịnh này là do tham sân si làm cho ba nghiệp nhiễm lây. Rồi không biết bao nhiêu là việc làm tội lỗi, cũng không biết bao nhiêu là oan khiên nghiệp chướng trong bao nhiêu đời trói buộc vào nhau... Con nguyện được tiêu hết và bắt đầu từ ngày hôm nay con với thân này tự nguyện rằng: Xa lìa tất cả các pháp ác và thề chẳng tạo nên, siêng tu con đường Thánh và thệ nguyện không bị đọa lạc và mong thành Chánh giác để cứu khổ chúng sanh. Đúng là lời thệ nguyện của các vị Bồ Tát. Ta đã làm gì để độ sanh chưa? Và bao giờ thì ta có thể độ sanh được? Và ai là chúng sanh mà ta phải độ trước?

Cánh cửa tháp Vạn Thọ đã được mở ra và đặc biệt Ngộ Đạo chỉ một mình nâng cao bình tro xá-lợi thành kính đưa vào bên trong bệ thờ, đoạn quỳ xuống lạy ba lạy. Trong khi bên ngoài câu niệm “Nam Mô Tiếp Dẫn Đạo Sư A Di Đà Phật” vẫn còn vang dội khắp núi đồi.

Bây giờ, các Phật Tử quỳ xuống dâng hương hoa và lễ lạy cúng dường. Đức Vua và Hoàng Hậu là người đứng trước tháp và cũng là người ra sau cùng nhất. Vì Vua muốn chiêm nghiệm lại cuộc đời mình cũng như nghi lễ tống táng hôm nay. Ngài không nói gì nhiều mà khi nhìn nét mặt chỉ thấy Ngài ra dáng đăm chiêu suy nghĩ. Có lẽ về một vấn đề gì đó của triều đình chăng? Hay vì lẽ vô thường của diệt sinh sinh diệt?

Phần tro còn lại, theo lời Sư Cụ dặn trong di chúc, Ngộ Tánh mang xuống dòng suối và cùng với các Phật tử khác tụng chú Vãng sanh để rải tro ấy và cầu nguyện cho giác linh của Ngài được cao đăng Phật quốc.

Sau lễ tống táng hôm đó, chư Tăng và triều đình mọi người lần lượt ra về, chỉ còn lại một số người làm công quả và chư Tăng trong môn phái ở lại để làm lễ trí giác linh.

Ngộ Đạo mang Long Vị của Sư Cụ mình đặt lên trên bàn hương án phía trước bàn thờ Tổ cùng di ảnh. Trong khi đó, Ngộ Tánh lo bưng bát nhang của Sư Cụ để vào ngay trước Long Vị, đoạn sụp xuống lạy ba lạy và trở ra ngoài để chuẩn bị làm lễ an linh.

Tiếp theo, chư Tăng tán bài:

"Nhứt bát thiên gia phạn,
Cô thân vạn lý du,
Kỳ vi sanh tử sự,
Thuyết pháp độ xuân thu."

Nghĩa là:

"Một bát, cơm ngàn nhà,
Một thân, muôn dặm xa,
Chỉ vì sự sanh tử,
Thuyết pháp độ người qua."

Lúc ấy, cả hai người nghe qua đều cảm thấy quả thật tuyệt vời và vi diệu. Chưa bao giờ lời văn và ý tứ của những câu kệ này đập vào tai, vào đầu, vào mắt, vào tâm của Ngộ Đạo và Ngộ Tánh mạnh mẽ như hôm nay và nó khắc khoải làm sao, khó diễn tả được hết. Nghe bài tán này khiến họ nhớ đến mười năm lưu lạc tại xứ người. Nào Ấn Độ, Népal, Bhutan, Tây Tạng, rồi Trung Hoa, Đại Hàn, Nhật Bản. Chừng ấy bước đi, chừng ấy nẻo đường trần và chỉ một mình cô thân lẻ bóng nơi những khung trời xa lạ ấy, có ai biết đến mình và mình cũng đâu biết đến ai, để ngày hôm nay về lại đây một chuyện não lòng chẳng chờ đợi mà đã đến.

Nhưng cuối cùng rồi cũng phải nối bước của Sư Phụ để hoằng pháp lợi sanh và cũng phải làm sao để chấn hưng Thiền Phái Lâm Tế càng ngày càng được rạng rỡ hơn. Sư Cụ dầu ở cảnh giới nào đó, khi Ngài nghĩ về hai người đệ tử chắc Ngài sẽ gật đầu như tán dương những việc làm hữu ích ấy.

Mọi người đã rời khỏi Tổ Đường, chỉ còn lại một người duy nhất. Đó là một mệnh phụ với cái nhìn Thầy Ngộ Đạo một cách chăm chăm hôm trước. Bà ta quỳ lên sụp xuống không biết bao nhiêu lần và nước mắt lưng tròng. Chẳng biết bà ta khấn gì và cầu gì, nhưng trông có vẻ hối hận lắm. Không lẽ nào việc nhà của bà khó khăn đến thế sao? Đến cầu giác linh Sư Cụ giúp đỡ? Hoặc giả bà có chuyện gì thầm kín chẳng thổ lộ cho ai nghe được mà chỉ có lúc này bà ấy mới có thể tỏ bày được.

Khi Ngộ Đạo hỏi mấy người làm công quả trong chùa xem bà là ai thì chỉ có cái lắc đầu đáp lễ và có người bàn vào.

- Mô Phật, bạch Thầy! Người đàn bà ấy có lẽ không ở vùng này, mà ở tận chốn kinh kỳ kia?

- Sao đạo hữu biết?

- Mô Phật, bạch Thầy! Trông dáng ăn mặc và cách đi đứng thì đủ rõ. Đúng là một mệnh phụ phu nhân.

- Đạo hữu có từng thấy bà ấy đến chùa mình chăng?

- Chẳng bao giờ. Hôm nay là lần đầu tiên thấy bà xuất hiện.

Sau khi lễ Tổ xong bà mệnh phụ ấy xuống nhà trù, có ý muốn gặp Thầy tân trụ trì nên nhờ người trong chùa vào thưa. Thầy đồng ý và đây là sở nguyện của bà:

- Mô Phật bạch Thầy! Tôi... tôi... con... là Thanh Tịnh, Phật tử của chùa này, nhưng vì công chuyện làm ăn ở xa nên ít có cơ hội về chùa. Hôm nay nhân về đưa tang Sư Cụ, tôi... tôi... con... xin đường đột muốn gặp Thầy và mong Thầy giúp cho một việc...

- Mô Phật! Đạo hữu cứ trình bày.

- Thưa Thầy! Con thực sự ra từ nhỏ đến lớn vẫn ở một mình, nhưng bây giờ kể ra tuổi cũng già rồi, muốn vào nương náu cửa Phật để sớm chuông chiều kệ và làm công quả thay thế cho hai vị tịnh hạnh nhơn vừa mới qua đời.

- Sao đạo hữu biết rõ việc chùa như vậy?

- Mô Phật! Tuy con ở xa, nhưng việc chùa này con vẫn dõi mắt từ lâu. Vì con cũng có tâm nguyện như thế đã lâu lắm rồi.

- Nhưng còn chồng và con của đạo hữu?

- Con không có chồng, nhưng cũng có một mụn con.

- Bây giờ đã ra sao rồi?

- Đứa con ấy đã ra đi xa lắm rồi, nên con tự chọn cho con một con đường.

- Thế cũng tốt, nhưng xin đợi tôi bàn lại với sư huynh tôi.

- Mô Phật! Cảm tạ tấm lòng từ bi của Thầy.

Sau đó, bà Thanh Tịnh về nhà trù ngồi chờ kết quả việc Thầy Ngộ Đạo đi bàn với Thầy Ngộ Tánh xem có nên thâu nhận thêm một người nữa để cho họ có bạn khi ở chùa, vì đó cũng là dụng ý trước đây của Sư Cụ. Sau khi bàn tính với nhau xong, Thầy Ngộ Đạo xuống nhà trù và bảo:

- Tôi thấy hình như đạo hữu không phải là người có thể làm những công việc nặng nhọc?

- Bạch Thầy, nỗi nhọc nhằn nào con cũng có thể chịu được hết. Miễn sao quý Thầy cho con được toại nguyện là tuổi già còn lại được ở chùa này để sớm hôm Kinh kệ và phụng dưỡng quý Thầy thì con toại nguyện lắm rồi.

- Mô Phật! Cửa Phật vốn từ bi. Xin đạo hữu cứ tự nhiên về nhà thu xếp việc riêng, sau đó dọn vào chùa ở nơi nhà trù này, phía sau hậu liêu cùng với một bà vãi khác nữa.

- Mô Phật. Xin đa tạ Thầy. Con xin vâng.

Người đàn bà ấy như mừng rỡ lắm và trên nét mặt bà ta trông càng rạng rỡ hơn khi được Thầy Tân Trụ Trì chấp nhận để bà trở thành một tịnh hạnh nhơn của ngôi chùa Sắc Tứ Hưng Phước Tự này.

CHƯƠNG 7. TÌNH NƠI SƠN TỰ

Mới tờ mờ sớm, trước cổng tam quan chùa Hưng Phước đã có bóng dáng của một nữ tỳ, đi qua đi lại nhiều lần, như có ý vào, nhưng cửa tam quan còn khóa chặt. Vả lại, thời Công phu sáng chưa dứt nên không một ai trong những tịnh hạnh nhơn ở chùa làm công việc thường ngày nơi ấy cả. Cũng may là hôm nay Thầy Ngộ Đạo đi Phật sự xa, cả hai ngày nữa mới về, nên Thầy Ngộ Tánh có nhiệm vụ phải đi quanh chùa để xem xét một vài việc thì bỗng nhiên có tiếng từ ngoài cổng tam quan vọng vào.

- Thầy có phải là Thầy Ngộ Đạo không? Cô con bảo con lên đây sớm để trao cái thư này cho Thầy.

- A Di Đà Phật. Thầy...

- Thôi, cảm ơn Thầy, con về kẻo cô con mong.

Ngộ Tánh nhìn ngoài phong thơ thấy tên người nhận không phải là mình, nhưng nghĩ rằng biết đâu nàng đã đề lộn tên. Ban đầu Ngộ Tánh cũng không có ý mở thư ra xem, nhưng thấy nôn nao quá và hy vọng là tiểu thư Mỹ Lệ viết lộn tên Ngộ Tánh thành Ngộ Đạo chăng? Thế rồi Ngộ Tánh cẩn thận khép cổng tam quan lại và bước thẳng vào phòng riêng của mình và mở thư ra đọc:

Phước Lộc Gia Trang ngày... tháng... năm...

Thư gởi thăm Thầy Ngộ Đạo

Nam Mô A Di Đà Phật

Thưa Thầy!

Quả là một sự đường đột, nhưng chẳng còn cách nào hơn là qua bức thư này Thầy sẽ hiểu lòng của tiện nữ hơn. Mong Thầy đại xá.

Nguyên là cách đây chừng hơn mười lăm năm về trước, tiện nữ lên chùa cầu nguyện cho mẫu thân và đã vô tình gặp được Thầy thuở đó. Thế rồi tiện nữ về nhà đau ốm liên miên, biếng ăn mất ngủ vì nhớ đến Thầy, nhưng rồi qua những lời khuyên giải của mẫu thân và nhất là của phụ thân, tiện nữ đã từ bỏ ý định xấu ấy. Vì lẽ nếu không giúp cho một người xuất gia học đạo đi thẳng đến bờ giác thì thôi, đằng này còn kéo lôi người xuất trần thượng sĩ về lại với thế gian là điều tội lỗi. Tiện nữ biết rõ điều đó, vì trong Kinh và Luật Phật đã dạy rất rõ. Thế nhưng khi thời gian trôi qua, tiện nữ tưởng rằng đã quên đi hết, không ngờ hôm đi dự lễ cung tống kim quan của Sư Cụ Từ Tâm hỏa thiêu và nhập tháp, tiện nữ đã gặp lại được Thầy. Lại một lần nữa con tim của tiện nữ đã vỡ ra từng khối và nhiều nhịp đập không đều, như báo hiệu rằng sự có mặt của Thầy trong cuộc đời này của tiện nữ là cần thiết, nhưng biết làm sao đây? Khi lý trí thì nói như thế này mà con tim thì không làm chủ được. Mong Thầy cứu vớt một chúng sanh trong muôn ngàn chúng sanh khác đang chờ bàn tay tế độ của Thầy.

Mong rằng sẽ có tin sớm từ Thầy.

Mỹ Lệ

Đọc xong bức thư Ngộ Tánh đổ mồ hôi. Không ngờ sư đệ lại có người đẹp để ý đến. Còn ta vốn đã để ý đến nàng từ lâu, nhưng nàng vẫn chẳng để ý đến ta. Quả là việc chẳng bình thường. Nhưng bây giờ ta phải làm sao? Đã lỡ xem thơ của Ngộ Đạo và còn vài bữa nữa Ngộ Đạo mới về, thôi thì một liều ba bảy cũng liều, ta thay Ngộ Đạo viết thư trả lời Mỹ Lệ và bên dưới ký tên Ngộ Đạo cũng chẳng sao cả. Nghĩ là làm ngay, Ngộ Tánh ngồi vào bàn viết suy nghĩ và viết như sau:

Sắc Tứ Hưng Phước Tự, ngày... tháng... năm....
Thư gởi cô Mỹ Lệ
Nam Mô A Di Đà Phật

Thưa cô!

Chắc cô lầm người rồi đó. Thật ra sư huynh của tôi là Thầy Ngộ Tánh kia mới có ý được liên hệ với cô, chứ còn tôi là bậc vô danh tiểu tốt, không phải là một nho sinh nho nhã như Ngọc Minh thuở trước và bây giờ là Ngộ Tánh đó. Xin cô hãy xem kỹ lại tên và người kẻo mà có tội. Mô Phật!

Ngộ Đạo.

Ngộ Tánh dàn xếp chuyện thật là nhanh lẹ và đã cho người đem thơ đến Phước Lộc gia trang rồi chờ thơ hồi âm của Tiểu thư Mỹ Lệ trong từng ngày từng giờ. Nhiều lúc Ngộ Tánh sợ chuyện này bại lộ, lỡ mà sư đệ biết thì mình còn mặt mũi nào làm sư huynh. Nhưng sư đệ đâu có bao giờ để ý đến việc đó đâu, nên ta viết thơ trả lời như vậy cũng phải. Ngộ Tánh suy nghĩ như vậy và cố ý chờ trông.

Hôm sau, có một con nhạn từ trên không trung bay xuống đậu trước sân chùa và trên mình nhạn có mang theo một lá thơ. Ngộ Tánh từ trong chánh điện bước ra vội vàng đến chỗ nhạn để gỡ thơ, vội vàng đọc và trả nhạn về với chủ của nó.

Phước Lộc Gia Trang ngày... tháng... năm...
A Di Đà Phật
Thưa Thầy Ngộ Đạo

Thật sự ra việc tình yêu nam nữ trai gái là nhân duyên giữa hai người với nhau. Chứ đâu phải đem duyên này ép cho người khác được. Mỹ Lệ này chỉ một lòng nhớ đến một người và người đó là Ngộ Đạo chứ không phải là Ngộ Tánh. Xin Thầy đừng làm cho tiện nữ này thất vọng.

Mỹ Lệ

Đọc xong tin thư lại một lần nữa, Ngộ Tánh toát mồ hôi và nghĩ rằng thôi chuyện này nên giữ kín là xong. Cũng ví như là sư đệ mình chẳng biết gì cả, có sao đâu mà lo lắng. Tuy nhiên dẫu Ngộ Đạo không biết, nhưng Long Thần Hộ Pháp ở chùa hẳn phải rõ đấy biết. Các ngài còn biết rõ Ngộ Tánh có ý gì và muốn gì nữa kìa. Hôm sau, Ngộ Tánh nằm mơ thấy giấc mơ lạ như sau:

"Ngộ Tánh cưới một người con gái để làm vợ và để báo thù thì đúng hơn. Vì tình yêu không được đáp ứng. Thế rồi vợ chồng vẫn sinh hoạt chung với nhau được hai mặt con. Một trai một gái. Nhưng chàng vốn là một thư sinh chẳng bao giờ động đến cuốc cày và công việc đồng áng. Cứ *"dài lưng tốn vải, ăn no lại nằm"*. Tất cả đều chỉ trông chờ vào vợ. Thế là hạnh phúc gia đình từ từ tan vỡ. Chàng dạy con, con không nghe, khuyên vợ, vợ cãi lại. Cả một cảnh sống nheo nhóc khổ sở và hai người chẳng ai hiểu nhau, khiến chàng bực bội muốn tìm cách quyên sinh để khỏi phải gặp người vợ và người mình thương cũ, chỉ vì sự xấu hổ. Khi chàng nhảy xuống sông tự tử cũng chính là lúc chàng la lớn lên và trở về với thực tại là đã chẳng hề rơi xuống nước mà vẫn còn nằm trên giường, la ú ớ sau một giấc mơ dài.

Mấy ngày sau, Ngộ Đạo về lại chùa, trên gương mặt hiện lên vẻ vui tươi, vì Thầy đã đi khắp nơi trong chốn kinh kỳ để tạ lễ chư Tôn Đức, sau khi lễ cung tống Kim Quan của Sư Cụ Từ Tâm hỏa thiêu và nhập bảo tháp trong mấy ngày trước đó. Đi đến đâu Ngộ Đạo cũng được chư sơn Trưởng Lão tán thán vô cùng. Vì Ngộ Đạo so ra chữ nghĩa Thánh Hiền ít hơn Ngộ Tánh, nhưng đạo phong thì sáng chói như núi Thái Sơn. Vì vậy mà Sư Cụ Từ Tâm chọn người trụ trì kế nghiệp cho ngôi Sắc Tứ Hưng Phước Tự như thế quả xứng đáng vô cùng. Nghe bao nhiêu lời khen như thế Ngộ Đạo cũng dạ dạ vâng vâng cho xong chuyện và nhiều khi còn khiêm nhường không dám trình bày lại quan điểm của mình nữa, khiến cho các bậc Trưởng Lão lại càng hài lòng hơn về cung cách của một vị Tân Trụ Trì như thế.

Cứ mỗi tuần sau đó là một lễ cúng thất và cúng cho đến 49 ngày, tổng cộng bảy lần. Mỗi lần như vậy, Tân Trụ Trì Thích Ngộ Đạo đã cùng với các tịnh hạnh nhơn và các Phật tử tổ chức chu đáo những mâm cơm cúng Tổ, cúng Giác Linh, các Hương Linh và đặc biệt là lễ Trai Tăng nữa. Thật là đầy đủ ý nghĩa trong cách báo ân báo hiếu ấy. Thầy làm việc này không phải vì để tránh tiếng bấc tiếng chì của thế gian, mà làm như thế cốt cho Phật tử tại gia cũng có thể noi theo đó mà tổ chức lễ trai Tăng cũng như cầu nguyện cho cha mẹ ông bà đã quá vãng của mình.

Một hôm, trước tuần lễ 49 ngày mấy hôm, Ngộ Đạo nằm mơ thấy Sư Cụ Từ Tâm từ trên hư không hiện ra và nói văng vẳng bên tai mình rằng:

"Ngộ Đạo con! Ta đã đi từ cõi này đến cõi khác trong vòng 49 ngày này. Bây giờ ta kể cho con nghe đây nhé! Khi thần thức ta vừa ra khỏi thân trung ấm và nhờ sự trợ niệm của Tăng Ni và quý Phật Tử ta đã siêu sanh về thế giới Tây phương Cực Lạc và diện kiến Đức Phật A Di Đà rồi. Nhưng vì lẽ ta có cái nguyện là muốn biết hết 25 cõi hữu tình trong ba cõi sáu đường, nên theo lời ước nguyện của ta sau khi ta đã được thọ ký, đầu tiên ta trở về lại cõi người, ta thấy trên từ Vua quan, dưới đến các thứ dân và Phật Tử, ai cũng đã vì ta mà cầu nguyện cho ta cũng như giúp cho con cũng như Ngộ Tánh thành tựu được những hiếu sự, nhưng có một điều làm ta không vui là có con gái quan Tể Tướng đương triều đang có ý ve vãn con đó. Con hãy coi chừng và con hãy nhớ lời ta dặn trong di chúc là phải mở bao thơ đỏ ra khi nào mà không còn tự giải quyết được, còn việc nào giải quyết được thì thôi. Ngoài ra con đã chọn vị

tịnh hạnh nhơn Thanh Tịnh và Ngộ Tánh chọn Tâm Thức là đúng rồi. Điều ấy cũng đã đúng ý ta nữa. Ta chỉ có ngại một điều là Ngộ Tánh sẽ không đi trọn được đường tu và bao nhiêu chuyện nhiễu nhương nơi cửa Thiền sắp xảy ra trong thời gian tới, con nên cẩn thận nhiều hơn nữa. Nếu trường hợp Ngộ Tánh có cởi áo tu thì cứ để tự nhiên cho hắn ta hoàn tục. Vì duyên Phật pháp của hắn ta chắc có lẽ cũng chỉ đến đó mà thôi.

Cõi người thì cũng vô số tội. Có lúc làm chồng, có lúc làm cha, có lúc làm mẹ và mẹ con lại lấy nhau, cha con lại thông dâm với nhau và cả bà cháu nữa. Họ đã chẳng từ nan một cuộc vui nào cả, miễn sao chỉ thỏa mãn được lòng dục của họ mà thôi. Ta từ trên nhìn xuống mà thấy ngao ngán cho cõi trần. Cũng có không biết bao nhiêu cặp nam nữ yêu nhau, nhưng rồi bỏ nhau. Lại còn sinh ra thù hận và giết chết lẫn nhau nữa. Đúng là oan oan tương báo chứ đâu thật nghĩa yêu thương. Họ chỉ yêu chính cái bản ngã của họ và họ chỉ lo bảo vệ cái bản ngã của họ mà thôi. Dầu cho đó là cha mẹ hay chồng vợ, anh em gì đi chăng nữa rồi trước sau cũng đổ vỡ. Vì họ chỉ có yêu nhau mà không kính trọng nhau. Ai cũng muốn được yêu mà chẳng mang tình yêu ấy ban rãi ra cho người khác. Tánh con người ích kỷ lắm! Nó cũng giống như ở nơi A-lại-da thức vậy. Nơi đây có chứa cả thiện pháp và ác pháp. Nếu cái ác có cơ hội nẩy mầm thì ác sẽ lấn mất phần đất của thiện. Ngược lại nếu niệm thiện ở mọi người nhiều hơn thì sẽ lấn át cái ác kia và tâm thiện sẽ dẫn đầu. Ví như con hãy đừng nghĩ gì về chuyện ái dục thì ái dục sẽ không đeo đuổi con. Còn Ngộ Tánh lúc nào cũng còn ham mê tài, sắc, danh, thực, thùy, nên những thứ này trong thời gian tới sẽ vây chặt Ngộ Tánh. Nhưng cuối cùng rồi Ngộ Tánh cũng trở lại chùa mình. Con hãy giang tay ra mà tế độ.

Ta đi xuống các cảnh địa ngục, ngạ quỷ, súc sanh thì thấy càng khủng khiếp hơn cõi người rất nhiều. Những chúng sanh nào mà ở cõi nhân gian phạm vào tội ngũ nghịch như giết cha, giết mẹ, giết A-la-hán, phá hòa hợp Tăng và làm thân Phật ra máu, khi chết xuống bị đọa nơi ngục Vô Gián. Như con biết đó! Vô Gián là không có gián đoạn, và đây là tám địa ngục lớn. Ví dụ như địa ngục Đẳng Hoạt, nơi đây chúng sanh bị gươm đao đâm chém, gậy gộc đánh đập, cối xay nghiền giã nhưng không thể nào chết được, vì khi có gió mát thổi tới thì tỉnh lại, sống lại, nên gọi là Đẳng Hoạt. Cho dù tội nhân muốn được chết sớm cho hết kiếp cũng không thể được. Phải chịu sự hình phạt như thế mãi mãi, cho đến khi nào hết tội mới thôi.

Rồi có Hắc Thằng địa ngục. Nghĩa là kẻ phạm tội bị dây thừng đen căng tứ chi ra, rồi cưa, chém tứ chi và thân thể bị nát nhừ, nên gọi là Hắc Thằng.

Kế đến là Chúng Hợp địa ngục, có núi đá tách làm đôi, khi tội nhân vào thì hai bên núi đá hợp lại với nhau để ép chặt tội nhân ở giữa. Chúng sinh nào phạm các tội giết hại, trộm cướp, gian dâm thì sau khi chết bị đọa vào địa ngục này.

Tiếp theo có Hào Khiếu địa ngục. Cũng gọi là Khiếu Hoán địa ngục. Nơi đây, kẻ có tội chịu nhiều nhục hình cực khổ và kêu la thảm thiết.

Địa ngục thứ năm là Đại Khiếu địa ngục, nghĩa là kẻ mắc tội chịu hình phạt tăng lên, kêu khóc càng to hơn, nên gọi là Đại Khiếu địa ngục.

Địa ngục thứ sáu gọi là Viêm Nhiệt địa ngục. Ở đây kẻ mắc tội bị lửa thiêu toàn thân bốc cháy, khổ cực không sao chịu được, nên gọi là Viêm Nhiệt địa ngục.

Địa ngục thứ bảy gọi là Đại Nhiệt địa ngục. Nơi đây lửa

thiêu cực kỳ gay gắt, nỗi khổ tăng gấp bội, nên gọi là Đại Nhiệt và cuối cùng là Vô Gián địa ngục. Nơi đây kẻ mắc tội phải chịu khổ hình liên tục không lúc nào được dừng nghỉ, gián đoạn, nên gọi là Vô Gián địa ngục.

Nếu ta càng nói nhiều về các địa ngục, con sẽ sợ, do vậy bây giờ ta cho con biết thêm các cảnh giới bên trên để thấy việc thiện nên làm và sau khi chết sẽ được sanh về đó. Ví dụ như cõi Tứ Thiên Vương. Đây là ngoại tướng của Vua Đế Thích.

Lưng chừng núi Tu Di có một ngọn núi là Do-kiền-đà-la. Núi này có bốn đỉnh, bốn vị Thiên Vương mỗi vị ngự trên một đỉnh núi để bảo hộ một cõi thiên hạ. Vì thế nên gọi là Hộ Thế Tứ Thiên Vương Thiên. Đó là cảnh trời thứ nhất của lục dục thiên, là cảnh đầu tiên của Thiên xứ. Trong lục dục thiên này gồm có: cõi Tứ Thiên Vương, cõi Dạ-ma, cõi Đẩu-suất, cõi Đao Lợi, cõi Hóa Lạc và cõi Tha Hóa Tự Tại Thiên. Họ ở đây phước đức nhiều hơn cõi người, nhưng khi hưởng phước hết rồi cũng có thể trở lại làm người hay làm các loài súc sanh.

Một ngày ở cõi Tứ Thiên Vương bằng năm mươi (50) năm ở cõi thế và một ngày ở Tha Hóa Tự Tại Thiên bằng một ngàn sáu trăm (1.600) năm ở cõi này. Đó mới là cõi Dục, còn cõi Sắc và Vô Sắc giới nữa. Tổng cộng có 25 cõi hữu tình như thế, nhưng nói cho cùng dầu có sanh về cảnh giới Phi tưởng phi phi tưởng xứ đi nữa rồi cũng phải bị luân hồi sanh tử như thường.

Do vậy con nên hướng dẫn tín đồ tu theo pháp môn Tịnh Độ là vi diệu nhất. Vì chư Tổ chư Phật đã căn cứ trên ba bộ Kinh A Di Đà, Vô Lượng Thọ và Quán Vô Lượng Thọ để dạy cho chúng sanh đời mạt pháp này. Nếu ai thực hành hạnh này sẽ đi thẳng về cảnh giới Tây Phương Cực Lạc của Đức Phật A-di-đà.

Có nhiều người vẫn không tin có một cảnh giới như thế, nhưng làm sao tin được khi con người vẫn còn nằm trong vòng đối đãi của tử sinh. Tuy ngày nay con người có nhiều phát minh và nhiều sự tiến bộ hơn ngày xưa, nhưng lòng hiếu, sự hy sinh, đức nhẫn nhục chịu đựng, đều không bằng người xưa.

Nếu một người ở cõi Ta-bà phát tâm niệm Phật thì ở cõi Tây Phương Cực Lạc sẽ có một hoa sen mọc lên và chờ đợi cho đến khi nào người ấy niệm Phật đạt Nhất tâm Tam-muội để hóa sanh từ đó.

Sau khi vãng sanh sẽ được diện kiến Đức Phật A-di-đà và nhị vị Bồ Tát Quán Âm, Thế Chí cùng chư Thánh Chúng. Nếu lỡ trong đời ấy có làm ác thì vẫn có thể mang theo nghiệp mà vãng sanh. Nghĩa là sanh về đây để rồi tiếp tục tu nữa.

Ở trên cảnh giới Tây Phương đã có chư vị Bồ Tát câu hội rất đông và toàn là những bậc đã chứng Vô Sanh Pháp Nhẫn. Nhìn họ là ta phát tâm tu liền, nhất là khi nhìn đến Pháp Thân của Đức Phật A Di Đà ta càng dõng mãnh tinh tấn hơn nữa. Nhờ có bốn mươi tám lời nguyện của Ngài mà ta được vãng sanh về đây. Cho nên nay đã gần bốn mươi chín ngày rồi ta về lại để báo mộng cho con hay là ta đang ở một cõi đang cách xa các con trong vô lượng quốc độ như thế, nhưng lúc nào ta cũng dõi mắt về với các con. Các con hãy cố gắng lên."

Giấc mộng thật dài bị đánh thức bởi một hồi chuông buổi sáng, nên Ngộ Đạo vùng ngồi dậy và lau mồ hôi ướt đẫm cả người. Đoạn Ngộ Đạo đi tìm Ngộ Tánh để kể lại những giấc mơ mà Ngộ Đạo vừa thấy. Ngộ Tánh bảo:

- Sao sư đệ hên quá vậy? Được Sư Cụ về báo mộng toàn là những điềm lành. Còn huynh đây sao thấy toàn chuyện dữ?

- Chuyện gì mà dữ thế sư huynh?

- Chuyện đâu chẳng vào đâu cả. Toàn là chuyện đổ bể không hà, mà cũng toàn là chuyện của thế gian thường tình không thôi, chứ không có những câu chuyện của những cõi trên như đệ vừa kể.

- Có chứ! Cõi địa ngục thì dễ sợ lắm. Sư Cụ cũng đã có kể cho đệ nghe mà.

- Vậy sao? Nó như thế nào?

- Thì nó ở sau lưng sư huynh đó!

Nói xong Ngộ Đạo bỏ đi vào phòng riêng của mình, để một mình sư huynh Ngộ Tánh ở lại ngẩn ngơ một mình.

Ngộ Tánh hôm nay lên chánh điện để cùng tụng Lăng Nghiêm với Ngộ Đạo và mọi người. Sau bài tán lư hương họ bắt đầu vào Kinh.

Nam Mô Lăng Nghiêm Hội Thượng Phật Bồ Tát.
Diệu Trạm Tổng Trì Bất Động Tôn,
Thủ Lăng Nghiêm Vương Thế hy hữu,
Tiêu Ngã ức kiếp điên đảo tưởng.
Bất lịch tăng-kỳ hoạch pháp thân,
Nguyện kim đắc quả thành Bảo vương,
Hoàn độ như thị hằng sa chúng,
Tương thử thâm tâm phụng trần sát,
Thị tắc danh vi báo Phật ân,
Phục thỉnh Thế Tôn vị chứng minh,
Ngũ trược ác thế thệ tiên nhập,
Như nhứt chúng sanh vị thành Phật,
Chung bất ư thử thủ nê-hoàn.
Đạ Hùng Đại Lực Đại Từ Bi,
Hi cánh thẩm trừ vi tế hoặc,
Linh ngã tảo đăng Vô thượng giác,
Ư thập phương giới tọa đạo tràng,

Thuấn-nhã-đa tánh khả tiêu vong,
Thước-ca-ra tâm vô động chuyển.
Nam Mô........

Lời Kinh hôm nay sao trầm hùng thế. Làm cho Ngộ Đạo và cả Ngộ Tánh cũng như những vị tịnh hạnh nhơn trong chùa rất hoan hỷ sau khi tụng Kinh xong. Hôm nay mỗi người mỗi việc để chuẩn bị cho ngày mai là tuần chung thất của Sư Cụ. Lần này Đức Vua, Hoàng Hậu và các quan văn võ không tới, nhưng chắc chắn có rất nhiều Phật Tử và chư Tăng quanh vùng quy tụ về, vì biết rằng hôm nay là ngày mọi người được đảnh lễ xá-lợi của Sư Cụ Từ Tâm.

Sau khi làm lễ Phật và cúng Tổ, cúng giác linh rồi, mọi người vân tập ra nơi Tháp Vạn Thọ của Quốc Sư Hưng Quốc. Đây là một đạo hiệu duy nhất mà Đương Kim Thánh Thượng ban cho. Đạo hiệu này còn cao cả hơn là những vị khai quốc công thần nữa. Do vậy ai ai cũng quy ngưỡng hướng về bậc Đạo Sư ấy. Dĩ nhiên là họ không phải chờ đợi một phép lạ nào, mà chính cái công hạnh tu hành của đời Ngài đã là một bài học đạo đức quá quý giá rồi.

Thầy Ngộ Đạo và Thầy Ngộ Tánh trịnh trọng mở cánh cửa tháp ra và cung kính nhắc bình tro cốt hôm thiêu vừa rồi ra để trước mặt mình và bắt đầu thuyết giảng về ý nghĩa của xá-lợi.

Xá-lợi tiếng phạn gọi là Sari, Trung Hoa dịch là cốt thân, còn gọi là linh cốt. Có ba loại màu sắc, gồm bạch sắc xá-lợi, hắc sắc xá-lợi và xích sắc xá-lợi. Ngoài ra cũng có hai loại xá-lợi là toàn thân xá-lợi và toái thân xá-lợi. Toàn thân xá-lợi như Đức Phật Đa Bảo sau khi tịch, xá-lợi của Ngài là toàn thân thể vẫn ngồi kiết già trong bảo tháp. Hai là toái thân xá-lợi như xá-lợi của Đức Phật Thích Ca được phân chia để thờ trong các chùa tháp.

Hoặc, một là nhất sinh thân xá-lợi, Đức Phật dùng nhất sinh thân để tu tập Giới, Định, Huệ, sau khi tịch diệt để lại thân cốt ở dạng toàn thân hay toái thân, khiến cho người và trời mãi mãi được phúc đức của sự cúng dường. Hai là pháp thân xá-lợi là tất cả những kinh điển của Tiểu Thừa và Đại Thừa. Đó là cách định nghĩa theo sách vở. Chứ thật ra xá-lợi của Đức Phật và các Bồ Tát có nhiều màu cũng như nhiều đặc tính khác nhau.

Ngoài ra xá-lợi của các vị Tổ và các vị A-la-hán dĩ nhiên là không giống như các vị Bồ Tát và các vị Phật. Đây là ba đặc tính của xá-lợi.

Thứ nhất là đem xá-lợi bỏ vào nước thì đầu tiên xá-lợi sẽ chìm, nhưng sau đó vớt lên bỏ lại vào nước xá-lợi sẽ nổi. Nếu quý vị đem gạo bỏ vào nước thì gạo cũng chìm, nhưng khi bỏ vào nước lần thứ hai gạo vẫn chìm chứ không nổi.

Đặc tính thứ hai là xá-lợi tự động di chuyển. Nghĩa là bỏ xá-lợi vào nước và cách xa nhau chừng 5 đến 10 mm, xá-lợi tự động di chuyển và hút lại với nhau, mà với mè, tuy có thể nổi trên mặt nước nhưng mè không tự động dính lại với nhau như xá-lợi được. Điều này chứng tỏ rằng dẫu Đức Phật và chư vị Tổ Sư đã nhập vào Vô Dư Niết Bàn nhưng các Ngài vẫn còn hiện ở bên chúng ta. Quý vị có tin điều ấy chăng?

Đặc tính thứ ba là xá-lợi có đến năm màu chứ không phải ba màu như sách vở vừa nói. Nếu ai đó có đủ nhân duyên và sáng mắt thì sẽ thấy xá-lợi hiện lên năm màu, nhưng tùy theo người xem, chứ không phải với bất cứ ai xá-lợi cũng hiện lên năm màu. Tuy nhiên, nếu quý vị có lòng tin thì sẽ thấy nhiệm mầu hơn, vì như trong Kinh Hoa Nghiêm Phật đã dạy: Đức tin là mẹ sinh ra công đức của chư Phật. Dĩ nhiên là chúng ta không tin theo cách mê tín, nhưng hôm nay nếu quý vị có lòng tin thì hãy nhìn vào đây!

Thế là mọi người cùng kéo nhau đến trước cửa tháp để đảnh lễ và xem cho tận mắt xá-lợi của Quốc Sư Hưng Quốc. Mọi người đều muốn thấy tận mắt nên khung cảnh trở nên ồn ào một chút, đoạn có người nhìn lên trên bảo tháp đã được sắc phong thì thấy một vầng hào quang ngũ sắc đang soi thẳng vào bên trong tháp. Mọi người không ai bảo ai, tất cả đều quỳ xuống niệm Nam Mô A Di Đà Phật rồi cúi đầu vái lạy. Đây có thể là một lần thị hiện để thi triển thần lực của Sư Cụ Từ Tâm tức Quốc Sư Hưng Quốc cho mọi người tin tưởng rằng chết không phải là hết, mà chết chỉ mới là bắt đầu một cuộc sống khác ở đâu đó mà thôi.

Sau khi đảnh lễ xong thì mọi người ra về, duy chỉ còn một người thiếu phụ tuổi độ gần bốn mươi, rất xinh đẹp, muốn gặp mặt Thầy Tân Trụ Trì Thích Ngộ Đạo. Thoạt trông bà có dáng vẻ giống như một mệnh phụ, nhưng có lẽ chưa chồng, tuy tuổi đã giữa mùa hương phấn. Bà gặp tịnh hạnh nhơn Thanh Tịnh và lên tiếng:

- Thưa bà! Hôm nay tôi muốn gặp Thầy Ngộ Đạo.

- Có lẽ Thầy ấy bận lắm, vì lễ lạt mới vừa xong.

- Nhưng bà có thể thưa với thầy rằng có một việc rất quan trọng.

- Tôi có thể biết việc ấy chăng?

- Bà là ai mà muốn biết?

- Tôi là... tôi là tịnh hạnh nhơn ở chùa này thôi, nhưng tôi phải có trách nhiệm đối với quý Thầy.

- Bà cứ thưa là có cô Mỹ Lệ cần gặp.

- Mỹ Lệ! Có phải cô là con quan Tể Tướng?

- Ấy chết! Bà nói nhỏ thôi, kẻo người khác nghe thấy được thì khổ. Bà không thấy là tôi đã ăn mặc xoàng xĩnh lắm rồi sao? Cốt chỉ để gặp Thầy.

- Thôi thì Thầy nào cũng được chứ gì? Theo tôi nghĩ Thầy Ngộ Tánh rảnh rang hơn nên tôi sẽ lên mời Thầy ấy vậy.

Bà ta nói chưa xong đã đon đả đi lên liêu phía Tây để gặp Thầy Ngộ Tánh thưa rằng:

- Bạch Thầy! Có người muốn gặp Thầy.

- Ai vậy?

- Hình như là cô Mỹ Lệ.

- Mỹ Lệ? Mỹ Lệ? Mỹ Lệ của tôi ơi! Hôm nay nàng đã thuận sao mà đến đây để gặp ta?

Ngộ Tánh mừng quá chưa kịp khoác chiếc áo tràng màu nâu đã vội xuống khách đường và bây giờ mặt nhìn mặt họ đã đối đáp.

- Bạch Thầy, tôi muốn gặp Thầy Ngộ Đạo.

- Ngộ Đạo chính là... chính là sư đệ của tôi, nhưng bây giờ Thầy ấy bận lắm.

- Còn tôi chỉ muốn gặp Thầy ấy!

- Cảm phiền cô đợi một lát.

Trong mấy phút sau cả Ngộ Đạo và Ngộ Tánh đều có mặt nơi khách đường và thấp thoáng đâu đó ở phía sau bức màn nơi phòng khách có mặt của tịnh hạnh nhơn Thanh Tịnh.

Tiểu thư mở lời:

- Tôi là Mỹ Lệ, xin tự giới thiệu với hai Thầy, nhưng tôi chỉ muốn nói chuyện riêng một mình Thầy Ngộ Đạo mà thôi.

- Mô Phật! Thưa tiểu thư, thật ra ở chùa nên minh bạch, chẳng có gì là riêng tư cả. Hai chúng tôi ngồi hầu chuyện cùng cô cũng được.

- Nhưng tôi chỉ muốn một người thôi.

Lời nói của Mỹ Lệ chưa dứt thì phía sau bức màn một người đàn bà xông xáo chạy ra can thiệp. Nhìn kỹ thì đúng là bà Thanh Tịnh.

- Thưa cô! Cửa chùa là nơi thanh tịnh, cô đến đây để làm gì?

- Việc này là việc riêng của tôi và Thầy Ngộ Đạo, liên quan gì đến bà mà can dự vào. Bà là ai?

- Tôi là... tôi là... nhưng tôi là ai cô không cần biết. Tôi chỉ cần biết là cô rời khỏi nơi đây và trả lại sự yên tịnh cho cảnh chùa thì hay hơn.

Trong khi đó, thầy Ngộ Đạo thấy không khí hơi căng thẳng giữa hai người đàn bà nên mới tìm cách đánh lạc hướng và hỏi sang chuyện khác:

- Thế bà Thanh Tịnh đã lo sắp đặt công chuyện của nhà Trù xong chưa?

- Mô Phật! Việc đó là việc của con lâu nay mà.

- Thôi! Bà hãy xuống để lo nhiệm vụ của mình đi.

- Mô Phật! Xin vâng.

Ngộ Đạo thấy có cái gì đó thầm kín mà người đàn bà này chẳng nói ra, nhưng những lúc khó xử của ta là những lần bà xuất hiện. Không biết ý bà muốn gì và tại sao lại bảo vệ cho ta cẩn thận như thế với cái tình cảm ấy mà không bảo vệ cho Ngộ Tánh. Sư huynh dẫu sao đi nữa cũng là vị Thầy ở trong chùa này mà.

Sau khi bà tịnh hạnh nhơn Thanh Tịnh đi rồi, Ngộ Đạo đến trước mặt tiểu thư hỏi tiếp và trong khi đó Ngộ Tánh ngồi bên cạnh.

- Thật ra cô muốn nói gì tôi không hiểu?

- Tôi muốn biết rằng Thầy có thật tình như trong lá thơ Thầy đã trả lời cho Mỹ Lệ không?

- Thơ nào?

- À! À!... Thơ....

Ngộ Tánh chen vào và nói chưa hết câu thì Ngộ Đạo tiếp:

- Chắc là thơ của quan Tể Tướng?

- Tôi không biết, nhưng bây giờ tôi hỏi Thầy rằng lâu nay tôi đã đem lòng thương Thầy và ở vậy chờ cho đến nay đã gần hai mươi năm rồi. Thầy phải xử sự việc này ra sao đây?

- Nhưng tôi đâu có bao giờ biết là cô thương tôi đâu? Vả lại chuyện nam nữ trai gái không nên đem ra nói ở cửa chùa. Riêng tôi từ nhỏ đến giờ chưa hề nói yêu ai và cũng chẳng muốn yêu ai. Vì những cấu uế của cuộc đời ấy tôi đã bỏ lại sau lưng mình từ mấy độ luân hồi rồi.

- Thầy nói gì? Thầy mạ lỵ tôi đó có phải không? Tôi có tấm lòng trinh tiết trong trắng như thế này muốn dâng hiến cho Thầy mà Thầy không đoái hoài gì đến, để rồi Thầy sẽ biết tay tôi.

Sau cái nghiến răng thật chặt của Mỹ Lệ rồi bỏ đi, bà Thanh Tịnh ở phía sau nhắm mắt lại và cũng nghiến răng cho đỡ tức. Vì sao lại ra nông nỗi này!

Tiểu thư Mỹ Lệ bỏ đi rồi thì Ngộ Tánh ngồi đờ người ra đó và thú thật với sư đệ Ngộ Đạo là mình đã xem trộm thơ và đã trả lời xong, không ngờ lại trúng ý của sư đệ như thế, nhưng nếu được tốt hơn thì Mỹ Lệ hãy xoay chiều qua Ngộ Tánh là xong chứ gì!

Nhưng đường đời đâu có bằng phẳng như thế. Sau khi giận dữ Ngộ Đạo xong, tiểu thư Mỹ Lệ về lại Phước Lộc gia trang và bàn mưu vấn kế với một đám nữ tỳ để tìm cách hại Ngộ Đạo cho bằng được.

Mỹ Lệ bày mưu cho một nữ tỳ tương đối dễ coi nhất trong đám, cho ăn mặc lả lơi như gái giang hồ rồi tìm cách đi chùa trong ngày lễ lớn và theo sự sắp đặt của Mỹ Lệ, cô gái này tìm cách lẻn vào phòng của Thầy Ngộ Đạo và ăn mặc hở hang ngồi chờ đó. Sau khi Thầy đi làm lễ xuống vừa bước vào phòng thì cô gái giang hồ ấy quay ra ve vãn Thầy và những tỳ nữ khác ở bên ngoài tri hô lên. Thế là mọi người chạy đến và làm bỉ mặt Ngộ Đạo. Như thế mới có thể hả dạ được tiểu thư. Nhưng Mỹ Lệ chỉ là đạo diễn cho vở tuồng này thôi, chứ hôm đó Mỹ lệ không chính thức xuất hiện.

Sau khi bày mưu tính kế và thực hiện chuyện tội lỗi tày trời nơi sơn tự đã thành công thì Mỹ Lệ rất thích thú và ban thưởng cho những nô tỳ rất trọng hậu.

Tin đồn từ chùa Hưng Phước bay ra khắp nhân gian thật là tồi tệ và kể từ khi xây dựng cho đến nay chưa bao giờ có những lời khó nghe như thế cả. Đời trú trì trước là Hòa Thượng Quốc Sư Hưng Quốc đã được Vua ban cho đạo hiệu như thế. Còn đời trù trì kế tiếp này với pháp danh Ngộ Đạo mà sao chẳng ngộ gì hết cả. Đó là những lời bàn tán bên ngoài.

Có người còn thêm mắm dặm muối vào câu chuyện để được lôi cuốn hơn, nhằm tẩy chay chùa Hưng Phước và không muốn cho Phật tử đến chùa ấy nữa. Thế nhưng cũng có một số người không nhẹ dạ cả tin vì uy tín từ lâu nay của Thầy Ngộ Đạo. Họ thấy trong chuyện này có điều gì đó bí ẩn.

Một hôm, cô gái giả trang làm gái giang hồ kia thấy lương tâm cắn rứt quá, nên thưa với mẹ mình về sự thật của câu chuyện là tiểu thư Mỹ Lệ đã dàn xếp như thế nào và thực hiện làm sao v.v... Bà mẹ là một Phật tử thuần thành của chùa Hưng Phước, có chồng là người làm việc cho quan tri huyện sở tại, nên liền mang việc này thuật lại cho ông ấy để tìm cách theo dõi.

Sau việc động trời vừa xảy ra, tâm Ngộ Đạo vẫn bình tĩnh không mấy suy sụp. Tuy nhiên, bên ngoài chùa tiếng bấc tiếng chì càng ngày càng không tốt về đạo hạnh của Thầy. Thầy cảm thấy là lời của Sư Cụ dặn trong thơ di chúc và trong giấc mộng ngày nào đang và sắp diễn ra một cách tuần tự theo thứ lớp như một vở tuồng. Nhưng Ngộ Đạo vẫn chưa mở gói đỏ ra như lời Sư Cụ dặn. Ngộ Đạo quan sát mọi động tĩnh và giờ đây thấy chỉ có cách là nhập thất, tụng Kinh, trì Chú, niệm Phật để biết đâu thời gian qua đi mọi việc sẽ đi vào quên lãng.

Còn Ngộ Tánh giờ đây có xác như không hồn. Thầy ấy luôn luôn tiếc rẻ về tiểu thư Mỹ Lệ. Phải chi nàng quay qua ta để giải bày tâm sự là xong. Còn ở đây thì ngược lại, yêu người mà người ấy không yêu mình thì yêu làm chi cho nhọc công uổng sức! Phải chi... phải chi ta đổi lốt được cho Ngộ Đạo thì hay biết mấy.

Người đau khổ nhất trong hiện tại không phải là Ngộ Đạo hay Ngộ Tánh mà là bà Thanh Tịnh. Bà đứng ngồi không yên và trong dạ xốn xang khó tả. Bà muốn làm cho sáng tỏ sự việc này, nhưng không biết giải bày cùng ai và ai là người hiểu bà trong lúc này đây. Chắc chỉ có chư Phật, chư vị Bồ Tát và Sư Cụ Từ Tâm là người hiểu bà. Còn bao nhiêu người khác bên cạnh không biết rằng lòng bà đang nóng như lửa đốt, vì lo cho Thầy Ngộ Đạo không biết rồi đây sẽ ra sao.

Tiểu thư Mỹ Lệ rất hả dạ sau khi đã thực hiện xong mưu kế, nhưng vẫn thấy người người còn tấp nập đi chùa và nhất là khi hay tin Thầy Ngộ Đạo nhập thất họ càng tò mò hơn nữa. Một số người tỏ ra cung kính và số người khác thì nghi ngờ. Cứ thế và cứ thế năm này qua năm nọ, ngọn lửa tình trong tâm tiểu thư Mỹ Lệ cũng chưa nguôi ngoai và cô ta muốn thực hiện màn chót và cảnh chót để cho hả giận với tình yêu một chiều ấy.

Nàng cho sắp đặt mọi thứ sẵn sàng và chờ cho đêm khuya tối trời, nàng và bộ hạ gồm các tỳ nữ sẽ cho phóng hỏa đốt chùa và đốt thất của Ngộ Đạo.

Thế nhưng "thiên bất dung gian" nên kế hoạch bị bại lộ và cả đoàn người bị bắt do quân lính của quan huyện lâu nay có ý muốn tìm ra sự thật của tấn tuồng mà ông đã nghe lại qua sự tấu trình của con gái người làm việc cho mình. Trong đám người bị bắt ấy có tiểu thư Mỹ Lệ là con gái cưng của quan Tể Tướng triều đình.

Sự thể như thế này thì chẳng biết phải làm sao, nhưng phàm là kẻ phạm pháp phải bị tạm giam sau đó mới hạ hồi phân giải. Vì lẽ đây là chùa Sắc Tứ có vua chúa và triều đình ủng hộ, nếu lỡ có chuyện gì quan huyện sở tại cũng bị vạ lây, cho nên ông cố gắng giữ gìn nhiều mặt. Một phần muốn qua việc này làm cho thanh danh của Thầy Ngộ Đạo phải được trả lại một cách chơn chính. Nghĩa là qua sự thú nhận tội lỗi của Mỹ Lệ và ngoài ra để chứng tỏ rằng ông là một quan huyện có thực tài thực lực giữa bàng dân thiên hạ trong vụ án này. Đó là những lý do sơ khởi, còn chuyện gì xảy ra nữa thì chờ kết quả về sau sẽ rõ hơn.

Trong khi Mỹ Lệ bị ngồi tù thì cha nàng là quan Tể Tướng của triều đình cũng không thể can dự trực tiếp được. Vì lẽ "pháp bất vị thân", vả lại nhân chứng và phần khẩu cung chưa tra hỏi nên chẳng biết là đúng sai như thế nào. Nên cả gia đình cứ chờ xem chứ chưa xuất đầu lộ diện. Dầu sao đi nữa, đây cũng là danh dự của gia đình tể tướng mà.

Buổi lấy cung hôm đó để buộc tội có một số người sau đây:

Bên nhân chứng có bà Thanh Tịnh, cô gái giang hồ và những tang vật bắt được tại hiện trường.

Bị cáo là tiểu thư Mỹ Lệ và bọn nữ tỳ. Còn quan sát viên của phiên tòa là những Phật tử trong vùng. Người xử hôm đó chính là quan huyện địa phương. Trước sảnh đường quan huyện dõng dạc hỏi:

- Tại sao cô và đồng bọn dám âm mưu phóng hỏa đốt chùa?

- Tôi không có.

- Đây là tang vật gồm lửa củi cũng như những giấy tờ có liên hệ. Vậy cô có ý giết người để phi tang chăng?

- Tôi không có ý giết người.

- Vì sao cô lại làm như thế?

- Vì tôi yêu nhưng không được yêu lại.

Mọi người bên trong sảnh đường cười nói huyên thuyên. Có đâu mà câu chuyện lại lạ lùng đến thế. Người này nói thế này người khác thêm vào câu chuyện theo hướng khác và có kẻ bảo: Nếu yêu không được người này thì yêu người khác, cớ sao lại phóng hỏa đốt chùa. Chùa là do bá tánh dựng lên mà. Cớ sao chỉ có một chút ghen tương giận hờn mà không tự mình làm chủ được. Có người lại bảo: Đàn bà thật khủng khiếp! Cái gì không vừa ý họ thì trời gầm cũng không tha mà! Tôi biết lắm...

Sau mấy phút ồn ào, phiên tòa lại tiếp tục.

- Tại sao cô không có ý giết người mà tìm cách đốt thất Thầy Ngộ Đạo?

- Thật sự ra tôi chỉ muốn làm hả giận thôi, chứ tôi không cố giết.

- Nhưng nếu Thầy ấy lỡ không phát hiện được âm mưu của cô trong đêm thanh vắng và Thầy ấy bị chết thì sao?

- Chắc tôi hối hận lắm.

- Vì sao vậy?

- Tuy tôi hả được cơn giận, nhưng tôi lại tức cho người tôi yêu.

- Ai đã bày mưu tính kế hãm hại trong phòng Thầy Ngộ Đạo?

- Tôi không làm.

Thế là có tiếng nói của nhân chứng là cô gái giang hồ từ bên dưới vọng lên:

- Tôi sẽ làm chứng. Chính tiểu thư đã nhờ tôi làm điều đó.

- Bằng cớ đâu?

- Đây là ngọc ngà châu báu của cô đã thưởng cho tôi, sau kế hoạch được gọi là thành công ấy, nhưng tôi cảm thấy lương tâm cắn rứt quá, nên tôi đã trình lại với mẹ cha tôi.

Quan huyện ngồi trầm ngâm suy nghĩ một hồi lâu và sau đó đem nghị bàn với những vị có quyền tước khác đã tham dự trong phiên xử và kết quả đưa ra là:

- Hãy cho cô ta ở tù một năm về tội cố sát.

- Hãy tha bổng. Vì cô ta đâu có ý hãm hại Thầy Ngộ Đạo.

- Hãy trừng trị theo luật định, để mọi người thấy rõ uy quyền của triều đình.

- Hãy tha bổng cho Mỹ Lệ. Dầu sao đi nữa cô ta cũng chưa gây ra án mạng nào. Vả lại cô là con của quan Tể Tướng.

- Còn danh dự của Thầy Ngộ Đạo thì sao? Cô ta đền bằng tiền hay bằng tình cảm v.v...

Đó là năm điều để đi đến chung kết và sau phần nghị bàn, quan huyện đã lấy ý kiến chung là Mỹ Lệ phải ở tù một năm vì tội có ý sát hại người cũng như làm mất danh dự của người xuất gia. Thế là cả tòa thở phào nhẹ nhõm. Nhưng đâu đó có tiếng thở dài, có vẻ như không vừa ý lắm.

Khi bà vợ của quan Tể Tướng biết tin là Mỹ Lệ con gái mình bị tù tội như thế thì bây giờ chỉ còn Thầy Ngộ Đạo là mới có thể cứu con mình mà thôi. Bà suy nghĩ thế, chẳng cần bàn luận với chồng, bà vội vàng cho xe ngựa lên thẳng chùa Sắc Tứ Hưng Phước. Hôm ấy bà vào chùa với dáng vội vã và mong được gặp Thầy Ngộ Đạo.

- A Di Đà Phật! Tôi có chuyện muốn gặp Thầy Ngộ Đạo.

- Thầy đang trì Kinh ngoài Thất.

- Bao giờ thì xong?

- Cảm phiền bà, có lẽ chừng một tiếng đồng hồ nữa. Xin mời bà dùng nước.

Trong khi ngồi chờ đợi nơi phòng khách của chùa, bà đưa mắt khắp nơi để quan sát từ cách bài trí cái sập gụ ở giữa phòng, cho đến bộ khay trà, ly tách đều thuộc đời nhà Thanh, nhưng rất lịch sự và có giá trị. Ngoài ra những bức tranh thủy mạc treo trên tường nét bút cũng quá vững vàng sắc bén, chứng tỏ một nội lực rất thâm hậu. Bà nhìn kỹ thì thấy ký hai chữ Ngộ Đạo. Rồi bà đưa mắt nhìn một tủ sách Kinh toàn bằng chữ Hán, trong đó có một số quyển ghi trên gáy tên của Sư Cụ Từ Tâm, còn đa phần là tên Ngộ Đạo. Thảo nào mà con gái của ta không say mê sao được? Ở chốn gia trang đã có không biết bao nhiêu vương tôn công tử đi cầu hôn, nhưng con ta đâu có thuận. Người ta mê vì nết, mến vì tình. Còn Thầy Ngộ Đạo đây theo như ta biết, Thầy ấy chưa một lần nào tỏ tình với con ta, mà ngược lại con ta thì có. Đã bao lần như thế ta đã rõ, nhưng vì duyên gì, nghiệp gì mà lại xảy ra những chuyện thương tâm và trớ trêu như thế? Có phải Thầy ấy đã quên hết mùi tục lụy và cố xoay cây kim của mình để cho sợi chỉ khỏi xâu qua được chăng? Điều này chỉ được phần Thầy ấy. Còn con ta thì sao, nó vốn là cành vàng lá ngọc mà? Nhưng ta sẽ tính sao đây bây giờ? Nhưng dẫu tính gì đi chăng nữa điều đầu tiên là phải cứu Mỹ Lệ ra khỏi chỗ giam cầm là điều cần yếu nhất. Vì cứu người là cứu lửa mà.

Bà chờ cũng khá lâu, đã uống xong mấy tách trà, nhưng vẫn chưa thấy Thầy Ngộ Đạo ra, bà đứng lên và đi lên bàn Tổ để đốt nhang cho Sư Cụ Từ Tâm đồng thời lên chùa lễ Phật nữa. Đi đến đâu bà cũng trầm trồ khen ngợi về lối bài trí trong chùa. Đây là đôi câu đối rất có ý nghĩa. Đó là một chậu hoa mẫu đơn. Kìa là hai con hạc đang đứng chầu v.v... tất cả đều mang vẻ trí thức sang trọng nhưng nhu mì ý vị chứ không phải hào phóng như ở dinh Tể Tướng. Bà đốt ba cây nhang rồi quỳ sụp lạy trước bàn Tổ như có ý van lơn Sư Cụ hãy mở lượng hải hà. Từ bên trên nhìn xuống chắc Sư Cụ đã cảm thông. Vì đâu có người mẹ nào mà không thương con. Dẫu cho con mình có gây nên tội lỗi tầy trời đi chăng nữa. Còn người cha tuy cứng rắn, nhưng trong thâm tâm ông Tể Tướng chắc cũng đau xót lắm. Do vậy mà Sư Cụ đã hiện về trong tiềm thức trước ý nghĩ của Thầy Ngộ Đạo và nói rằng:

- Đã đến giờ nên cứu người rồi đó. Con hãy mở gói giấy đỏ ấy ra. Dù sao đi nữa cũng là một việc đáng làm của một Bồ Tát hiện thân trong cõi đời ngũ trược này.

- Thế bây giờ con phải làm gì?

- Con hãy làm như ta đã dặn.

Ngộ Đạo vội vã vào phòng lấy tờ di chúc ra và trong tờ di chúc ấy có gói một gói đỏ. Ngộ Đạo cẩn thận mở ra thì thấy hai chữ bên trên là Duyên và Nghiệp và hàng chữ phía dưới là: Nên Thực Hành Bồ Tát Hạnh. Ngộ Đạo nhắm mắt lại không còn thấy hình ảnh của Sư Cụ nữa, nhưng với mấy chữ này cũng là những vấn đề nhắc nhở rất cần thiết khi mà tự mình không thể giải quyết vấn đề của cô Mỹ Lệ làm sao cho hợp tình hợp lý đây.

Xong thời kinh, Thầy Ngộ Đạo đi xuống nhà khách và bà vợ ông Tể Tướng lễ Phật lễ Tổ cũng vừa xong. Hai người gặp mặt đối diện nhau và sau khi vái chào bà thầm nghĩ. Những ngày lễ đông người quá ta không đến gần quý Thầy được. Vả lại hôm nay là ngày thường không ai đi lễ. Do vậy ta trực tiếp được gặp và nói chuyện với Thầy Ngộ Đạo, quả là phước duyên lắm đó và người đâu mà nhân cách quá thanh cao, nét mặt đẹp rạng rỡ. Thảo nào mà con gái của ta không mê cho được, mà còn đòi chết lên chết xuống nhiều lần nữa và lần này là chết thật đấy, nếu không được Thầy Ngộ Đạo cứu. Rồi bà nhớ đến đoạn Kiều và thầm đọc:

"Người đâu gặp gỡ làm chi,
Trăm năm biết có duyên gì hay không?"

Chắc con gái ta đã có duyên gì với Thầy từ nhiều kiếp trước, nên bây giờ mới khổ lụy chăng?

- A Di Đà Phật! Kính mời thí chủ an tọa.

- Mô Phật! Không dám, xin mời Thầy.

- Hôm nay thí chủ đến gặp tôi có điều gì chăng?

- Số là như Thầy đã biết, con gái tôi là Mỹ Lệ đã vì yêu thương không đúng chỗ nên gây nhiều việc tội lỗi và bây giờ đang mang tù tội khổ sở và chỉ có Thầy mới giúp được mà thôi.

- Liệu trong hoàn cảnh này tôi giúp được gì cô ấy?

- Thầy chỉ cần xin cho cô ấy trắng án. Dẫu sao đi nữa Thầy vẫn còn đầy đủ hình hài vóc dáng chứ chưa....

- Chứ chưa có sao phải không bà?

- Ý tôi nói, rồi bà đưa tay ra diễn tả, là Thầy vẫn còn sống, chứ không phải đã bị một tai nạn gì.

- Mà tai nạn gì thế?

- Thì việc cố sát.

- Nhưng sát hại tôi cốt được điều gì?

- Tất cả cũng chỉ vì vụng dại và nông nổi thôi. Mong Thầy cứu giùm con tôi. Kẻo không thì tôi cũng chết mất. Tôi biết rằng ngày xưa Phật cũng còn vướng vào mười hai nạn, mặc dầu Ngài đã thành Phật rồi. Kính mong Thầy hoan hỷ.

Ngộ Đạo nghe xong đã nhớ lại lời của Sư Cụ dặn và cũng ngẫm nghĩ cho thế thái nhân tình nên ngâm hai câu thơ nho nhỏ trong miệng rằng:

"Nam Mô hai chữ từ bi,
Phật còn mắc nạn huống chi người phàm."

Đoạn Thầy nghĩ: "Ngày xưa khi Phật còn tại thế. Lúc ấy Ngài đang ngự tại xứ Kosabi. Tại địa phương có một gia đình người bà-la-môn nọ đã kén chồng cho con gái từ lâu, nhưng chưa vừa ý ai. Khi ông bà-la-môn gặp Phật, có ý gả con gái cho Ngài vì thấy Ngài cao sang quá, đẹp người quá, lại thông minh đĩnh ngộ nữa. Sau đó ông bà-la-môn về nhà gọi vợ mình đến nơi Phật để xem mắt chàng rể tương lai. Bà ta cũng rất ưng ý. Đoạn về nhà mang con gái cưng của mình lên giới thiệu với Ngài. Khi nghe xong Ngài bảo rằng:

- Những thói đời của thế gian đó, ta đã bỏ lại sau lưng từ lâu rồi, không còn vướng bận nữa.

Nàng giận dữ bảo: *"Tôi là người đẹp nhất làng mà ông còn mạ lỵ tôi như thế. Để ông xem, nếu sau này tôi lấy được người chồng quyền quý tôi sẽ trả thù ông."*

Nói xong họ bỏ đi.

Những năm tháng sau đó, con gái của hai vợ chồng người bà-la-môn ấy làm vợ lẽ của Vua Bình Sa Vương và nhờ thế bà ta huy động đến 500 cung nữ cùng bà đi đến nơi Đức Phật và Ngài A Nan đang ở để bắt đầu chửi. Có lẽ không còn lời lẽ nào mà quý bà đã không dùng đến để cho hả dạ, vì sắc đẹp của bà ta đã bị khinh thường. Ngài A Nan xót xa quá mới bạch Phật rằng:

- Kính bạch Đức Thế Tôn! Chúng ta nên đi đến nơi khác, chứ ở đây nghe họ chửi con xót dạ quá. Một người đàn bà chửi đã là nhiều, mà ở đây cả năm trăm người lớn nhỏ cùng chửi thì phải nói là con không thể chịu đựng nổi nữa.

Đức Phật quay qua Ngài A Nan rồi ôn tồn bảo: "Nếu đi đến nơi khác mà vẫn bị họ chửi thì sao?" Lúc ấy Ngài A Nan chẳng trả lời và cứ thế mà âm thầm chịu đựng. Trong khi đó những người đàn bà này sau khi chửi ba ngày ba đêm quá mỏi mệt liền đến trước Ngài và hỏi rằng:

- Ông là người hay ông là sỏi đá?

- Ta là người nhưng trên tất cả mọi người.

- Thế mấy ngày nay ông có nghe chúng tôi chửi không mà không thấy trả lời?

Thay vì trả lời, Đức Phật hỏi lại người đàn bà kia rằng.

- Nếu nhà ngươi có đám giỗ, giỗ xong mang cỗ qua hàng xóm để cho. Nếu người hàng xóm không nhận thì mâm cỗ ấy sẽ về ai?

- Dĩ nhiên là về người đem cho.

- Cũng như thế đó, mấy ngày nay bà và năm trăm thể nữ đã chửi ta, nhưng ta không nhận, xin trả lại cho bà.

Khi nghe xong người đàn bà ấy mắc cỡ, đã cùng với năm trăm thể nữ ra về một cách yên lặng. Đó là một bài học mà Đức Thế Tôn đã để lại từ ngàn xưa. Còn bây giờ với ta, một Ngộ Đạo nhỏ bé như thế này, chỉ vì trả lời thật cho Mỹ Lệ biết rằng tim ta đã giá lạnh trước ngũ dục rồi, mà nàng đã tạo ra không biết bao nhiêu là mưu kế để hại ta, hại chùa và cả những người không dính dáng gì với chuyện này ở chung quanh ta nữa thì ta phải nói với nàng những gì đây.

- Kính thưa lệnh bà! Xin bà yên tâm về lại dinh, ở đây tôi sẽ trực tiếp đến nơi quan huyện trong ngày này.

- A Di Đà Phật. Mong Thầy mở lượng hải hà.

Cánh cửa công đường đã mở rộng. Đây là lần đầu tiên Thầy Ngộ Đạo bước vào. Vì trong luật Phật dạy rằng: Người tu hành không nên lân la chỗ quyền quý và thấy Vua quan thì nên tránh đi, nhưng hôm này vì sự yêu cầu của bà vợ quan Tể Tướng và lời di chúc của Sư Cụ, nên Thầy Ngộ Đạo mới vào đây để thực hành con đường mà các vị Bồ Tát đã làm. Nếu không,Thầy đã chẳng đến đây.

- A Di Đà Phật. Xin mời Thầy vào!

Một lính hầu mở cửa và chào.

- A Di Đà Phật! Tôi đã đến và xin trình cho quan huyện hay.

- Mô Phật! Xin vâng. Xin mời Thầy dùng trà.

Thầy Ngộ Đạo an tọa xong, bên trong sảnh đường một vị huyện quan, không lấy gì bệ vệ lắm, nhưng trông ra rất quyết đoán, bước vào và sau khi phân chia ngôi thứ tả hữu xong, ông ta vào đề ngay.

- Tôi biết rằng hôm nay Thầy đến.

- Mô Phật! Tôi là Ngộ Đạo, Trụ Trì chùa Hưng Phước.

- Theo ý Thầy thì sao?

- Dẫu sao đi nữa thì Tiểu thư Mỹ Lệ cũng nên được ân xá.

- Thầy thấy rằng cô ta vô tội?

- Dĩ nhiên là cô ta làm chỉ vì tức giận với ý riêng mà thôi.

- Nếu lúc ấy quan quân của chúng tôi không phát hiện kịp và Thầy cũng như chùa bị thiêu rụi thì sao?

- Thì chắc là do tôi vụng tu, không nối nghiệp được việc của Sư Cụ đã trao truyền. Mà việc ấy không đến trước cũng phải đến sau thôi.

- Theo Thầy thì...

- Thì nên miễn án tù và cúi xin quan huyện nên cho cô ta về lại gia trang, trắng án.

- Nếu người sau họ nhìn vào thấy lối xử này thì?

- Thì mỗi thời mỗi khác và luật pháp tùy duyên mà thay đổi, chứ không phải chỉ luôn luôn cứng nhắc như thế!

- Thôi được rồi! Tôi và Thầy cùng vào khám đường.

Sau khi thảo luận xong, cả quan huyện và đoàn tùy tùng cùng Thầy Ngộ Đạo vào nơi giam giữ tiểu thư Mỹ Lệ. Lúc này nàng đang mặc bộ đồ tù và ngước nhìn lên Thầy Ngộ Đạo có ý van lơn cũng như hối hận.

- A Di Đà Phật! Con hôm nay hân hạnh được gặp Thầy.

- A Di Đà Phật! Chắc cô vẫn khỏe?

- Ở trong tù mới thấy nỗi khổ của nhân sinh. Nỗi khổ của con, con không tự giải quyết, mà còn gây nỗi khổ ấy cho Thầy cũng như cho gia đình con và cho bao nhiêu người khác liên lụy nữa cũng chỉ vì...chỉ vì....

- Chỉ vì người khác?

- Chắc không phải vậy. Vì sự ích kỷ cá nhân của con, nên đã để Thầy phải bị hệ lụy đến uy danh của chùa và của Thầy. Hôm nay con xin dốc lòng sám hối và nguyện sẽ không bao giờ dám tái phạm nữa.

- Phật dạy ở trên đời này có hai hạng người đáng quý. Hạng người thứ nhất là không bao giờ gây nên tội lỗi và hạng người thứ hai là có tội lỗi mà biết sám hối. Nay tiểu thư đây thuộc hạng thứ hai. Như thế cũng đáng trân quý lắm rồi.

Sau khi nói chuyện xong. Quan huyện cho người tuyên đọc bản án bãi nại, vì không có người khiếu kiện và coi như được trắng án. Tiểu thư Mỹ Lệ được phục sức lại như xưa và lên kiệu đưa về lại gia trang Phước Lộc của quan Tể Tướng. Người mừng nhất lúc này không phải là Mỹ Lệ mà là bà vợ ông Tể Tướng đang đứng chờ trước cửa của quan huyện. Thế rồi cười cười nói nói và họ được đón trở lại dinh.

Lúc bấy giờ trên từ Vua quan, dưới cho đến nhân dân trăm họ, nhất là những người Phật tử quanh vùng chưa bao giờ thấy một vụ án nào mà chồng chéo như thế. Vì người được thương yêu thì lại chẳng quan tâm đến chuyện yêu thương. Còn kẻ thích yêu mà lại không được yêu. Còn người muốn yêu cũng không yêu được. Cho nên mọi người vừa mừng vừa vui mà vừa giễu với nhau và họ tự đặt tựa đề của câu chuyện tình nơi sơn tự này là: *“Giai nhân và Hòa Thượng”*. Tuy rằng Thầy Ngộ Đạo chưa được tấn phong lên Hòa Thượng.

Trong môn phái và Tăng đoàn lúc bấy giờ ai cũng hoan hỷ và đem kinh nghiệm ấy để dạy lại cho đệ tử của mình cũng như việc trắng đen đã rõ, nên mọi người đã quyết định sẽ làm lễ tấn phong Thầy Ngộ Đạo lên phẩm vị Thượng Tọa. Vì so ra tuổi đời của Thầy cũng đã bốn mươi và tuổi đạo đúng 20 năm thọ giới tỳ-kheo rồi.

Bầu trời hôm ấy quang đãng hơn. Cảnh núi rừng lâu nay vốn vắng vẻ, nhưng sau khi bản án đã công bố về sự thực hư và những dư luận bàn tán trái phải như xưa nay đã lắng yên về dĩ vãng. Bây giờ chung quanh chùa chỉ còn lại không khí tưng bừng náo nhiệt để đón mừng ngày tấn phong của thầy đương kim Trụ Trì lên hàng giáo phẩm Thượng Tọa.

Người mừng vui hôm ấy không phải là Ngộ Đạo. Vì lẽ còn người sư huynh Ngộ Tánh của mình vốn cũng thọ giới cùng ngày, nhưng so ra không được Môn Phái và Tăng đoàn cân nhắc, mà hình như Ngộ Tánh còn có cái gì đó bí ẩn nữa, chưa ai rõ hết được tâm trạng của Ngộ Tánh. Vả lại tư tưởng cũng chưa dứt khoát rõ ràng, nên chỉ làm lễ tấn phong có một mình Ngộ Đạo mà thôi.

Người mừng nhất trong việc tấn phong có lẽ là tịnh hạnh nhơn Thanh Tịnh. Còn tịnh hạnh nhơn Tâm Thức cũng mừng, nhưng không tỏ vẻ kiêu hãnh rõ ràng như bà Thanh Tịnh. Có lẽ vì họ đã thấy được Thầy của mình tăng thêm cấp bậc và tuổi đạo. Hay còn lý do nào khác nữa mà chẳng ai đọc được ý nghĩ của bà.

Giữa chánh điện trang nghiêm, giữa hương trầm nghi ngút Thầy Ngộ Đạo quỳ xuống để nghe văn bản tấn phong của Môn Phái và Tăng Đoàn.

Phật lịch........ ngày...... tháng...... năm......

Nay xét về Tăng Lạp cũng như Đạo Hạnh của Thầy Thích Ngộ Đạo và những công hạnh đã đóng góp cho Sơn Môn trong suốt những năm qua và kể từ hôm nay trở đi Đại Đức Thích Ngộ Đạo trở thành Thượng Tọa Thích Ngộ Đạo của chùa Sắc Tứ Hưng Phước này và của Sơn Môn pháp phái.

Sau khi nghe tuyên đọc, mọi người vỗ tay rền vang chánh điện và Thầy Ngộ Đạo hai tay đón nhận bản tấn phong trong xúc động và sau đó đứng lên để cảm niệm chư Tôn Đức Tăng Ni cũng như quý Phật Tử đã đến tham dự buổi lễ hôm ấy. Thầy cũng cung thỉnh chư Tăng Ni tham dự buổi lễ trai Tăng của chùa và mời quý Phật Tử dùng trai tại trai đường.

Chùa Hưng Phước càng ngày càng hưng thịnh hơn xưa, hơn cả lúc Hòa Thượng Từ Tâm còn tại thế nữa. Có phải điều ấy đúng với câu "qua cơn bỉ cực đến hồi thái lai" chăng? Hay đúng với ý nghĩa câu chữ Hưng Phước mà bao đời chư vị trụ trì tiền nhiệm đã dày công tô bồi cho cái phước ấy càng ngày càng hưng thịnh, ấy cũng là điều nên nghĩ đến.

CHƯƠNG 8. GIỮA HAI CHỌN LỰA

Mấy ngày nay cảnh chùa Sắc Tứ Hưng Phước dường như cũng buồn theo với sự suy nghĩ sắp xếp của Thầy Ngộ Tánh. Bởi vì Thầy có một quyết định tương đối đột ngột. Do vậy mà Thầy nhìn thấy bất cứ nơi đâu và bất cứ cái gì ở chùa này cũng đã là những kỷ niệm đáng trân quý, kể từ khi Thầy ấy vào chùa xuất gia, rồi đi tha phương cầu học, cho đến nay cũng đã hơn hai mươi năm rồi. Trong hai mươi năm đó biết bao nhiêu là buồn vui của cuộc đời tăng sĩ. Vì vậy cho nên Thầy ngâm nho nhỏ hai câu thơ Kiều cho đỡ buồn. Bởi vì chẳng ai trong lúc này có thể chia sẻ với Thầy được cả.

"Cảnh nào cảnh chẳng đeo sầu,
Người buồn cảnh có vui đâu bao giờ."

Thầy bước ra sân nhìn hồ sen, nhìn những hoa mẫu đơn, hoa thược dược, hoa giấy, hoa cúc v.v... chúng vẫn đang khoe sắc thắm và dường như vẫn tươi cười trước những làn gió thổi qua. "Thiên nhiên bao giờ cũng đẹp cả. Tuy nó rất vô tình." Đó là lời dạy của Sư Cụ Từ Tâm đã dạy cho Ngộ Đạo và Ngộ Tánh từ thuở mới vào chùa. Bây giờ còn đâu nữa. Một người được tiến thân vùn vụt. Việc không đợi vẫn đến, việc không đáng gì cũng có người lo lắng chăm sóc. Còn mình vẫn hẩm hiu cô quạnh. Những gì mình muốn tâm sự đâu biết nói với ai và nói ai sẽ hiểu. Vị sư đệ bây giờ đã được tấn phong lên Thượng Tọa rồi và uy tín càng ngày càng cao, nhưng tự bản thân mình xét thấy không bằng sư đệ đã đành, đằng này con đường tu vốn sẽ mang đến cho con người ta cảnh giới giải thoát nhưng dường như ta vẫn còn bị ràng buộc và ta cố ngoi ra khỏi nhưng vẫn không thể nào vượt khỏi những dằn vặt của nội tâm. Thầy suy nghĩ thế rồi lên bàn Phật để lễ Phật tạ từ và trở về bàn Tổ đốt ba nén nhang khấn nguyện và sau đó thì sụp lạy và bắt đầu trình thưa:

"Nam Mô A Di Đà Phật. Kính bạch Sư Cụ. Con là Ngộ Tánh tức nho sinh Ngọc Minh thuở nào. Cái thuở mà đường công danh của con chưa trọn vẹn nhưng con có ý xuất gia tu học. Ngài cũng đã rộng lòng từ bi dung nạp và thuở ấy con cũng có nghe Thầy dặn rằng: "Con đường tu không dễ mà cũng chẳng khó. Nếu nói dễ thì ai tu cũng đã thành chánh quả hết rồi. Còn nói khó tại sao vẫn có người thành Phật thành Tổ. Tất cả đều do ở chính mình." Con rất rõ về điều này, nhưng thật ra con không làm chủ con được nữa, nhất là việc kiểm soát tự chính mình trong những cơn dục vọng nổi lên. Ngày con mới vô chùa, bao nhiêu niệm bao nhiêu ước mong đều đẹp và trắng thơm như bông hoa thiên lý trước chùa, nhưng dần dà tương chao vẫn chưa thấm, lại thêm những sắc màu của mỹ nhân đã làm cho tâm con xao xuyến. Lúc ấy con đã muốn xa Ngài, xa huynh đệ và cố bắt cho được con bướm đang vờn, nhưng trong tay chẳng có gì. Vả lại Sư Cụ có dạy cho huynh đệ chúng con đi học đạo ở các nước lân bang. Con nghĩ đây là cơ hội tốt để con quên đi quá khứ. Mà thật vậy, khi con đến xứ người, mãi say mê nghiên cứu học hỏi, nên con đã quên đi tất cả. Chỉ thỉnh thoảng mới nhớ thôi. Nhưng không ngờ sau khi về lại chùa xưa, gặp lại giai nhân cũ. Lòng con quặn thắt. Con muốn thét lên cho hả dạ là con yêu nàng, nhưng trên thật tế nàng có bao giờ yêu con đâu. Người con yêu mà lại không được yêu. Còn người họ không yêu hoặc không biết yêu mà lại đi tỏ tình và cố bắt cho được con ong kia, nên cuối cùng phải vào tù ra khám. Con biết sư đệ con đã có căn tu từ trước. Do vậy mà bao nhiêu quyến rũ như công danh sắc đẹp cũng không màng. Con tin rằng Ngộ Đạo sẽ

ngộ được tự tánh của mình để được làm Phật làm Tổ sau này. Còn con tuy Ngài đặt cho con cái pháp danh là Ngộ Tánh, nhưng tánh con vẫn còn hôn mê tục lụy quá. Con đã cố gượng mà gượng vẫn không nổi và con cũng biết rằng Ngài có giúp con thì cũng chỉ giúp tiến lên thôi, chứ chẳng bao giờ giúp việc thoái lui cả, nhưng con quyết một điều là phải ra đời lập gia đình cưới vợ, sinh con để cô Mỹ Lệ cũng biết rằng con không yêu được cô ta con vẫn còn có thể lấy những người đàn bà khác làm vợ, chứ đâu phải trên thế gian này chỉ có một mình cô ta đâu. Con sẽ lấy người con yêu, chứ con không muốn lấy người yêu con. Con sẽ chủ động để trả nợ tình. Nợ ấy không biết là con có mắc nơi cô ấy không, nhưng con thiết nghĩ bây giờ con có ở chùa cũng vô bổ. Vì tâm con bây giờ đã hướng về hướng khác rồi. Con biết đây là điều tội lỗi, nhưng con mong rằng nếu trên bước đường thiên lý ấy rủi con có sa cơ thất thế kính mong Ngài cho con cơ hội để chuộc lại những lỗi lầm xưa và chỉ có cửa Phật mới có thể giúp con lúc ấy được.

Giờ đây con sẽ vào đời thực sự, không như là các vị Bồ Tát thỏng tay vào chợ để cứu đời, mà con, con sẽ lăn lộn trong đời cho hả dạ một kiếp nhân sinh.

Cúi xin Ngài chấp nhận cho con lời van vái này.

Nam Mô Hoan Hỷ Tạng Bồ Tát Ma Ha Tát."

Ngộ Đạo ngồi phía sau bàn Tổ để lắng nghe những lời bộc bạch của Ngộ Tánh từ đầu đến cuối , nhưng có lẽ Ngộ Tánh không biết. Vì lẽ mấy hôm nay thấy Ngộ Tánh buồn, nên mọi cử chỉ của Ngộ Tánh đều được Thượng Tọa Ngộ Đạo theo dõi và cũng không ngờ rằng Ngộ Tánh có cái quyết định đường đột như thế. Chỉ có đi lấy vợ để báo thù thì đâu có ý nghĩa gì. Ngộ Đạo tằng hắng một tiếng lớn để cho Ngộ Tánh biết là có sự hiện diện của mình và Ngộ Tánh khựng lại trước cái lạy thứ ba và tự biết rằng những điều than thở vái van nãy giờ Ngộ Đạo đã nghe được hết rồi.

- A Di Đà Phật! Chào sư huynh.

- Chắc là Thầy, à quên Thượng Tọa đã nghe hết những lời của huynh này thổ lộ cùng giác linh Sư Cụ?

- Dĩ nhiên là vậy và xin sư huynh cảm thông cho sự đường đột ấy.

- Lẽ ra sẽ nói với đệ vài lời trước khi từ giã nơi đây, nhưng bây giờ thì đệ đã rõ hết rồi. Ta xin cảm ơn đời, cảm ơn người, cảm ơn đàn-na tín thí đã nuôi ta mấy chục năm nay.

- Dĩ nhiên là chúng mình sẽ không quên nhau được. Đệ nhớ những ngày tháng chúng ta vẫn còn ở bên Sư Cụ. Nhớ những bài học vỡ lòng về Qui Sơn Cảnh Sách, nhớ những ngày tháng khó khăn khi tha phương cầu học.

- Ta biết vậy, nhưng chẳng có thể làm gì hơn, khi tâm mình vẫn còn chất đầy những khổ đau và ước muốn về ái dục. Nếu ta có đem giới luật đè lên cũng giống như là đá đè lên cỏ, cỏ vẫn mọc. Ta biết ta tội lỗi, nhưng giờ ta đã quyết.

- Đường đời muôn vạn nẻo khó lường, sư huynh khá bảo trọng. Sở dĩ người ta quý hoa sen là vì hoa sen tuy mọc trong bùn lầy nhưng vẫn không bị bùn lầy làm vẩn đục. Chứ nếu hoa sen bị vẩn đục và không tỏa hương thơm ngát để cống hiến cho đời thì hoa sen đâu còn giá trị gì cao quý nữa.

- Đệ nói đúng. Điều ấy không sai với chân lý. Nhưng ta chỉ có sức chịu đựng đến đây mà thôi.

- Đây là một ít hành trang xin tặng sư huynh và khi nào sư huynh cần đến đệ thì đệ này sẽ không từ chối.

- Mô Phật! Xin cảm ơn và bây giờ huynh xuống núi đây.

- A Di Đà Phật! Chúc huynh đi vào đời mạnh khỏe.

Sau khi Ngộ Tánh đi rồi, Ngộ Đạo trở về phòng mình và Thầy tự nghĩ về sự quyết định có tính cách cương quyết và khó nói của Ngộ Tánh, nhưng biết làm sao hơn. Như thế vẫn còn tốt hơn là trong khi thân ở chùa mà tâm thì đi chơi ở nơi khác. Ngày xưa Ngộ Đạo khi nghe một người đã đi xuất gia mà hoàn tục, Ngộ Đạo không thích lắm. Vì bảo rằng: *"Tu thì phải tu cho trót và gọt thì phải gọt cho trơn."* Nếu đi tu, nửa đường mà hoàn tục tránh sao khỏi miệng đời quở trách là: *"Ông ấy tu gì, có mà tu hú cá mòi thì có."* Lúc ấy Ngộ Đạo cũng hoàn toàn đồng ý với suy nghĩ này, nhưng bây giờ thì Ngộ Đạo hiểu khác. Người phát tâm xuất gia cũng giống như là một người đang phát nguyện đi trên con đường giải thoát, nhưng suốt cả một lộ trình sanh tử ấy. Nếu không kham nổi, muốn để gánh giải thoát xuống để nghỉ ngơi trong kiếp luân hồi này, ví như Ngộ Tánh là một trường hợp điển hình, thì ta cũng chẳng có quyền gì để bắt buộc anh ta phải gánh đi tiếp tục nữa, trong khi anh ta không đủ sức để gánh cái gánh nặng kia. Dẫu sao đi nữa anh ta cũng đã gánh đi được một đoạn đường. Nếu đời sau anh ta sanh ra làm người lại và muốn tiếp tục gánh vác công việc của người xuất gia, lúc ấy hẳn không muộn, hoặc giả ngay cả trong đời này, nếu anh ta trở lại cuộc đời tu niệm thì cũng tốt thôi.

Ngộ Đạo thầm nghĩ sao mà Sư Cụ mình tài tình đến thế. Những gì Ngài dự định hay những gì Ngài cảnh báo trước đều đúng trăm phần trăm, mà chỉ có những bậc tiên tri hay những bậc chứng đạo mới có thể rõ biết được như thế. Nhưng theo lời tiên đoán của Sư Cụ cuộc đời của Ngộ Tánh vẫn chưa dừng nghỉ ở đây. Còn phải lặn hụp với tử sinh, lận đận với đường đời trong nhiều trận thử thách nữa. Do vậy Ngộ Đạo sẵn sàng giúp đỡ anh nếu có một ngày nào đó quay đầu trở lại chùa xưa và gặp lại người bạn cũ.

Ngộ Tánh vẫy tay chào mọi người và chào từ biệt ngôi chùa thân yêu, nơi đây đã dưỡng nuôi anh cả hơn hai mươi năm trường. Ngộ Tánh bây giờ không mặc áo dài nữa mà chỉ mặc trên người một bộ áo bà ba như lúc mới đến chùa. Còn tất cả y áo Ngộ Tánh đã trả lại cho chùa và trao cho Ngộ Đạo giữ lại giùm.

Đang đi xuống núi thì bỗng nhiên Vạn Tâm, người bạn cũ thuở còn là nho sinh xuất hiện. Hai người gặp nhau rất ngỡ ngàng và Vạn Tâm mở đầu:

- Sư huynh đi đâu vậy?

- Sư huynh xuống núi, à mà bây giờ hết sư huynh rồi.

- Sao lạ vậy?

- Đâu có gì là lạ. Vì không muốn trở thành hòa thượng vậy thôi.

- Trong khi đó Vạn Tâm này muốn trở thành hòa thượng đó.

- Vì sao vậy?

- Vì chán đời quá rồi.

- À! Anh thì chán đời, còn ta thì chán ngấy cảnh đạo. Ngày hai buổi cứ sớm Kinh chiều Kệ rồi sớm Kệ chiều Kinh suốt mấy chục năm trời đâu có thay đổi gì đâu. Vì vậy bây giờ ta muốn thay đổi vậy.

- Sư huynh muốn làm cách mạng?

- Nói vậy cũng không đúng. Vì cách mạng là thay cũ đổi mới và cái mới ấy phải khá hơn cái cũ mới gọi là cách mạng. Còn việc ta làm nó cũ xì và xưa như trái đất, chứ không có gì mới mẻ cả, nên không thể gọi là cách mạng được.

- Nhưng ngày xưa sư huynh tự nguyện đi xuất gia và thưa với Sư Cụ, trong khi gia đình không đồng ý thì anh cũng quyết chí đi cho được. Còn bây giờ ai khuyến khích anh trở về lại với cái vũng bùn đau khổ của thế nhân này vậy?

- Dĩ nhiên là cũng tự nguyện thôi. Ngày trước khi xuất gia mình nguyện thực hành Bồ Tát đạo đi vào đời để độ sanh. Còn bây giờ mình muốn đời độ lại mình.

- Sư huynh nói gì mà kỳ quặc quá vậy. Nhưng thôi để đệ hỏi lại cho rõ, chứ không sau này đệ cũng sẽ hối hận nữa. Vậy đi xuất gia có cái gì khó và cái gì dễ?

- Cái khó và dễ thì khó nói lắm. Tùy theo mỗi người. Nếu mình bảo khó là việc ấy khó, mình bảo dễ là việc ấy dễ. Nhưng thực ra khó nhất là tự làm chủ lấy mình. Nếu mình không tự làm chủ lấy mình những việc hằng ngày xảy ra nhan nhản trong cuộc đời như tiền tài, sắc đẹp, danh vọng, địa vị, ăn uống v.v... nó sẽ đánh mình gục trước khi mình muốn chuyển nó. Còn dễ thì quá dễ. Vì qua một cơn ngứa của thân thể và da thịt thì ta sẽ trở lại bình thường. Tất cả chỉ là mộng, nhưng vì ta tưởng thật nên ta mới bị nó dụ dỗ.

- Vậy huynh xem thử đệ đây có xuất gia được không?

- Ai đi lại không được. Cửa chùa rộng mở mà, nhưng liệu rằng trong cái rộng rãi thênh thang như thái hư đó, tâm đệ có đủ rộng để dung chứa không vậy?

- À! Thì Thiện Tài Đồng Tử trong Kinh Hoa Nghiêm đã đi tham bái năm mươi ba quốc độ và khi trở về lại chốn xưa thì cũng chỉ có tâm mình là chính.

- Đúng là vậy. Nhưng ai biết tâm mình đang ở đâu. Do vậy mới vào ra ba cõi, xuống lên sáu đường.

- Ý nghĩa của việc xuất gia ra sao và huynh đã thực chứng cái gì mà xuống núi sớm vậy, trong khi đệ vẫn muốn lên núi?

- Thì xuất có nghĩa là ra và gia có nghĩa là nhà. Nhưng nhà ở đây gồm ba loại là nhà thế tục, nhà phiền não và nhà tam giới. Đệ muốn ra khỏi nhà nào?

- Nhà nào cũng muốn ra khỏi hết. Vì đệ chán cho cái cuộc sống gia đình lắm rồi.

- Đệ kể lại cho huynh xem, sao lâu quá chẳng gặp nhau chắc có rất nhiều thay đổi?

- Đúng vậy huynh ơi! Ngày chia tay với huynh đó đệ trở về buồn lắm, thi đâu hỏng đó. Vì vậy phải về quê làm ruộng. Đúng là: "Văn chương phú lục chẳng hay, trở về làng cũ học cày cho xong." Là câu nói của ông bà mình ngày xưa mà. Ở nông thôn thì đâu có gì vui. Ngày lại tháng qua đệ lấy vợ và sinh con, nhưng rồi đâu có hạnh phúc gì. Mới đầu thì cái gì cũng hay cũng đẹp, giống như những cành hoa vậy, ta đứng xa trông thấy mỹ miều, nhưng gần rồi thì thấy nó cũng tầm thường lắm, mà gần lâu lại sinh mùi, không của mình thì cũng của đối phương. Nhất là khi không có tiền để lo cho gia đình thì đó là nỗi khổ tâm, đồng thời tình cảm không đáp ứng đủ gia đình sẽ tan nát. Còn con cái nữa mà chi. Đúng là "con là nợ, vợ là oan gia" mà. Biết vậy nhưng sao ai cũng nhào vô hết.

- Té ra đệ muốn làm hòa thượng là vì không chống chọi lại với đời sao?

- Dĩ nhiên không phải vì đời đen bạc mà đệ muốn đi tu, nhưng đi tu là đệ muốn thoát ra khỏi cái buộc ràng đó chứ. Còn huynh sao đã thoát được rồi mà bây giờ lại muốn bước trở vô lại?

- Đúng là cái vòng lẩn quẩn. Khi tâm ta yên thì những lúc thiền định rất có kết quả, nhưng khi tâm ta động đa phần ngồi quán Phật cứ ra quán em hoài vậy đó.

- Em nào?

- Thì em mình tưởng tượng ra đó.

- Đó chỉ là ảo ảnh mà?

- Dĩ nhiên là ảo ảnh, nhưng vì mình chưa làm chủ được mình cho nên ta vẫn còn lẩn quẩn. Đây là nguyên nhân chính của ta. Thật ra ngày Sư Cụ còn hiện tiền Sư Cụ cũng thương ta giống như Ngộ Đạo vậy. Nhưng ngày qua tháng lại có bóng dáng giai nhân đi lễ Phật, khiến tâm ta bị động và sóng tình đã nổi dậy trong ta, ta không thể nào kiềm hãm nổi. Vì vậy ta đã đem lòng thương nàng. Nàng ấy là ai chắc đệ biết rồi. Đó là Mỹ Lệ con quan Tể Tướng đương triều. Ban đầu ta ngỡ rằng nàng để ý đến ta, nhưng dần dần ta biết nàng đã chẳng hề đoái hoài gì cái tình cảm của ta đối với nàng cả. Trong khi đó nàng lại đi thương Ngộ Đạo, mà Ngộ Đạo đâu có bao giờ thương cô ta đâu và sự kiện chùa Hưng Phước cũng như việc cô Mỹ Lệ tù tội vì sao chắc là đệ đã hiểu rồi. Tức vì yêu không được, cho nên ta phải trả thù cho chữ yêu mà thôi. Lý do chỉ có vậy.

- Nếu vậy thì tầm thường lắm. Vì đi lên mới khó, chứ đi xuống ai mà đi không được. Không cố gắng huynh cũng có thể bị tuột xuống dốc như thường và bây giờ chính là lúc huynh muốn tuột dốc phải không?

- Bây giờ thì mọi việc đã an bài.

- Ai đã an bài cho huynh đâu. Chính huynh tự nguyện làm Bồ Tát để độ người, rồi bây giờ muốn người khác độ mình là nghĩa làm sao? Có lẽ do huynh không chuyên trì giới luật mới ra như vậy?

- Đúng thế, giới luật mà giữ vẹn tròn thì giống như là vật cản che cho các căn của mình. Trong khi đó cửa nhà của ta không có đóng cho nên gió nghiệp cứ lai vãng hoài.

- Đệ có nghe Phật dạy trong Kinh về câu chuyện con rùa và con dã can. Không biết huynh có nhớ chăng?

- Bây giờ thì quên hết cả rồi.

- Con rùa đang bò đi trên đường, bỗng dưng gặp con dã can. Dĩ nhiên là con rùa không thể tới lui gì được nữa, bèn rút hết đầu và bốn chân vào trong để giữ gìn và chờ đợi. Trong khi đó con dã can chạy lại và ngồi chờ khi nào con rùa thò ra một chân thì nó sẽ ngoạm liền và sẽ ăn thịt con rùa. Chờ hoài nhưng con rùa vẫn kiên nhẫn không thò đầu và chân ra. Cuối cùng con dã can bỏ đi. Như thế đó, nếu người xuất gia biết giữ gìn các căn của mình giống như con rùa vậy thì đâu có phá giới và đâu có mất thân huệ mạng. Trong khi huynh đã làm được người xuất gia mà huynh không lo gìn giữ các căn, thỉnh thoảng còn muốn buông tay vào đời hay thỏng chân vào chợ, trước sau gì cũng bị dã can ăn thịt. Đệ đây đã bầm mình rồi. Bây giờ xin chừa. Còn huynh muốn nguyện sống trong cuộc đời thế tục thì cứ xin tự nhiên.

- Vậy là cái gì tốt hơn?

- Dĩ nhiên Đạo vẫn tốt hơn, nhưng đôi khi mình làm không tròn bổn phận mình hay đổ thừa lỗi này cho người này người kia. Vì thế, vì thế... nên tôi không tu được. Vì Thầy đó, bà đó... chùa đó khó quá tôi không thể nào tu ở đó. Như vậy mình đi xuất gia là vì ông đó, bà đó, chùa đó hay là vì sự cầu giải thoát cho chính mình? Nếu việc gì mà thuận với mình thì bảo rằng nhân tốt duyên lành. Còn việc gì mà không thuận với mình lại bảo rằng nghiệp. Nhưng Phật dạy rằng nghiệp dẫu lành hay dữ mình cũng có thể chuyển nghiệp được mà. Thực sự ra ái tình nó cũng giống như là cây kim và sợi chỉ vậy. Nếu cây kim để yên thì sợi chỉ mới xâu qua lỗ kim được. Nếu cây kim cứ xoay tròn như con rùa rút đầu cổ và chân vào, làm sao sợi chỉ có thể xâu thông qua được. Đau lắm, nhức lắm huynh ơi. Cuộc đời vui đâu chẳng thấy nhưng khổ lại nhiều.

- Như vậy hóa ra những người đi tu là những người trốn tránh đời sao?

- Thật sự ra không phải là trốn, mà vì mình đã biết bộ mặt thật của đời rồi. Nó không thật, nó toàn là đồ giả không hà, thì mình nhận nó làm ruột thịt làm gì nữa. Đó mới là tỉnh thức.

- Thế đệ đã tỉnh thức chưa?

- Sáng mắt rồi nên mới tìm lên chùa đây này. Trong khi đó huynh trở về lại cuộc đời thế tục thì đệ buồn lắm.

- Biết tính sao hơn khi mà tâm mình đã không tự làm chủ được mình.

- Thì ở đời cũng thế. Đường đời muôn vạn nẻo chứ đâu có phải đơn giản gì.

- Nhưng lòng ta đã quyết.

- Thôi xin chào huynh. Nếu huynh đã quyết lòng như thế.

Thầy Ngộ Tánh của ngày nào đường đường là một vị tỳ-kheo tăng của Sắc Tứ Hưng Phước Tự, còn bây giờ Thầy chỉ nguyện mình trở thành một cư sĩ với cái tên gọi Ngọc Minh của cha mẹ đặt cho ngày nào, để Thầy trở về đời sống thế tục, sống như bao nhiêu người khác đang sống và biết đâu mình sống trong đời thường như thế dễ độ cho đời hơn là ở chỗ cao sang quyền quý hay nơi chốn chùa chiền lúc nào cũng lấy đạo đức làm mô phạm và nói ra bất cứ cái gì là phải như thế này hay như thế kia mới được. Nếu không sẽ phạm và mất hết phước đức v.v... khi người ta có quyền và nhất là những người tăng sĩ đang được mọi người cung kính thì nói cái gì mà Phật tử chẳng nghe. Chi bằng bây giờ trong tay ta chẳng có gì cả, ta thử vào đời xem thử ta có thể chuyển đời được như ý ta muốn chăng.

Suy nghĩ mông lung như thế và chàng Ngọc Minh đã trở về nhà cũ của cha mẹ mình lúc nào chẳng hay biết. Nhà bây giờ chẳng còn ai, chỉ trừ cây khế già đang sống trơ vơ trước ngõ mà lúc nhỏ Ngọc Minh thường cùng với bọn nhỏ leo trèo và hái trái để ăn. Còn cha mẹ chàng đã quá vãng từ lâu. Ở nơi nhà này chỉ còn một bà lão giúp việc. Khi lão thấy Ngọc Minh về thì bà thở dài đứt ruột và lên tiếng.

- Thế là Thầy đã về?

- Bây giờ không còn là Thầy nữa mà chỉ là một Ngọc Minh của ngày nào thôi. Cụ cứ xem như bình thường không có gì phải khách sáo cả.

- Già này chỉ còn một mình sống thui thủi nơi đây. Nếu có cậu về sống cũng ấm cúng thêm chứ có sao đâu, nhưng dự định tương lai của cậu sẽ như thế nào?

- Tôi sẽ lấy vợ.

- Lấy vợ? Lấy vợ rồi lấy gì cho vợ, rồi con... sau này sẽ sinh sống với nhau. Bao nhiêu tiền của ruộng đất sau khi ông bà ra đi cũng chẳng còn gì cả. Vì phải lo thuốc thang cho hai cụ và làm lễ tống táng cho được đàng hoàng, kẻo không thì thế gian lâu nay cũng thường hay nói là "ma chê cưới trách" mà. Do vậy nhà chả còn gì.

- Tôi sẽ làm lại từ đầu.

- Nhưng với cậu chỉ toàn là hai tay trắng của bạch diện thư sinh ngày nào mà?

- Tôi có một ít vốn của bạn tôi đã cho.

- Nhưng cái vốn vào đời đâu chỉ là tiền bạc. Nào là kinh nghiệm sống, lanh lợi, địa vị v.v... Nhưng so ra sau khi cậu đi xuất gia ở cửa Không ấy chắc cậu cũng đã chẳng gặt hái được gì. Bây giờ về lại sống cuộc đời bình thường này nó không đơn giản đâu cậu ơi. Già này sống kéo lê cuộc sống và muốn về chầu Phật cho xong, chứ ở trong thế giới này nó khổ tâm lắm. Làm thế nào họ cũng chẳng vừa lòng và dẫu có là gì đi chăng nữa cũng chẳng qua hai chữ duyên nghiệp và phước đức của ông bà để lại mà thôi.

- Xin cảm ơn cụ và tôi sẽ cố gắng hết mình để lo cho cuộc sống này.

Sau khi đối đáp xong với một người giúp việc đã từng trải việc đời. Ngọc Minh có một chút suy nghĩ. Nhưng chàng chẳng quan tâm. Vì chàng nghĩ rằng mình phải lấy vợ và lập gia đình để trả thù tiểu thư Mỹ Lệ, vì mình yêu mà chẳng được yêu. Chỉ đơn giản vậy thôi. Còn bao nhiêu chuyện khác nữa sẽ hạ hồi phân giải.

Cuối cùng chàng cũng đã tìm được một cô gái trung niên vừa ý. Vì tuổi chàng bây giờ cũng ngấp nghé năm mươi rồi, đâu có còn thanh xuân gì nữa mà lựa chọn. Tuy tuổi tác khác nhau nhiều nhưng lúc đầu họ sống với nhau rất là hạnh phúc. Vì họ chỉ đối đãi với nhau bằng những cử chỉ chân tình và chia sẻ nhau trong từng cái khó khăn mệt nhọc. Ban đầu họ tặng nhau bằng những nụ hoa hồng khi chưa cưới và dần dà những cánh hoa ấy lơi bớt đi. Có lẽ Ngọc Minh thấy những câu chuyện vào đề đã đủ. Sau khi cưới nhau họ chỉ tặng cho nhau cái gì đó thật cần thiết khi có lễ trọng trong năm như Tết nhứt chẳng hạn và sau hai ba năm, khi mà họ đã có hai mặt con với nhau thì bây giờ hầu như không còn tặng cho nhau cái gì nữa cả, mà thay vào đó là những lời chanh chua khó nuốt.

Ngọc Minh suy nghĩ hoài nhưng chẳng có câu trả lời. Tại sao khi người ta thương yêu nhau người ta hay quên đi tất cả, chỉ thấy cái tốt của người khác và che đậy cũng như tha thứ cho nhau những sai trái. Đến khi không vừa ý với nhau, không có lời xấu ác nào mà không sử dụng đến. Có lẽ để cho thỏa mãn tự ngã của mỗi người.

Chàng là người đàn ông, chàng cũng có cái mặc cảm chứ. Tuy không phải là mặc cảm tội lỗi, vì chàng đâu có làm gì nên tội lỗi. Nếu có, chỉ là cái tội nghèo và không có tiền lo cho vợ con thôi. Nhiều lúc như thế Ngọc Minh nghĩ đến Vạn Tâm, nhưng Vạn Tâm cũng nghèo xơ xác và hắn ta cũng có vẻ chán đời, chỉ muốn đi tu thôi, thì còn nhờ cậy gì được. Còn Thượng Tọa Thích Ngộ Đạo bây giờ đã cao ngất tòa sen, đạo đức và địa vị chẳng ai bằng, nhưng không lẽ ta lại trở lại chốn chùa cũ để xin ăn bám, mà còn phải lo cho vợ con nữa thì quả là điều mà lương tâm của Ngọc Minh không cho phép.

Chàng suy đi nghĩ lại nhiều kế sách mà đã chẳng có một phương pháp nào có thể thực hiện để có nhiều tiền cả. Phần thì vợ khó chịu, con la khóc. Phần thì Ngọc Minh cũng chẳng có một nghề nghiệp gì trong tay. Vả lại tuổi cũng đã lớn rồi, đâu phải dễ gì tìm được công việc làm. Hay là ta dạy học tại nhà. Vì chữ Thánh Hiền ta vẫn có. Nhưng chỉ dạy học thì làm sao mà giàu có được. Người dạy học chỉ giàu chữ nghĩa, chứ không giàu tiền bạc. Chàng suy đi nghĩ lại nhiều cách mà đã chẳng tìm ra một hướng giải quyết nào cả.

Một hôm nhân có việc trong nhà nên cô vợ lớn giọng với chàng:

- Anh tính sao thì tính chứ tôi chịu không nổi nữa rồi. Nhà mình đã có tới bốn miệng ăn lại có thêm một lão già ăn không ngồi rồi, chỉ có bám hại, không làm sao mà ngóc đầu lên nổi đây. Mình làm sao đấy thì làm.

- Dù sao đi nữa thì Cụ cũng đã ở với cha mẹ anh từ xa xưa rồi và bây giờ mình phải có bổn phận.

- Bổn phận? Vậy thì ai phải có bổn phận với vợ con anh. Anh chỉ có được cái lợi khẩu của một gã nho sinh và cái làm biếng. Ngoài ra mấy mươi năm ở chùa anh đã chẳng làm nên tích sự gì mà lúc nào cũng dạy chuyện đạo đức nhân nghĩa. Miệng nói đạo đức mà bụng đói thì sao đây? Anh có bằng lòng với hiện tại không và con anh, tương lai của chúng nó anh phải giải quyết như thế nào? Không lẽ tôi phải cưu mang đèo bồng tất cả?

Chàng nghe những lời đay nghiến của vợ mà tan nát cả lòng mình. Chàng không ngờ là cái kết quả của sự trả thù cho tình yêu nó là thế. Do vậy mà trong "Thập nhị nhân duyên" Phật dạy rất chí lý. Chúng sanh vì vô minh mà bị đắm say trong sanh tử và trong "Tứ thập nhị chương" Ngọc Minh cũng đã có học rồi. Trong đó ví con người nếu lỡ vào tù tội thì cũng có ngày ra khỏi tù, nhưng khi con người bị ái dục sai sử muôn vạn kiếp cũng khó ra. Nhưng lúc ấy là lúc ấy, chàng đâu có bao giờ quan tâm. Vả lại lời dạy ấy của Sư Cụ Từ Tâm hay của những vị Thầy Giáo Thọ khác nó cũng chỉ từ chữ nghĩa, sách vở. Còn bây giờ nó là một bài học sống, rất thực tế, đang ở ngay trước mắt mình chứ nào đâu có xa xôi gì. Làm sao giải quyết đây? Rõ ràng chữ "ái" nó chỉ đơn giản như thế mà mọi người đều khó dứt trừ. Chàng nhớ lại khi chàng được làm lễ cho xuất gia Sư Cụ Từ Tâm có xướng bài kệ hay lắm như sau:

"Hủy hình thủ khí tiết,
Cát ái từ sở thân,
Xuất gia hoằng Thánh đạo,
Thệ độ nhứt thiết nhân.

Nam Mô Ly Cấu Địa Bồ Tát."

Các Bồ Tát đều lìa xa chỗ đất dơ nhớp của thế gian này. Mặc dầu các Ngài là những bậc đã chứng đắc được những cái gì của vô thường sanh diệt và người xuất gia là người phải cắt dây ái, từ bỏ cái ân của những người thân kẻ thuộc trong gia đình và để hoằng dương Thánh Đạo. Cái đạo mà đã một thời chính Đức Phật cũng đã bỏ cung vàng điện ngọc, vợ đẹp con ngoan để ra đi tìm chân lý. Còn ta, ta đâu có gì để mà trở lại với cuộc đời. Vả chăng ta đã chẳng độ được đời như ta đã nghĩ, mà đời đang độ ta và ta phải giải quyết ra sao trong trường hợp này đây? Đang suy nghĩ miên man như vậy thì người vợ giục tiếp:

- Anh tính làm sao thì tính, chứ tôi sẽ không sống tiếp được trong cảnh như thế này.

- Từ từ tôi sẽ tính.

- Nhưng ngày tháng chẳng đợi chờ, tiền bạc không còn gì và của cải riêng chẳng có là bao. Anh phải tạo cơ hội. Hay là....

- Hay là gì? Chắc mình đã tìm ra một phương án?

- Như thế này nhé. Nếu anh thực hiện được việc này mình sẽ giàu to và lúc đó thì tha hồ mà giàu sang phú quý.

Đoạn nàng nói nhỏ vào tai chàng.

- Nhưng còn cái đức về sau?

- Giờ này mà còn nói phước đức nữa? Cái phước và cái đức đó đang ở xa đây rồi.

Kế hoạch thực hiện đã bị bại lộ và tất cả những người chủ mưu đều bị bắt, trong đó có cả Ngọc Minh. Sau khi xét xử nhiều ngày, Ngọc Minh phải vào tù. Những ngày ở trong tù chàng đã thấm thía với tất cả cái ý nghĩa là: "Nhứt nhật tại tù thiên thu tại ngoại." Nghĩa là một ngày ở trong tù bằng một ngàn mùa thu ở bên ngoài. Đúng vậy khi con người mất tự do rồi mới sực nhớ lại và mới biết cái giá trị của tự do là gì. Đa phần sống trong sự tự do ít ai lưu ý đến tự do. Cũng như thế ấy ta đang sống với không khí, nếu không có không khí để thở thì làm sao ta sống được. Nhưng có mấy ai để ý về vấn đề này. Cho đến khi nào đó người ta phải sống bằng dưỡng khí và chờ đợi tử thần đến gọi mới thấy cái giá trị của không khí quý giá biết là dường bao.

Đa phần con người ta cứ đi tìm cái gì ngoài cái mình đang có và đến khi đã để cái ấy bị mất đi rồi, lúc ấy mới quay lại tìm thì đã trễ rồi. Do vậy người ta định nghĩa về hạnh phúc là những cái gì mà người ta đang có chứ không phải là những cái gì người ta đi tìm. Cũng ví như tiền tài, sắc đẹp, danh vọng, địa vị, ăn uống v.v... đa phần chúng ta không thỏa mãn. Vì chúng ta còn cầu cho nhiều hơn nữa mới đủ, nhưng biết bao giờ mới đủ.

Suy nghĩ như thế và buồn bã quá, lại có tiếng gọi bảo ra gặp người thân, nên Ngọc Minh mừng quá vội vã ra nơi gặp.

- Ủa! Không ngờ là Vạn Tâm. Chính là anh?

- Vâng! Tôi đây.

- Tại sao anh biết tôi trong này?

- Thì chuyện ấy ở ngoài xã hội ai mà chẳng biết. Nhưng thôi, xin hỏi anh là có khỏe không?

- Khỏe gì nổi anh, mà dẫu có khỏe đi nữa, còn mang thân tù tội như thế này cũng chẳng có ích gì cho đời.

- Thế thì cái nguyện vào đời để độ đời của anh đã thực hiện xong chưa?

- Chẳng độ được gì cả mà bây giờ đang thấy bị đời độ mình đây rồi nè!

- Nhưng tại sao anh phải sa vào chỗ cám dỗ để làm những chuyện tội lỗi tày trời như vậy?

- Thì tại không có tiền và tại nghe lời vợ.

- Lỗi ấy do anh, chứ đâu phải do vợ?

- Nhưng mà tại vợ xúi.

- Nhưng anh không làm chủ được anh từ ban đầu, từ lúc còn là Thầy Ngộ Tánh kia, chứ đâu phải bây giờ. Hôm nay đệ này đến thăm huynh và mang cho huynh một số thực phẩm cũng như tin tức bên ngoài. Xin huynh bảo trọng và tuần sau Vạn Tâm sẽ đến thăm anh.

Ở trong tù mà được có người thăm như thế quả là phước đức lắm. Cứ mỗi lần có người thăm nuôi là người tù xem như được sống lại ở một kiếp tái sinh nào đó, trong đó có Ngọc Minh. Bây giờ có thì giờ nhiều chàng ôn lại bài học ngũ dục của thế gian mà ngày xưa khi còn là chú tiểu đã học với Sư Cụ Từ Tâm, nhưng lúc ấy chú Ngộ Tánh đâu có quan tâm. Còn bây giờ sau bao nhiêu thất bại, Ngọc Minh ngẫm lại mới thấy được cái chân giá trị của nó.

Về tiền tài hay tiền bạc như ông bà mình vẫn thường hay nói: "Kẻ ấy lắm tiền nhiều bạc." Chữ nhiều bạc phía sau không phải là tiền kẽm, mà là bạc phước, bạc tình, bạc nghĩa, đen bạc v.v... Có tiền nhiều như ông xã, ông huyện, phú ông v.v... cũng chưa hẳn đã là yên ổn. Vì khi có tiền nhiều sinh ra lo lắng và nghi ngờ ngay cả vợ con mình là những người không ngay thẳng. Do đó ta phải dòm ngó, tính toán mới yên tâm. Vì ta chỉ nghĩ rằng chính ta mới là người có quyền và có được khả năng quản lý tài sản đó. Khi có tiền nhiều sinh ra rượu chè, trai gái, cờ bạc v.v... Ai đó có đến quyên tiền để làm việc phước đức ta bảo rằng đã ủng hộ đóng góp rồi, hoặc giả nếu có cũng chỉ ủng hộ sơ sài cho qua chuyện. Lẽ ra với khả năng của mình như thế mình có thể đóng góp được nhiều hơn nữa, nhưng không. Vì ta nghĩ sự bạc phước đâu có đến với mình. Vì mình đang giàu có mà. Tiền nhiều quá thì sinh ra bao nhiêu chuyện ăn chơi trác táng, do đó tình nghĩa vợ chồng bị sứt mẻ và thân bại danh liệt mấy hồi.

Trong khi đó người không có tiền như mình cũng khổ, bị vợ sai khiến đủ điều, mà mình không làm cũng không được, cho nên mới tù tội như thế này đây. Quả thật người xưa nói "chữ tài liền với chữ tai một vần" cũng đúng, mà tài là tài ba như cô Kiều chứ mình đâu có tài gì. Thôi thì ở đây nên hiểu chữ tài là tài sản hay tiền tài cũng được. Cũng có thể nghĩ rằng "chữ tù liền với chữ tu một vần" cũng đúng thôi. Vì đi tu là tự nhốt mình vào khuôn khổ giới luật để được giải thoát sau này. Còn mình bị tù không phải do tự nguyện mà do lỗi lầm, nên mới khổ sở như thế này đây. Vả lại dầu giàu hay nghèo mà mình biết làm chủ đồng tiền thì mới đúng, chứ ở đây đa phần chúng ta bị đồng tiền làm chủ cho nên chúng ta mới khổ công mệt xác.

Suy nghĩ về sắc đẹp thì ôi thôi có nhiều việc để nói lắm. Cái gì mình chưa thấy mình muốn tìm, nhưng khi thấy biết rồi cũng chán phèo, chứ đâu có gì để mà ham thích. Tất cả cũng chỉ là một cái túi da bên ngoài bôi trét son phấn. Còn bên trong chứa đựng toàn những đồ giả không thôi. Sở dĩ nói giả, vì nó không thật. Đó là ruột, phèo, gan, phổi v.v... chỉ cần đem ra ngoài phơi nắng vài ngày là nó hôi thối, chẳng ai dám gần chứ đừng nói là ôm ấp, rồi nói những lời tỉ tê đường mật. Ngày ấy ta đã mãi theo dõi tiểu thư Mỹ Lệ. Vì còn son trẻ và đẹp sắc nước hương trời theo cái nhìn của ta thuở đó. Chứ còn bây giờ chắc nàng cũng đã già lắm rồi. Tuổi nàng cũng đã gần sáu mươi rồi còn gì nữa. Nếu nàng lấy chồng sớm thì nàng cũng đã có cháu nội cháu ngoại. Nhưng vì chỉ đợi chờ Thầy Ngộ Đạo. Thế nhưng Ngộ Đạo đâu có đoái hoài. Vì lẽ Thầy ấy hiểu về sự vô thường. Còn ta và cô Mỹ Lệ vẫn đeo đuổi cái không thường ấy cho nên mới vào tù ra khám như thế này. Nàng ở tù vì nàng cũng muốn làm cho hả giận cái tự ái của mình là mình muốn yêu mà chẳng được yêu. Ta đây cũng thế, sở dĩ ta đi vào đời và tay bị nhúng chàm cũng chỉ vì chữ sắc và chữ tình. Ta cũng muốn yêu nàng nhưng không được yêu và ta trả thù tình yêu cho nên mới ra nông nỗi này. Phải chi lúc ấy nàng yêu ta, ta yêu nàng thì đâu có ra nông nỗi đoạn trường như thế này.

Nghĩ đến đó Ngọc Minh hoảng vía. Vì cũng chưa chắc đã là yên chuyện, nào còn những chuyện ghen tương, đổ thừa đổ lỗi cho nhau nữa. Đây vốn là cái nghiệp xưa như trái đất. Nghĩa là khi nào con người có mặt trên quả địa cầu này là những chúng sanh như chúng ta đều lộn xộn và gây ra nhiều hậu quả nghiêm trọng lắm chứ không đơn giản như mình suy nghĩ đâu. Ví dụ như cái đầu suy nghĩ như thế này, trong khi đó cái chân lái đi hướng khác. Do vậy cho nên mới có tai nạn xảy ra. Đó chỉ là một ví dụ đơn cử. Còn bao nhiêu ví dụ khác nữa nếu Ngọc Minh nghĩ tới phải sợ cho đến rởn tóc gáy.

Còn những nhà phát minh khoa học, những vị tu sĩ của các tôn giáo họ sống đâu có cần đàn bà, nếu là đàn ông và họ cũng chẳng cần đàn ông, nếu họ là đàn bà. Vì lẽ họ đã quên đi những "cơn ngứa" bình thường, họ chỉ chú tâm vào một mục đích khác sẽ dễ quên đi những gì không cần thiết, dầu cho đó có là sự đòi hỏi của thể xác đi chăng nữa. Ví dụ như khi chúng ta đói. Vì chúng ta biết rằng giờ đó có ăn uống. Nếu chúng ta có chuyện gì đó quan trọng hơn phải làm trước lúc ăn cơm, chúng ta sẽ quên việc ăn cơm ngay. Sau đó chừng vài tiếng đồng hồ chúng ta thấy không cần phải ăn nữa. Nói như thế không có nghĩa là người kia có thể nhịn đói dài dài được. Điều quan trọng ở đây là khi tự mình làm chủ được trong chuyện tình cảm, sắc đẹp v.v... thì mình sẽ chiến thắng nó. Ví dụ như những ông vua có cả năm bảy chục phi tần cung nữ và có cả hàng trăm người con, nhưng nếu hỏi ông ta đã đủ chưa, chắc rằng ông ta sẽ trả lời chưa đủ. Còn chư Tăng chư Ni đâu có vợ chồng con cái, nhưng họ vẫn thấy đủ như thường. Vì họ rõ được đường đi lối về mà họ đã chọn. Còn ta, ta đã lỡ lầm rồi, không biết là mình có cơ hội để trở lại đường tu chăng?

Nghĩ về danh vọng hay địa vị trong cuộc đời thì ai mà không ưa không thích? Ngày xưa ta đi học, đi thi bao nhiêu trường mà không đỗ chẳng qua cũng vì cái nợ công danh. Tiếng thơm ấy là cho cha mẹ, cho gia đình, cho thân tộc, vợ con về sau, nhưng đâu phải có công danh là được. Ví như Sư Cụ Từ Tâm đấy, công đã thành danh đã toại, nhưng cũng đã từ quan để xuất gia học đạo, đủ thấy rằng chốn quan trường và bãi danh lợi ấy đã chẳng giúp được nội tâm của một quan văn thanh liêm như Ngài, nên Ngài đã giũ áo từ quan. Có nhiều người không hiểu chuyện bảo rằng Ngài không dám đối mặt với thực tế của cuộc đời, mới trốn đời để đi xuất gia như thế. Còn người hiểu chuyện lại rất tán thành việc xuất gia ấy. Vì họ nghĩ rằng đâu có cái gì chắc thật trong đời này đâu, cái công danh vẫn là cái nợ đời mà lâu nay có không biết bao nhiêu người muốn cởi bỏ, nhưng cởi bỏ chưa được.

Khi ta còn nhỏ ta thấy người khác cao lớn hơn mình, mình cũng muốn được như thế, nhưng khi lớn rồi có gì khác nhiều với lúc nhỏ chăng? Hay đó chỉ là một chặng đường mà ai cũng phải đi và phải đến? Ta không chờ đợi nó vẫn đến như thường. Một ví dụ khác là khi ta học căn bản, ta muốn thi đỗ ông này ông kia, và sau khi đỗ ông Nghè, ông Cống, ông Tiến sĩ rồi, những bằng cấp này thật sự ra cũng chẳng là gì cả. Nếu ta không làm đúng nghĩa và đúng giá trị với bằng cấp ấy thì bằng cấp cũng chỉ là một miếng giấy chứng nhận ngày này tháng này mình đã đỗ đạt mà thôi.

Còn nói về ăn uống cũng có rất nhiều chuyện để đề cập ở đây. Ngọc Minh nhớ lại lúc ăn tương chao đậu muối qua những ngày tháng ở chùa rồi cũng qua đi. Thời gian trôi nhanh quá, tuổi trẻ của Ngọc Minh và Ngộ Đạo ở chùa Sắc Tứ Hưng Phước trôi qua lúc nào chẳng hay biết, đến khi nhớ lại mới thấy giật mình. Nhưng đó là thời gian tuyệt vời nhất của tuổi thơ như Thầy Ngộ Đạo và tuổi thanh niên như của mình. Lúc ấy mọi việc đã có các vị tịnh hạnh nhơn và Sư Cụ lo rồi, cho nên họ chỉ có lo ăn lo học thôi, mà cũng đã chẳng nên hình. Nghĩ như thế mà buồn cho mình. Rồi bây giờ vào ở tù, cái thân phận của người tù chắc không khá hơn con chó đi hoang ở ngoài để kiếm ăn là mấy.

Có thể con chó không kiếm được đồ ăn và khổ sở như mình ở đây chỉ có nước muối để chang cơm, nhưng được một cái là con chó ấy có tự do để qua lại, còn ta thì không được đi đâu. Chỉ qua lại trong bốn bức tường và đối diện với cái không to tướng. Không đây chẳng phải không của Bát-nhã hay Trung quán, mà cái không đây là không có ý nghĩa gì cả, không vô lý, không nhơn nghĩa v.v... Nằm ngủ thì trên nền nhà ngập đầy nước tiểu dơ dáy và muỗi mòng chích suốt đêm. Nhiều lúc nghĩ đến thân mà tủi và không biết là vợ con mình đã ra sao cũng như có bao giờ Thượng Tọa Thích Ngộ Đạo nghĩ đến mình chăng? Hay chỉ được có mỗi Vạn Tâm tự thuở nào còn tới lui thăm viếng hỏi han, chứ còn ngoài ra thì bặt vô âm tín. Đúng là ở đời người ta lo phù thịnh chứ đâu có ai phù suy bao giờ và khi có thì giờ Ngọc Minh suy nghĩ về lịch sử một chút cho đỡ buồn. Ví như có những ông vua, những bà hoàng hậu, mỗi ngày ăn hằng trăm món cao lương mỹ vị, nhưng không biết là họ có hài lòng chăng hay còn đòi thêm nhiều món trân châu mỹ vị khác nữa? Ví dụ như bà Từ Hy Thái Hậu mỗi bữa ăn bà dùng đến năm trăm loại khác nhau. Dĩ nhiên là bà không ăn hết đâu, nhưng để tránh ngộ độc và có lẽ những người lo phần ngự thiện có cơ hội để trổ tài. Đó là lúc còn làm vua, chứ khi bị thất sủng nhiều ông vua cũng bị đày hoặc tù tội chứ có hơn chi mình, nhất là một triều đại khác lên thay thế triều đại này.

Quả thật trên đời này chuyện gì cũng có thể xảy ra được cả: "Được làm vua, thua làm giặc." Ấy là lẽ thường.

Cũng ví như thân phận của mình đây, nếu kế hoạch thành tựu thì nhiều người được hưởng. Còn bây giờ bị thất bại, một mình mình phải ở tù thôi. Vợ và con là những người gần gũi nhất mà cũng đâu có thấy thăm viếng hỏi han gì. Như thế cuộc đời này còn bạc hơn vôi nữa.

Còn suy niệm về vấn đề ngủ nghỉ. Càng ngủ nhiều đầu óc chẳng minh mẫn chút nào, nhưng ở trong tù chỉ có giấc ngủ là có thể làm cho mình quên đi nhiều nỗi nhọc nhằn của nội tâm, chứ còn thức để đếm thời gian không biết bao nhiêu là nỗi đắng cay trong cuộc thế hiện về. Ngọc Minh nhớ lại hồi còn ở chùa mà tiếc rẻ. Tuy phải ngủ ít, mà tuổi trẻ lại thích ngủ nhiều, nhưng không được ngủ. Còn bây giờ tha hồ ngủ mà giấc ngủ nào cũng chập chờn, đâu có bao giờ trọn giấc.

Nhưng so ra trong thời gian đời người, trong bốn trạng thái đi, đứng, nằm, ngồi thì nằm là nhiều nhất trong cuộc sống. Mỗi ngày ta có ít nhất là tám tiếng đồng hồ để nằm ngủ. Một năm có 365 lần như thế và nhân lên tuổi thọ trong cuộc sống của mỗi người, thời gian mà mình dành cho sự ngủ ấy không ít. Phật và chư vị Bồ Tát suốt ngày phải bận rộn với bao nhiêu việc độ sanh, nên quý Ngài chắc rằng ngủ rất ít, nhiều khi không cần ngủ nữa mà chỉ lo độ cho hết chúng sanh mới được toại nguyện.

Ngài Địa Tạng có lời nguyện khi nào địa ngục không còn một chúng sanh nào ở trong đó nữa Ngài mới thành Phật. Như vậy thời gian ấy còn lâu lắm, nhưng do Ngài nguyện vào chỗ tối tăm để độ sanh nên có lẽ Ngài không quan tâm đến thời gian. Còn ta đây không muốn vào chốn ngục tù mà bị vào đây, nên thời gian dường như đi qua rất chậm.

Ngọc Minh nằm đêm suy nghiệm về cuộc đời và về lẽ sắc không cũng như những nguyên nhân đưa đến sự khổ của con người. Chính bây giờ đây mới là lúc chàng đã rõ tất cả những mặt thật của cuộc đời và Ngọc Minh cảm thấy đức Phật nói bài pháp Tứ Diệu Đế đầu tiên là một chân lý tuyệt hảo và chẳng có cái chân lý nào ra khỏi cái Khổ, Tập, Diệt, Đạo này được cả.

Đang suy nghĩ miên man bỗng có tiếng kêu cửa.

- Ê! Anh tù số 008 kia, có người muốn gặp.

- Ai vậy?

- Vạn Tâm và một ông thầy chùa.

Ngọc Minh mừng quá, biết là Thầy Ngộ Đạo đã đến thăm mình cùng với Vạn Tâm. Thế là chàng vội vã bước ra khỏi ngục tối để đi vào một phòng giam khác rộng rãi hơn, đủ chỗ cho ba hay bốn người ngồi nói chuyện.

Khi gặp nhau mặt nhìn mặt mà chẳng nói nên lời và Ngọc Minh bỗng đến trước Ngộ Đạo và sụp lạy xuống với hai hàng nước mắt như chực sẵn đổ tuôn trào, trong khi Ngộ Đạo lấy hai tay đỡ Ngọc Minh lên và ra dấu bảo rằng đừng làm thế. Thế nhưng đây là cơ hội để Ngọc Minh kể hết những nỗi niềm của mình. Dĩ nhiên không phải để biện bạch cho nỗi oan ức của cuộc đời, mà để thấy rõ cái mặt thật của cuộc đời hơn. Tất cả cũng đều được che đậy trên một mớ từ ngữ giả tạo, ngôn ngữ của sự xã giao, mánh lới để gạt gẫm nhau không thương tiếc, mạnh được yếu thua v.v...

Ngộ Đạo thong thả nói:

- Như huynh thấy đó, lời dạy của Sư Cụ Từ Tâm đối với chúng mình chẳng sai một tí nào hết. Đời này vốn vô thường, sinh diệt diệt sinh, cũng giống như hoa cỏ trong vườn chùa của mình vậy thôi. Những gì mình tưởng là của mình nhưng đâu phải là của mình. Những gì mình tưởng thuộc về mình, nhưng chẳng thuộc về ai cả. Khi chết đi, cát bụi trả về với cát bụi, mỗi thứ tan rã đi một nơi, chỉ còn cái tâm thức ấy là phải đi trả nghiệp mà thôi.

Vạn Tâm nhân cơ hội ấy chen vào:

- Con cũng thấy thế và cuộc đời này chẳng có gì là vui là đẹp cả, nên con xin Thầy cho phép con xuất gia để bòn chút phước. Vì lúc nhỏ đã chẳng lưu tâm đến đời sống tâm linh mà mải mê với tứ đổ tường, còn bây giờ thì con đã rõ. Ngẫm lại phận con và thấy anh Minh đây mà con cũng đau xót lây.

Thấy Vạn Tâm khóc, Ngọc Minh quay sang hỏi.

- Thế là bây giờ đệ cũng đã tỉnh ngộ rồi chăng? Hay là sau khi mãn hạn tù, huynh sẽ xin Thượng Tọa Ngộ Đạo cho phép anh em chúng ta vào chùa cùng tu niệm. Chắc là không trễ lắm chứ?

- Tuổi gần bảy mươi như chúng ta vào chùa chắc cũng chẳng lợi lạc gì, nhưng ít ra cái tâm cũng được yên một ít.

Vạn Tâm nghĩ rằng có lẽ đây cũng đầy đủ cơ duyên để báo cho Ngọc Minh nghe một tin chẳng vui mấy mà lâu nay chàng có ý trông đợi cũng như trách móc về vấn đề vợ con. Nghĩ vậy, Vạn Tâm quay sang Ngọc Minh tâm sự:

- Đệ có chuyện này muốn tỏ bày, mong huynh đừng buồn

- Đâu có cái gì còn có thể buồn hơn nỗi khổ ở tù đâu. Đệ cứ nói.

- Vợ con của anh.....

- Chúng nó đã ra sao? Đúng là mình bạc phước.

- Đã ra người thiên cổ qua một cơn hỏa hoạn và bây giờ nhà cửa, người vật chẳng còn gì. Đệ và Thượng Tọa Ngộ Đạo mới đến làm lễ tống táng cho bốn người một lúc, trong đó có cả cụ bà giúp việc năm xưa.

- Thầy ơi.... thế là hết! Con đã chẳng còn gì nữa cả. Mong Thầy cứu con với và cứu con một lần chót. Con quyết rằng sẽ không bao giờ có tâm coi thường mình và muốn trả thù kẻ khác cho hả giận nữa đâu.

Thầy Ngộ Đạo nhìn tấm thân tiều tụy của Ngộ Tánh tức Ngọc Minh bây giờ mà thầm nghĩ: Tuổi đã gần bảy mươi rồi mà chưa tỉnh mộng đời nữa hay sao, lại còn có gì đâu để tuyến tiếc? Ngộ Đạo quay về phía hai người nói:

- Chúng ta vốn là bạn với nhau thuở nào. Tôi và các huynh tuy bây giờ hoàn cảnh không giống nhau, nhưng tôi vẫn là tôi của thuở nào. Quý huynh không có gì phải khách sáo hết. Khi nào Ngọc Minh mãn hạn tù, nên cùng Vạn Tâm về chùa để làm lễ xuất gia luôn một thể. Chứ còn ở đây vốn không phải là chốn trang nghiêm để thưa thỉnh điều đó.

Cả hai người nghe và mừng rỡ vô cùng, nhất là lòng từ bi của Thượng Tọa Trụ Trì chùa Sắc Tứ Hưng Phước đã như giúp xoa dịu cho họ những nổi khổ triền miên trong cuộc đời họ kể từ lúc xuống núi cho đến nay. Nếu đem một vật gì đó có thể đong, đựng, chứa được thì riêng phần nước mắt không cũng đã không có chỗ chứa rồi, huống gì là những nỗi khổ khác của kiếp nhân sinh. Không những một mình mình khổ mà bao nhiêu chúng sanh khác cũng phải bị khổ lụy theo mình nữa. Do đó mà hai người đã hạ quyết tâm.

Sau khi mãn hạn tù Ngọc Minh trở lại ngôi nhà xưa để thăm lần cuối. Bây giờ đứng trước đống tro tàn, chàng đã rõ và sáng thêm về nổi khổ biệt ly, nên hai tay chàng tự động chấp lại và tụng thầm bài "Cuộc Hồng Trần":

Cuộc hồng trần xoay vần quá ngán,
Kiếp phù sinh tụ tán mấy lăm hồi.

Người đời có biết chăng ôi!
Thân này tuy có, có rồi hoàn không.
Chiêm bao khéo thấy lạ lùng,
Mơ màng trong một giấc nồng mà chi.
Làm cho buồn bã thế ni,
Hình dung mới đó bữa nay mất rồi.
Khi nào đứng đứng ngồi ngồi,
Bây giờ thiêm thiếp như chồi cây khô.
Khi nào du lịch giang hồ,
Bây giờ nhắm mắt mà vô quan tài.
Khi nào lược giắt trâm cài,
Bây giờ gởi xác ra ngoài gò hoang.
Khi nào trau ngọc chuốt vàng,
Bây giờ một nắm xương tàn lạnh tanh.
Khi nào mắt đẹp mày thanh,
Bây giờ thấy dạng thấy hình là đâu.
Khi nào lên gác xuống lầu,
Bây giờ một nắm cỏ sầu xanh xanh.
Khi nào liệt liệt oanh oanh,
Bây giờ một trận tan tành gió mưa.
Khi nào ngựa lọc xe lừa,
Bây giờ mây rước trăng đưa mơ màng.
Khi nào ra trướng vào màn,
Bây giờ nhà cửa xóm làng cách xa.
Khi nào mẹ mẹ, cha cha,
Bây giờ bóng núi cách xa muôn trùng.
Khi nào vợ vợ, chồng chồng,
Bây giờ trăng khuyết còn mong chi tròn.
....
Không ân, không oán, không sầu,
Không già, không chết, có đâu luân hồi.
Tánh xưa nay đã tỏ rồi,
Gương xưa nay đã lau chùi trần ô.

Tu hành phải đợi kiếp mô,
Nguồn tình biển ái đã khô bao giờ.
Lựa là phải ngộ thiền cơ,
Mà đèn trí tuệ để lờ đi đâu.
Mấy lời hộ niệm trước sau,
Nguyện cho thành Phật mau mau nữa mà,
Phân thân ra khỏi Ta Bà,
Từ bi tiếp độ những là chúng sanh."

Ngọc Minh sau khi tụng bài Cuộc Hồng Trần xong lại đứng thừ người ra đó, như chiêm nghiệm những nỗi vô thường, những sự oan khiên trái nghiệp trong bao nhiêu đời, bao nhiêu kiếp mà con người vốn không thoát khỏi sự tử và sự sinh này. Riêng câu "Thân này tuy có, có rồi hoàn không" cũng đủ để cho chàng chiêm nghiệm thấy thấm thía vô cùng. Ngay cả thân của chàng đây từ một chàng nho sinh nho nhã đang lo đi học, chẳng biết gì về cuộc đời vốn đổi thay muôn mặt, rồi hiểu lý đạo xin vào chùa để xuất gia, rồi đi tha phương học đạo, rồi không vượt qua nổi câu chuyện ái tình lẩm cẩm, để rồi tự mình quyết định sai lầm giữa hai chọn lựa ấy, để ngày nay vào đời, mới ra nông nổi như thế này và bây giờ mới lại phải rõ biết con đường tử sinh là không lối thoát, sẽ vào chùa để bắt đầu trở lại.

Rồi mai đây ta chết, chẳng biết có giải thoát được chăng. Vì ở sau lưng ta còn không biết bao nhiêu tiếng kêu gào oan ức, có lẽ họ cũng cần ta trợ niệm để họ được thác sanh về thế giới cao cả hơn. Chứ còn ở thế giới này quả thật rằng có đó rồi mất đó. Đâu có ai khi ra đi giữ lại được cái gì, ngoại trừ cái nghiệp của mình phải mang theo. Vợ con, tiền tài, sắc đẹp, danh vọng v.v... rồi cũng phải để lại tất cả. Chỉ ra đi với hai bàn tay trắng mà thôi. Khi đến thế giới này ta đã chẳng mang theo được gì, thì khi ra đi khỏi nơi này chúng ta cũng chẳng có thể đèo bòng theo cái gì được cả. Ngoại trừ cái nghiệp là một việc bắt buộc.

Ngọc Minh nhớ lại lúc mới vào chùa. Sư Cụ Từ Tâm đã ngâm cho nghe một đoạn Kiều là:

"Đã mang lấy nghiệp vào thân,
Cũng đừng trách lẫn trời gần, trời xa..."

Thật vậy, bây giờ chàng chẳng trách ai hết, mà chỉ trách mình đã vụng đường tu nên mới ra nỗi ấy. Nếu mình thẳng một đường, đừng rẽ trái hay rẽ phải qua ngã rẽ của cuộc đời, thì đâu có ra nông nỗi như ngày hôm nay.

Đến câu gần cuối của bài sám này cũng đã làm cho Ngọc Minh sáng tỏ ra: "Nguồn tình bể ái đã khô bao giờ." Rõ ràng là thế, chúng sanh cứ mãi ngập chìm trong sinh tử, tử sinh bao giờ mới ra khỏi. Nếu không phải tự mình bước ra khỏi cái mắt xích của Thập Nhị Nhân Duyên ấy bắt đầu từ cái niệm ái ân. Đúng là: "Ái bất nhiễm bất sanh Ta-bà, niệm bất nhất bất sanh Tịnh độ" là vậy. Nếu ái dục không nhiễm thì không có sanh vào thế giới đầy kham nhẫn và ác trược này và nếu chúng ta không chuyên niệm đến danh hiệu Đức Phật A Di Đà thì ta không thể nào sanh về cảnh giới Tịnh Độ được.

Bây giờ chàng biết phải làm gì rồi. Sau đó chàng quỳ xuống lạy ba lạy như để tạ từ, toan đứng lên, nhưng phía sau hình như có ai đó đang đứng lâu lắm và bàn tay ấy đang đặt lên vai mình. Ngọc Minh quay lại, hóa ra là Vạn Tâm.

- Ồ! Bạn lúc nào cũng có mặt bên cạnh.

- Bạn bè là vậy chứ có sao đâu. Niềm vui của bạn cũng là niềm vui của tôi, nỗi buồn của bạn cũng là nỗi buồn của mình.... chúng ta là tri kỷ mà. Thôi bạn hãy đứng lên đi, chúng mình sẽ quay trở lại chùa xưa.

- Cảm ơn bạn nhiều.

Hai người lủi thủi bước đi trong bóng chiều tà khi ánh thái dương vừa khuất núi. Họ âm thầm không nói gì nhiều và có lẽ cả hai đều có một kế hoạch cho mình trong tương lai, ở vào giai đoạn cuối của cuộc đời mình. Họ đi bên nhau và tôn trọng sự im lặng của nhau và mỗi người đã hồi tưởng lại cuộc đời quá khứ của mình đã gần bảy mươi năm trôi qua thật là vô tích sự. Chẳng gây được một kỳ tích gì cho đời mà còn làm cho chính tự thân của mỗi người đa mang thêm nghiệp chướng nữa. Bây giờ chỉ có cửa từ bi mới có đủ khả năng để dung chứa những tấm lòng, những linh hồn quá khổ đau, không còn khổ đau nào có thể làm cho họ chịu đựng được nhiều hơn nữa.

Họ suy nghĩ miên man như thế và đến cổng tam quan chùa lúc nào không hay biết. Trong ba cửa ấy, trung quan, giả quan và không quan, họ chẳng biết phải đi vào cửa nào. Đi vào chùa, ngõ nào cũng là ngõ Không hết. Do vậy Ngọc Minh quyết định không tự đẩy cửa vào mà cố gọi thật to vào bên trong để báo tin cho người trong chùa biết là mình đã đến.

- A Di Đà Phật! Xin mở cửa giùm.

- A Di Đà Phật, hai vị đây là....?

- Chúng tôi là Ngọc Minh và Vạn Tâm.

- À à, tôi có biết.

Bà Thanh Tịnh trả lời thế và tiếp:

- Mấy ngày nay trong chùa có nghe Thầy Trụ Trì nói đã gặp hai vị và nay mai rồi hai vị cũng sẽ trở lại chùa, nên ở đây cũng không ngạc nhiên mấy. Thôi mời hai vị vào.

Sau khi họ để hai gói hành lý trước hàng hiên của chánh điện, họ vào lễ Phật và lễ Tổ. Khi đến bàn Tổ, Ngọc Minh đốt nhang rồi sụp lạy ba lạy và vái như sau:

"Nam Mô A Di Đà Phật! Kính bạch Ngài! Ngày hôm nay chúng con đã về, đã thật sự quay lại chùa xưa, quay lại tự tánh của chúng con, chứ không còn rong ruổi những bước chân chập chững trong cuộc đời như những năm trước đây nữa. Con mong Ngài chứng giám cho lòng thành của chúng con. Lẽ ra chúng con phải là đệ tử xuất gia của ngài, nhưng bây giờ con xin làm lại cuộc đời, nên con xin làm đệ tử của Thượng Tọa Ngộ Đạo. Thầy ấy tuy nhỏ tuổi hơn chúng con, nhưng là người chưa và không bị nhiễm thế trần, nên đáng làm Thầy của con và nay mai chúng con sẽ xin phép Thầy ấy làm lễ thế phát cho chúng con. Mong Ngài chứng giám cho tấm lòng thành của chúng đệ tử....

Nam Mô A Di Đà Phật."

Mấy tàn nhang của những cây nhang vừa đốt tự nhiên rớt xuống vào những chân nhang đang cắm, dường như điều ấy chứng tỏ rằng Sư Cụ cũng đã gật đầu, chứng tri cho sự trở về của họ. Trong khi đó bà Thanh Tịnh đứng nấp sau bàn Tổ cũng đã lén nghe hết tất cả những lời nguyện và bà mừng thầm rằng từ đây chùa có thêm hai người nữa và nỗi lo ngày xưa của bà cho Thầy Ngộ Đạo bao nhiêu thì ngày nay bà càng mừng hơn bấy nhiêu, vì thấy Thầy Ngộ Đạo vẫn là một con người đáng kính, trong đó có chuyện này. Vì họ là bạn bè cùng trang lứa hoặc lớn hơn đôi chút. Nhưng bây giờ họ xin xuất gia và làm đệ tử thì việc ấy ở ngoài thế gian khó có lắm. Chỉ có thể xảy ra được nơi cửa chùa mà thôi.

Bà đang vui tự nhiên cơn ho kéo đến làm cho bà phải ho lên mấy tiếng để chứng tỏ cho hai người biết là đang có sự hiện diện của mình. Thế rồi cả ba người đã đi đến phòng khách của chùa để gặp Thầy Trụ Trì nơi đó. Họ đã hàn huyên rất nhiều việc của bao nhiêu năm xa cách, bao đổi thay của thời thế và lòng người. Họ đã ngồi bên nhau như thế lâu lắm, đã không biết bao nhiêu lần châm trà và thay đổi trà mà câu chuyện vẫn còn như muốn tiếp tục nữa.

Nhưng tiệc vui nào rồi cũng phải tàn. Sự khổ đau nào rồi cũng phải chấm dứt. Vì vậy cho nên câu tục ngữ "Hết cơn bỉ cực đến hồi thái lai" rất đúng cho trường hợp này của Ngọc Minh và Vạn Tâm.

Đêm đó dường như họ không ngủ được và trong giấc ngủ chập chờn ấy cuốn phim quá khứ trong cuộc đời họ lại hiện về thật rõ nét. Họ bắt đầu nhận diện từng hình ảnh một và hiểu thật rõ hành vi tung tích trong từng hành động của mỗi nhân vật trong cuộc đời và bây giờ tuy tuổi đã cao, nhưng niềm tin của họ còn vững vàng hơn trước rất nhiều. Họ cứ miên man suy nghĩ như thế cho đến khi nghe tiếng Đại Hồng Chung gióng lên vào lúc trước khi cử hành thời Công Phu Khuya, cả hai cùng choàng ngồi dậy.

CHƯƠNG 9. PHÉP PHẬT NHIỆM MẦU

Sau khi lạy Hồng Danh tám mươi chín vị Phật xong, Ngọc Minh và Vạn Tâm tiếp đọc:

"Các Đức Phật, thường trụ trong đời, nên thương xót chúng con. Hoặc đời này của con, con tử vô thỉ, sống chết đến nay, gây nhiều tội lỗi, hoặc tự con làm, hoặc bảo người làm, hoặc thấy người làm, con vui mừng theo. Đồ vật của chùa, đồ vật của Thầy, hay của các Thầy, hoặc tự con lấy, hoặc bảo người lấy, hoặc thấy người lấy, con vui mừng theo. Năm tội vô gián, hoặc tự con làm, hoặc bảo người làm, hoặc thấy người làm, con vui mừng theo. Mười điều bất thiện, hoặc tự con phạm, hoặc bảo người phạm, hoặc thấy người phạm, con vui mừng theo. Bao nhiêu tội chướng của con gây ra, hoặc có che giấu, hoặc không che giấu, đáng đọa địa ngục, ngạ quỉ, súc sanh cùng các ác thú, chốn biên địa, hạng hạ tiện, kẻ khốn cùng. Những tội chướng đáng đọa vào các nơi khổ báo như thế, nay con đều sám hối.

Nay chư Phật nên chứng biết cho con. Con lại đối trước chư Phật tác bạch rằng: "Hoặc đời này của con, hoặc đời khác của con đã từng bố thí, hoặc giữ giới trong sạch, nhẫn đến thí cho chim muông một vắt cơm, hoặc đã tu hạnh thanh tịnh có bao nhiêu căn lành, thành tựu chúng sanh, có bao nhiêu căn lành, tu hạnh Bồ-đề, có bao nhiêu căn lành, cho đến đã từng phát tâm vô thượng Phật trí, có bao nhiêu căn lành, tất cả căn lành đó, con đều hồi hướng về Đạo Vô thượng Chánh Đẳng Chánh Giác.

Bao tội đều sám hối, các phước trọn vui theo và công đức thỉnh Phật, cầu nên trí vô thượng. Khứ lai, hiện tại Phật, hơn tất cả chúng sanh, công đức không thể lường, con nay xin đảnh lễ:

Trong bao nhiêu mười phương cõi nước,
Cả ba đời các Đức Như Lai.
Ba Nghiệp thanh tịnh hôm nay,
Chúng con đảnh lễ, xin Ngài chứng minh.
Sức oai thần Phổ Hiền hạnh nguyện,
Trước Như Lai khắp hiện tự thân.
Mỗi thân lại hiện trần thân,
Thân thân lễ khắp sát trần Thế Tôn.
Trong một trần có trần số Phật,
Đều thật là các bậc Thượng Nhơn.
Khắp cùng pháp giới xa gần,
Kính tin chư Phật, muôn phần vinh hoa.
Biển âm thanh điều hòa trọn vận,
Diệu ngôn từ vô tận khắp vang.
Vị lai muôn kiếp trăm ngàn,
Ngợi khen Phật Đức, phước càng thâm sâu.
Tràng hoa đẹp rất xinh thơm ngát,
Cùng hương xoa, kỹ nhạc lọng tàn.
Bao nhiêu đồ tốt trang hoàng,
Cúng dường chư Phật, con toàn kính dâng.
Y tối thắng cùng hương tối thắng,
Với đuốc đèn, hương phấn, hương xông.
Đều nhiều như Diệu cao phong,
Cúng dường chư Phật, con đồng dâng lên.
Tâm thắng giải mênh mông con dụng,
Phật ba đời thảy cũng tin kiên.
Con nương hạnh nguyện Phổ Hiền,
Cúng dường chư Phật khắp miền Lạc Bang.
Các tội ác xưa con lầm lỡ,
Do tham sân muôn thuở gây nên.
Từ thân miệng ý phát lên,
Nay con sám hối báo đền lỗi xưa.
Chúng sanh khắp mười phương các cõi,

Hàng Nhị Thừa có học cùng không.
Như Lai Bồ Tát rất đông,
Có bao công đức con đồng vui theo.
Trong mười phương có người chứng quả,
Quả ban đầu là quả Bồ Đề.
Con xin cung kính hướng về,
Xiển dương Chánh pháp Bồ Đề cao siêu.
Các đức Phật muốn toan nhập diệt,
Con chí thành mãi miết ân cần.
Cúi xin ở mãi kiếp trần,
Để cho lợi lạc khắp quần sanh linh.
Bao nhiêu phước cúng dường bái lạy,
Thỉnh Phật cùng ở tại thế gian.
Vui mừng sám hối được an,
Con cầu Phật Đạo huy hoàng nơi nơi.
Nguyện đem công đức có từ lâu,
Pháp giới vô biên, con nguyện cầu.
Tánh, tướng Tam Bảo nhiệm mầu,
Hải Ấn Tam Muội dung vào Tục, Chơn.
Biển công đức không sao kể xiết,
Nay con nguyền tha thiết cầu cho.
Chúng sanh nghiệp chướng quá to,
Thảy đều dứt sạch buồn lo miên trường.
Trí tuệ khắp sáng soi muôn cõi,
Độ chúng sanh chẳng nệ mỏi mòn.
Dù cho thế giới không còn,
Nguyện con vẫn giữ sắt son đời đời.

Nam Mô Đại Hạnh Phổ Hiền Bồ Tát Ma Ha Tát."

Bài Kinh sám hối hôm nay như vang vọng vào tận đáy sâu tâm thức của hai chú Chánh Trí và Chánh Niệm. Đó là pháp danh mới Thầy Ngộ Đạo đã đặt cho hai chú sau lễ xuất gia tuần trước.

Chánh Trí chính là Ngọc Minh và Chánh Niệm chính là Vạn Tâm. Với hai pháp danh này, chú nào cũng phải lo sách tấn tu học, phát tâm Bồ Đề và hành Bồ Tát Đạo mới kịp chuyến thuyền Lục Độ sẽ đưa người qua khỏi bể khổ trầm luân trong kiếp nhân sinh này. Hai chú bây giờ phát tâm như thế này:

"Con nay phát tâm chẳng vì tự cầu phước báu nơi chốn nhơn thiên hay quả Thanh Văn, Duyên Giác, nhẫn đến các quả vị Bồ-đề tối cao, mà con chỉ phát tâm Bồ-đề rộng lớn nguyện cho chúng sanh trong pháp giới, cùng một lúc, đồng chứng nơi Vô Thượng Chánh Đẳng Chánh Giác."

Sau khi sám hối và phát tâm Bồ-đề như thế cả hai chú Chánh Trí và Chánh Niệm càng dũng mãnh hơn để đi vào con đường Bồ Tát. Con đường này vốn chư Phật đã đi và các vị Bồ Tát đã, đang thực hiện. Có phát nguyện rộng lớn như thế, lời nguyện mới vô cùng và khiến cho chúng ta không được phép dừng nghỉ và cầu nguyện cho tất cả mọi loài và mọi người đều chứng thành Phật trí ta mới thành Phật quả chung với họ. Đó là một đại hạnh mà hai người đã phát nguyện hôm nay.

Chùa Sắc Tứ Hưng Phước bây giờ không chỉ có vẻ đẹp sang trọng bề ngoài như mọi khi, mà bên trong bây giờ đã có những chất liệu bằng Kim Cương và thất bảo trang trí. Đó là niềm tin của hai chú mới vừa được xuất gia, cũng như kết quả của những buổi giảng Kinh của Thầy Ngộ Đạo trong suốt thời gian qua kể từ khi Sư Cụ Từ Tâm viên tịch. Nhất là khi có sự hiện diện của tịnh hạnh nhơn Thanh Tịnh.

Riêng Thầy Ngộ Đạo cũng muốn tìm lai lịch của bà, nhưng mỗi khi đề cập, hình như bà không muốn nhắc đến và trông nét mặt bà ta có vẻ buồn. Thấy thế Thầy Ngộ Đạo cũng không muốn tìm hiểu thêm. Mấy hôm nay chỉ còn thấy tịnh hạnh nhơn Tâm Thức lo cơm nước cho chư Tăng. Còn bà Thanh Tịnh thì không thấy, Thầy Ngộ Đạo mới hỏi bà Tâm Thức rằng:

- Bà Thanh Tịnh đâu rồi mà mấy hôm nay chẳng thấy gì cả vậy?

- Mô Phật, bạch Thầy, dì ấy ốm nặng lắm. Có lẽ Thầy nên gọi lương y để xem mạch cho bà.

Sau khi nghe xong Thầy Ngộ Đạo bước vội vào nhà trù, phía sau đó có căn phòng của bà tịnh hạnh nhơn Thanh Tịnh, thấy bà vẫn nằm im thiêm thiếp và như có ý đợi chờ một điều gì đó. Nhưng khi thấy Thầy Ngộ Đạo vào, bà bỗng òa lên khóc nức nở và không cất lên được một tiếng nào, nhưng bà còn lấy tay làm dấu ra hiệu cho Thầy Ngộ Đạo rằng trong hộc tủ kia có một lá thơ, Thầy đọc xong Thầy sẽ hiểu rõ ngọn ngành.

Sau khi lấy lá thơ xong, Thầy Ngộ Đạo mang về phòng mình và thong thả bóc thư ra để đọc. Nội dung như thế này:

Lời trăn trối

Nam Mô A Di Đà Phật.

Nam Mô Quán Thế Âm Bồ Tát.

Nam Mô Từ Lâm Tế Chánh Tông Tam Thập Bát Thế Húy thượng Từ hạ Tâm hiệu Hưng Quốc Quốc Sư Đại Lão Hòa Thượng chứng giám.

Thưa Thầy Trụ Trì

Thật là một niềm vui to lớn cho già này đã gần gũi và săn sóc lo lắng cho Thầy từ lúc Sư Cụ viên tịch đến nay. Như thế già này cũng mãn nguyện lắm rồi. Vì lẽ lúc Thầy còn nằm trong nôi già này muốn chăm sóc lo lắng lắm, nhưng miệng đời độc ác và nhơn tâm thế đạo không cho phép, nên già này đã nhờ Sư Cụ Từ Tâm và các tịnh hạnh nhơn ở chùa này chăm sóc giùm cho người mẹ đau khổ của thuở nào. Từ ấy đến nay cũng đã gần sáu mươi năm rồi còn gì nữa. Trong sáu mươi năm ấy, lúc nào già này cũng ở bên cạnh Thầy nhưng Thầy đâu có biết, dầu dưới hình thức nào đó, già này cũng muốn làm tròn bổn phận của mình đối với con trẻ, nhưng lễ nghi, phong tục của ta quá khắt khe, cho nên già này đã lỗi đạo làm mẹ của mình. Mong Thầy hoan hỷ cho.

Những khi Thầy hỏi Sư Cụ về tông tích của mẹ cha Thầy, già này muốn hiện ra để nhìn nhận, nhưng chẳng ai tin mình. Nếu có nói gì lúc ấy thì người đời sẽ bảo: Thấy sang bắt quàng làm họ, thì già này cũng khổ lụy vào thân. Nếu nói bằng chứng để biết Thầy là con ruột của già này thì nơi ngực của Thầy có một đóa sen đỏ hiện rõ trên ấy. Đóa sen ấy chính là dấu hiệu để báo cho già này biết Thầy không phải là một con người bình thường mà là con của Đạo. Do vậy già này mới đem Thầy gởi nơi cửa chùa cho Sư Cụ lo lắng giùm và biết đâu ngày sau Đạo sẽ nhờ được nơi Thầy.

Còn cha Thầy là ai thì ngay cả già này cũng không biết. Nguyên là một đêm nằm mơ thấy một vị Tiên tu trên núi đã lâu năm về báo mộng cho già biết rằng còn chín tháng nữa già sẽ nở nhụy khai hoa và vị Tiên ấy có nói rằng: Vì bao nhiêu kiếp phải hóa sanh và kiếp này xin đầu thai vào nơi ta là kiếp chót. Do vậy Thầy là hóa kiếp của chư Tiên và hướng vào Phật đạo để tu hành. Việc này thực sự ra Sư Cụ Từ Tâm là bậc có đạo nhãn đã rõ biết hết, nhưng Ngài không nói đó thôi. Giờ đây chắc Ngài cũng đã mãn nguyện là già này đã cận kề Thầy để lo cho Thầy trong từng cử chỉ một khi đau ốm cũng như lúc bình thường. Những lúc mà tiểu thư Mỹ Lệ quyến rũ Thầy, thật tâm mà nói già này ruột héo gan bầm và vì thế mà có những cử chỉ hơi sổ sàng, can thiệp trực tiếp với Thầy. Chắc lúc ấy Thầy cũng có để ý, nhưng rồi mọi việc cũng đã qua đi, già này rất mừng.

Chữ Thanh Tịnh là pháp danh do một Sư Cụ chùa khác đặt cho già này. Vì Sư Cụ đó đã rõ đầu đuôi câu chuyện, chứ Thanh Tịnh gì mà không chồng vẫn chửa? Vả lại ông ngoại bà ngoại của Thầy là những danh gia vọng tộc của triều đình. Các vị này đâu có muốn thấy con gái mình hư đốn như vậy, khi không được phép của mẹ cha, không có sự cưới hỏi mà bụng mỗi ngày mỗi lớn thì quả là điều đáng dị nghị thuở đương thời. Do vậy mà già này đã tạm lánh xa gia đình, lo sinh Thầy xong là về ở vậy chứ không lập gia đình. Mặc dầu ông bà ngoại của Thầy cứ ép uổng duyên cho con gái của mình. Đó là câu chuyện của chú Tiểu Ngộ Đạo lúc mới ba tuổi đã hỏi Sư Ông Từ Tâm và muốn tìm cho ra tông tích. Thì đây là vài hàng già này viết lời trăn trối để gởi lại Thầy và mong Thầy tiến xa trên con đường Phật đạo.

Gần tám mươi năm ở đời, gần sáu mươi năm sinh con, mà không nhìn mặt con mình để được gọi là con, thì đúng là một người mẹ quá xấu số và đau khổ. Tuy nhiên phép Phật nhiệm mầu nên Thầy đã được dưỡng nuôi trong tình thương vô bờ của Sư Cụ, nên Thầy mới có được ngày hôm nay. Già này biết rằng, người đi xuất gia là phải cát ái từ thân, nhưng đây là kiếp chót để mẹ con ta hiện hữu trên cõi đời này và một mai nếu có gặp lại cũng sẽ là nơi giải thoát ở cõi Tây Phương Cực Lạc và bây giờ mẹ thèm gọi hai tiếng "con ơi" để mẹ sẽ vĩnh viễn đi vào cõi vô sanh ấy thì mẹ rất an lòng.

Người mẹ đau khổ năm nào, là mẹ của con."

Thầy Ngộ Đạo đọc đến mỗi dòng mỗi đoạn trong thư là như nổi da gà lên trên toàn thân thể. Mắt Thầy mờ lệ, tay Thầy run lên, miệng Thầy há hốc. Thầy như muốn chạy lại bên mẹ mình và thốt lên hai tiếng "mẹ ơi" như ước muốn của tuổi thơ, nhưng Thầy gắng đọc cho hết bức thư và Thầy chạy ngay vào phòng của bà Thanh Tịnh, mắt bà vẫn còn mở và Thầy đã quỳ xuống bên giường mẹ để khóc lớn lên cho nguôi ngoai bao nhiêu nỗi khắc khoải chờ trông và sau khi Thầy gọi hai tiếng "mẹ ơi" thì bà từ từ nhắm mắt lại và trút hơi thở cuối cùng. Thế là tiếng niệm Phật vang dội khắp đó đây: Nam Mô Tiếp Dẫn Đạo Sư A Di Đà Phật. Nam Mô Tiếp Dẫn Đạo Sư A Di Đà Phật. Nam Mô Tiếp Dẫn Đạo Sư A Di Đà Phật...

Thầy ngồi bên giường mẹ thật lâu để niệm Phật cho mẹ và mọi người có mặt trong chùa lúc đó cũng đã đến hộ niệm cùng Thầy.

Sau đó Thầy về lại liêu phòng của mình để chuẩn bị sắp đặt mọi việc tang lễ. Trong khi đó hai chú Chánh Trí và Chánh Niệm vẫn luân phiên tụng niệm hết Di Đà đến Địa Tạng rồi Lương Hoàng Sám v.v... Ngày xưa, quý chú tụng, ít để ý đến lời Kinh, nhưng bây giờ họ đã và đang thấm sâu vào trong từng làn da thớ thịt, ví dụ như bài Kinh Bát Nhã họ vẫn tụng hằng ngày, nhưng sao nó không sâu sắc như hôm nay, không linh cảm như hôm nay. Có lẽ đây là nhờ tha lực của chư vị Bồ Tát, chư Phật chăng. Họ tụng lần thứ hai rồi lần thứ ba.

Kinh Bát Nhã Ba La Mật

"Khi Ngài Quán Tự Tại Bồ Tát thực hành sâu xa pháp Bát-nhã Ba-la-mật-đa, Ngài soi thấy năm uẩn đều không, qua hết thảy khổ ách.

Này ông Xá-lợi-phất, sắc chẳng khác không, không chẳng khác sắc, sắc tức là không, không tức là sắc. Thọ, tưởng, hành, thức cũng đều như thế.

Này ông Xá-lợi-phất, tướng không của mọi pháp, không sanh, không diệt, không dơ, không sạch, không thêm, không bớt, nên trong "chân không", không có sắc, không có thọ, tưởng, hành, thức. Không có mắt, tai, mũi, lưỡi, thân, ý, không có sắc, thanh, hương, vị, xúc, pháp, không có nhãn giới, cho đến không có ý thức giới. Không có vô minh, cho đến không có già chết. Cũng không có cái hết già chết. Không có khổ, tập, diệt, đạo. Không có trí tuệ, cũng không có chứng đắc. Vì không có chỗ chứng đắc nên Bồ Tát y theo Bát Nhã Ba La Mật Đa, tâm không ngăn ngại. Vì không ngăn ngại, nên không sợ hãi, xa hẳn điên đảo, mộng tưởng, đạt tới cứu cánh Niết-bàn. Chư Phật trong ba đời cũng y theo Bát Nhã Ba La Mật Đa, được đạo quả vô thượng Chánh Đẳng Chánh Giác.

Nên biết Bát Nhã Ba La Mật Đa là Đại Thần Chú, là Đại Minh Chú, là Vô Thượng Chú, là Vô Đẳng Đẳng Chú, trừ được hết thảy khổ, chân thật không hư.

Vì vậy liền nói chú Bát Nhã Ba La Mật Đa: Yết đế, yết đế, ba la yết đế, ba la tăng yết đế, bồ đề tát bà ha."

Bồ Tát thấy cái gì cũng không và đã hiểu được cái chơn không đó, nên không bị vướng mắc vào sự đối đãi. Còn chúng sanh thấy cái gì cũng có, nhưng rốt cuộc là không. Vì năm uẩn như sắc, thọ, tưởng, hành, thức là những vọng tưởng của cuộc đời và của thế gian nhưng chúng ta mãi cho đó là có thực, nên ta mới lụy phiền vì nó.

Tướng không của mọi pháp rõ ràng là không có sanh không có diệt, không có dơ không có sạch. Nhưng vì tâm ta là tâm chúng sanh cho nên ta thấy có đến có đi, có còn có mất, có xấu có tốt. Chứ thực sự ra những sự giả hợp và chấp tướng ấy không có thật tướng. Nếu ai lìa được sự chấp có và chấp không, kẻ ấy là kẻ hiểu đạo. Ngày xưa Ngộ Tánh tức Chánh Trí bây giờ, khi thấy bông hoa đẹp, mùi vị ngon, sắc nhiễm, ái tình đều đắm say nơi ảo mộng ấy, nhưng bây giờ Chánh Trí đã thâm nhập được Phật tâm rất nhiều. Bây giờ mỗi lần Chánh Trí tụng Kinh là tụng với cái chân tâm chứ không còn tụng với cái vọng tưởng nữa.

Sau đám tang của bà tịnh hạnh nhơn Thanh Tịnh, chùa trở lại sinh hoạt bình thường như xưa. Chùa bây giờ vắng đi một người, nhưng bù lại có thêm rất nhiều người trẻ xin xuất gia và có nhiều người lớn tuổi vào chùa làm công quả nữa. Sự sinh hoạt khác xưa rất nhiều. Do vậy những buổi dạy Kinh, dạy Luật và Luận của Thầy Ngộ Đạo cũng tăng lên. Tuy nhiên tuổi Thầy cũng lớn nên Thầy có thỉnh thêm quý Thầy Giáo Thọ quanh vùng đến chùa Sắc Tứ Hưng Phước để dạy đạo cho hàng xuất gia vừa mới được thế phát.

Một hôm Thầy Ngộ Đạo bảo hai chú Chánh Trí và Chánh Niệm vào làng để thăm hỏi những người lớn tuổi cũng như đi thăm cho biết sự sinh hoạt của dân chúng trong làng như thế nào. Giữa đường thấy bụng hơi đói, vả lại từ tờ mờ sáng đến giờ đâu có cái gì cho vào bụng, nên họ đã dừng lại để điểm tâm thì bà cụ bán quán hỏi:

- Thưa quý Ngài, tâm quá khứ, tâm hiện tại và tâm vị lai quý Ngài điểm tâm nào vậy?

- Dạ, dạ... xin chờ một lát.

Chánh Niệm nhìn qua Chánh Trí như có ý cầu cứu, không biết tại sao có cái loại điểm tâm nào mà cái tên nghe qua nó quen quen, nhưng không biết ở đâu đó đã gặp bao giờ, nên ra dấu bảo Chánh Trí hãy trả lời đi.

- Thưa bà, tâm nào mà bà thấy điểm được thì cứ cho điểm.

- Thưa quý Ngài là quý Ngài muốn điểm chơn tâm hay vọng tâm?

- Chơn hay vọng tùy bà.

- Cũng lạ! Già này hỏi vậy để biết mà làm thức ăn, chứ trả lời như thế làm sao mà sửa soạn thức ăn cho được.

- Chúng tôi đã ăn rồi đó. Xin gởi tiền và chào bà lão.

- Nếu quý Ngài không ăn thì lão này cũng không lấy tiền làm gì. Vì quý Ngài đã điểm tâm không rồi đấy.

Sau mấy lời đối đáp như vậy, họ ra đi. Đến một nơi trống, Chánh Niệm hỏi Chánh Trí rằng:

- Lâu nay đệ nghĩ rằng Phật tử tại gia đâu có học được Phật pháp, mà sao bà già này hay quá vậy?

- Chắc bà ta không phải ở vùng này.

- Nhưng sao đệ nghi quá. Chắc bà là hiện thân của Bồ Tát Quán Thế Âm để thử mình không chừng.

- À! Mà biết đâu? Chỉ có Bồ Tát mới thấu triệt tinh thần Kinh Kim Cang như thế.

Nếu là một bà lão bán quán bình thường làm sao có thể đối đáp lời lẽ thật cao siêu như vậy được.

Sau khi thăm viếng về lại chùa và gặp Thầy Trụ Trì Ngộ Đạo, họ liền trình lại câu chuyện vừa gặp bà lão bên đường lúc xuống núi vào làng và nhân cơ hội đó, Thầy Ngộ Đạo mới giảng cho họ về sự hóa thân của Đức Quán Thế Âm Bồ Tát.

"Phật dạy Ngài Vô Tận Ý Bồ Tát rằng: Này Thiện Nam Tử! Nếu có chúng sanh trong quốc độ nào đáng dùng thân Phật để độ thoát, Quán Thế Âm Bồ Tát hiện thân Phật để nói pháp.

Quán Thế Âm Bồ Tát chính là vị Đại Sĩ đã vì không biết bao nhiêu chúng sanh trong tam thiên đại thiên thế giới mà hiện thân. Ngài là Bồ Tát, nhưng Ngài cũng có thể hiện thân Phật, nếu nơi nào cần thân Phật ấy để thuyết pháp độ sanh.

Nơi đáng dùng thân Bích Chi Phật để độ thoát, Bồ Tát liền hiện thân Bích Chi Phật để nói pháp.

Bích Chi Phật cũng gọi là Duyên Giác hay Độc Giác Phật. Khi mới phát tâm gặp Phật đã tư duy đến pháp của thế gian. Về sau đắc đạo, ra đời không có Phật, tính thích yên tĩnh, tu hành viên mãn và không có Thầy bạn dạy bảo, một mình tự nhiên giác ngộ nên gọi là Độc Giác. Còn chỉ cho việc quán sát về các duyên bên trong và các duyên bên ngoài mà giác ngộ Thánh quả, nên gọi là Duyên Giác.

Nơi nào đáng dùng thân Thanh Văn để độ thoát, Bồ Tát liền hiện thân Thanh Văn để nói pháp.

Thân Thanh Văn ý nói những vị đệ tử tu theo pháp Tứ Đế và ngộ lý Tứ Đế về Khổ, Tập, Diệt, Đạo, dứt bỏ mê hoặc kiến tư mà nhập Niết Bàn. Chúng ta thường gọi hạng này là Tiểu Thừa, nhưng chỉ là bề ngoài. Còn ngộ có nghĩa là rõ biết triệt để của Khổ, của Tập v.v... khi đã rõ rồi không còn trở lại đó để chịu khổ nữa. Thời Đức Phật còn tại thế đã có rất nhiều vị chứng quả Thanh Văn như Ngài Xá-lợi-phất, Mục-kiền-liên v.v..."

Nơi nào đáng dùng thân Phạm Vương để độ thoát, Bồ Tát liền hiện thân Phạm vương để nói pháp.

Phạm vương cũng còn gọi là Đại Phạm Thiên Vương. Đây để chỉ cho Đại Phạm Vương là vua cõi Sơ thiền của Sắc giới mà có nơi cũng chỉ cho mười tám cõi trời ở cõi Sắc nữa. Khi chúng sanh sanh về đây không còn bị dục lạc như ở cõi Dục nữa, mà mọi hình thức sinh sản bằng cách giao thoa qua thức biến hiện mà thôi.

Nơi đáng dùng thân Đế Thích để độ thoát, Bồ Tát liền hiện thân Đế Thích để nói pháp.

Đế Thích là vị chủ cõi Trời Đao Lợi ở thành Hỉ Kiến trên đỉnh núi Tu Di. Cõi trời này còn nằm trong Dục Giới, thống lĩnh 33 cõi trong cõi dục này. Cõi này cao hơn cõi Tứ Thiên Vương và thấp hơn cõi Dạ Ma. Cũng còn gọi là Thích Đề Hoàn Nhân. Khi Đức Thích Ca giáng sanh, Vua Trời khuyến khích Đức Thích Ca xuất gia và đến thọ trì giáo lý của đức Phật. Khi đức Phật sắp nhập Niết-bàn Ngài cùng với bốn vị Đại Thiên Vương ngự đến buồn rầu. Ngài Đế Thích nguyện với Phật rằng sẽ thường xuyên hỗ trợ Tam Bảo. Ngài thường hiện thân để thử hạnh tu của đức Phật Thích Ca và hỗ trợ cho các vị Bồ Tát.

Nơi đáng dùng thân Tự Tại Thiên để độ thoát, Bồ Tát liền hiện thân Tự Tại Thiên để nói pháp.

Nơi đáng dùng thân Đại Tự Tại Thiên để độ thoát, Bồ Tát liền hiện thân Đại Tự Tại Thiên để nói pháp. Tự Tại Thiên và Đại Tự Tại Thiên là chúa tể của tam thiên thế giới. Ở trên đỉnh của Sắc giới Đại Tự Tại Thiên có hai loại là Tì Xá Xà Ma Hê Thủ La và Tịnh Cư Ma Hê Thủ La. Những vị này ở cõi sắc và thường hay biến hóa ra nhiều hình thức khác nhau như nhiều tay nhiều mắt của Lục Sư Ngoại Đạo.

Nơi đáng dùng thân Thiên Đại Tướng Quân để độ thoát, Bồ Tát liền hiện thân Thiên Đại Tướng Quân để nói pháp.

Tức là hình thức vị Đại Tướng Quân của cõi chư Thiên để làm những việc mà chư Thiên cần đến để sai sử.

Nơi đáng dùng thân Tỳ Sa Môn để độ thoát, liền hiện thân Tỳ Sa Môn để nói pháp.

Đây là vị ở phía Bắc núi Tu Di, coi giữ mạn bắc Diêm Phù Đề, cai quản về của cải tài sản, còn là vị thiện thần hộ trì Phật pháp. Có những vị Tỳ Sa Môn luôn luôn ủng hộ giáo pháp của chư Phật và giữ gìn người nghe pháp được lợi lạc trong giáo pháp đó.

Nơi đáng dùng thân Tiểu Vương để độ thoát, Bồ Tát liền hiện thân Tiểu Vương để nói pháp.

Tiểu Vương là những vị vua nhỏ, cai trị một tiểu quốc, nhưng xưng vương. Nhiều lúc Bồ Tát muốn độ những vị vua như thế thường hay hiện thân ra tiểu vương để độ cho những vị này. Những vị tiểu vương như thế thường ở cõi Nam Diêm Phù Đề này.

Nơi đáng dùng thân Trưởng giả để độ thoát, Bồ Tát liền hiện thân Trưởng giả để nói pháp.

Trưởng giả là những vị giàu của và giàu đức, ví dụ như Trưởng giả Cấp Cô Độc hay Trưởng giả Duy Ma Cật. Tất cả là những vị Đại Cư Sĩ hộ trì Phật pháp để giáo pháp được lưu hành trong cõi đời này.

Nơi đáng dùng thân cư sĩ để độ thoát, Bồ Tát liền hiện thân cư sĩ để nói pháp. Cư sĩ tức là những người tu tại gia. Họ là những người đã thọ Tam Quy Ngũ Giới và hành trì tại nhà, nên gọi là cư sĩ.

Nơi đáng dùng thân Tể Quan để độ thoát, Bồ Tát liền hiện thân Tể Quan để nói pháp.

Tể Quan là kẻ đứng đầu trên các quan. Hiện ra một vị quan như thế mới có uy quyền để độ cho những vị như thế, nên Bồ Tát đã vì sự lợi lạc của chúng sanh mà độ như vậy.

Nơi đáng dùng thân bà-la-môn để độ thoát, Bồ Tát liền hiện thân bà-la-môn để nói pháp.

Bà-la-môn là một trong bốn giai cấp ở Ấn Độ. Dịch theo ý chữ bà-la-môn có nghĩa là: ngoại ý, tịnh hạnh, tịnh chí, tĩnh chí. Họ phụng thờ vị Đại Phạm Thiên và tu tịnh hạnh. Cách tu của bà-la-môn là 7 tuổi trở lên học hành ở nhà, 15 tuổi học pháp bà-la-môn, đi các nơi học hỏi. Đến năm 40 tuổi sợ giòng dõi gia đình tuyệt diệt mới về nhà lấy vợ sinh con để nối dõi, đến năm 50 tuổi thì vào núi tu đạo.

Nơi đáng dùng thân tỳ-kheo, tỳ-kheo ni, ưu-bà-tắc,

ưu-bà-di để độ thoát, Bồ Tát liền hiện thân tỳ-kheo, tỳ-kheo ni, ưu-bà-tắc, ưu-bà-di để nói pháp.

Tỳ-kheo được dịch nghĩa là khất sĩ, bố ma và phá ác. Có nghĩa là vị ấy xuất gia trên 20 tuổi, sống đời sống tịnh hạnh không có gia đình, trên cầu giải thoát, dưới cứ đi khất thực để nuôi thân. Bên trong hàng phục những loại ma và bên ngoài phá trừ tất cả các việc ác. Tỳ-kheo ni là người nữ xuất gia và nương theo chư tỳ-kheo để tu học. Ưu-bà-tắc được gọi là cận sự nam và ưu-bà-di được gọi là cận sự nữ. Tức là người con trai hay con gái đã quy y, gần gũi để phụng sự ngôi Tam Bảo.

Nơi đáng dùng thân phụ nữ của trưởng giả, cư sĩ, tể quan, bà-la-môn để độ thoát, Bồ Tát liền hiện thân phụ nữ để nói pháp.

Nhiều khi cần phải thị hiện ra thân nữ nhơn trong những gia đình giàu có như thế mới độ được cho những người giàu có. Do vậy mà Bồ Tát đã hiện thân.

Nơi đáng dùng thân đồng nam, đồng Nữ để nói pháp. Nơi đáng dùng thân trời, rồng, dạ-xoa, càn-thát-bà, a-tu-la, ca-lâu-la, khẩn-na-la, ma-hầu-la-già, nhơn cùng phi nhơn v.v... để độ thoát, Bồ Tát liền hiện những thân đó để nói pháp.

Đồng nam và đồng nữ ý nói những người con trai con gái còn trinh nguyên chưa dính bụi trần. Trời, rồng, dạ-xoa, càn-thát-bà, a-tu-la, ca-lầu-la, khẩn-na-la, ma-hầu-la-già được gọi chung là thiên long bát bộ. Còn người và không phải người không nằm trong bát bộ. Càn-thát-bà tức là một loại hương thần, còn gọi là nhạc thần, không ăn thịt, không uống rượu chỉ thích mùi thơm, đứng hầu hai bên Đế Thích ở cung trời, là thần lo về âm nhạc. Khẩn-na-la lo về pháp nhạc. Càn-thát-bà lo về sửa nhạc. A-tu-la nghĩa là phi thiên, là hạng chúng sanh có thần lực và cung điện, nhưng hình thể không giống như chư thiên, là những vị thần thường đánh nhau với Đế Thích. Là một trong thập loại chúng sanh. Là một trong lục đạo, là một trong thiên long bát bộ. Nghĩa là a-tu-la gồm thiện thần và ác thần. Dưới hình thức nào đó trong cõi người và cõi trời, a-tu-la cũng có thể hiện thân ra được.

Ma-hầu-la-già là một loài đại mãng thần (thần rắn lớn), một bổn tôn ở viện thứ ba thuộc Thai Tạng giới, cũng là quyến thuộc của đức Thích Ca Như Lai. Đó cũng là một pháp môn thân thị hiện của Đức Đại Nhật Như Lai.

Nhơn tức là người, phi nhơn tức chẳng phải người, ngoài loài người và mắt người không thấy được, gọi là phi nhơn. Những chúng sanh này gồm nhiều loại và hầu hết đang ở trong cõi Dục.

Nơi đáng dùng thân thần Chấp Kim Cang để độ thoát, Bồ Tát liền hiện thân Thần Chấp Kim Cang để nói pháp.

Đây là vị thần tay cầm chày kim cang, là tướng dạ-xoa tay cầm chày kim cang bảo vệ cửa thiên cung Đế Thích. Gặp lúc Phật ra đời liền xuống cõi Diêm-phù-đề để hộ vệ Đức Thế Tôn phòng giữ Đạo Tràng.

Đó là 32 thân của Đức Quán Thế Âm Bồ Tát, Ngài luôn luôn hiện ra để cứu khổ cho tất cả chúng sanh trong thế giới này cũng như nhiều thế giới khác nữa. Ở cõi này Ngài hiện thân này, ở cõi khác Ngài hiện thân khác. Nhiều khi Đức Quán Thế Âm Bồ Tát hiện thành người bốn tay, tám tay, mười hai tay, ba đầu, mười một đầu và nhiều đến nghìn tay nghìn mắt hay nhiều hơn nữa để cứu khổ độ sanh. Vì lẽ chúng sanh trong đời này không chịu tu học và giải thoát cho chính mình, nên phải cầu vào tha lực để được Ngài gia hộ.

Ngoài ra, Tây Phương Tam Thánh có Đức Phật A Di Đà và hai bên hầu cận là Đức Quán Thế Âm và Đức Đại Thế Chí Bồ Tát. Trong 48 lời nguyện của Đức Phật A Di Đà, trước khi lâm chung, ai nhớ niệm đến danh hiệu Ngài trong 10 niệm nhất tâm, Ngài và hai vị Thánh đệ tử sẽ đến cõi này tiếp dẫn về thế giới Tây Phương Cực Lạc. Như thế đủ thấy rằng sức nguyện của Ngài rộng lớn biết bao! Có thể Sư Cụ Từ Tâm của chúng ta cũng là hiện thân của Đức Quán Thế Âm Bồ Tát. Rồi bà Thanh Tịnh ở đây, hay ngay cả Chánh Trí và Chánh Niệm nữa, mà cũng không biết đâu chừng giai nhân Mỹ Lệ cũng là Quán Âm hiện ra để thử lòng chúng ta, thử lòng những kẻ tu hành ra sao. Nghĩa là phía trên, phía dưới, trong, ngoài, phải, trái, đông, tây, nam, bắc trong mười phương của vô biên thế giới, nơi nào cũng có Phật và nơi nào cũng có chúng sanh. Nơi nào có chúng sanh còn đau khổ thì nơi ấy Bồ Tát Quán Thế Âm sẽ thị hiện.

Thượng Tọa Ngộ Đạo giảng thao thao bất tuyệt như vậy từ giờ này qua giờ khác vẫn không mỏi mệt. Còn Chánh Trí và Chánh Niệm cũng như những Tăng Ni khác đều há hốc mồm ra để nghe, ra chiều thích lắm, nhưng chẳng biết là họ đã thu thập được những gì, nhưng người ngoài nhìn vào chùa Sắc Tứ Hưng Phước ngày nay biết rằng cả Thầy lẫn trò, cả nam lẫn nữ đều dụng công tu hành một cách nghiêm mật, nên chư Thiên và Long Thần Hộ Pháp hộ trì cho chùa này về rất nhiều phương diện.

Thầy Ngộ Đạo càng đi sâu vào thiền định, trí tuệ càng rộng mở. Do vậy mà những bộ Kinh Thầy giảng như Lăng Già, Hoa Nghiêm, Pháp Hoa, Đại Bát Niết Bàn v.v... đại chúng đều quán triệt. Ngoài ra Thầy còn giảng Luật cho giới xuất gia và giảng nhiều bộ Luận lớn cho cả tại gia lẫn xuất gia nữa. Đó là những bộ Đại Thừa Khởi Tín Luận, Thập Nhị Môn Luận, Đại Thừa Bách Pháp Minh Môn

Luận, Nhập Đại Thừa Luận, Đại Trí Độ Luận, Thành Thật Luận v.v... bộ nào bộ nấy Thầy cũng đã lột hết ý Kinh để giảng cho thính chúng. Khiến ai cũng tưởng như mình đang ở trên Pháp Hội Linh Sơn thuở nào để nghe Đức Phật giảng vậy.

Bây giờ Thầy đã giảng về Trung Quán Luận, Duy Thức học, Duy Thức Tam Thập Tụng v.v... nghĩa là những vấn đề cao siêu trong Phật pháp đều được Thầy giải bày một cách cặn kẽ.

Tiếng lành đồn xa, đến tận đức vua đương triều. Do vậy, vua cũng muốn đi thính pháp. Nhưng lần này Vua không đến chùa bằng tiền hô hậu ủng, mà vua cải trang thành thường dân, cùng hoàng hậu đi nghe pháp. Một hôm, sau khi giảng kinh Hộ quốc nhơn vương, Thầy Ngộ Đạo cho thính chúng đặt câu hỏi. Mọi người đều tự nhiên để thưa hỏi những điều mình thắc mắc. Trong thính chúng ấy có một người không hỏi mà chỉ mang một cây quạt xếp lên cho Thầy. Ai cũng lấy làm lạ, chẳng biết là chuyện gì. Khi Thầy Ngộ Đạo mở quạt ra xem thì thấy ba chữ Hán đại tự viết trên quạt là: Trẫm hiện tiền. Thầy hơi bối rối, đoạn xuống pháp tòa. Tuy nhiên, đức vua xuất hiện trước Thầy Ngộ Đạo để mang đến một tin vui là mấy lâu nay đức vua và hoàng hậu đã đến chùa nghe Thầy giảng tất cả những bộ Kinh Luận. Cho nên hôm nay đức vua muốn phong đạo hiệu cho Thầy là Chấn Hưng Đại Sư và điều thứ hai, từ nay trở đi Phật Giáo được công nhận là quốc giáo và lấy giáo lý từ bi lợi tha của Đạo Phật đem vào ứng dụng trong đời sống hằng ngày cho nhân dân.

Mọi người nghe pháp hôm đó đã quỳ lạy đức vua và hoàng hậu bốn lạy để tạ ơn và họ rất mừng là từ nay trở đi nước Đại Việt của chúng ta Phật giáo lại có cơ hội để triển khai trên nhiều phương diện như đạo đức, văn hóa, luân lý, giáo dục, xã hội v.v... để phụng sự nhân sinh.

Sau khi đức vua, hoàng hậu và mọi người ra về, Thầy Ngộ Đạo càng trầm tĩnh hơn nữa. Thầy bước về Phương Trượng Đường cũng như bảo tháp và Tổ Đường để đảnh lễ Thầy mình. Đó là những nơi mà Sư Cụ Từ Tâm đã hiện hữu suốt mấy mươi năm trường trên cõi thế. Nhưng chính giờ phút này mới là giờ phút đáng lo nhiều hơn nữa của Thầy Ngộ Đạo. Thầy biết rằng danh vọng, địa vị, bổng lộc và nhất là những gì càng được ca tụng bao nhiêu Thầy càng sợ bấy nhiêu. Vì nghĩ rằng cái đức của mình không đủ. Sở dĩ có được ngày hôm nay là do sự gia hộ của chư Phật và chư Đại Bồ Tát, chư vị Tổ Sư, đặc biệt là Sư Cụ Từ Tâm. Nếu không thì Ngộ Đạo vẫn là một đứa trẻ không thân nhân, không quyến thuộc của 60 năm về trước ở cửa chùa Sắc Tứ Hưng Phước này.

Để đáp đền ơn sư huấn dục và những ơn khác của quốc gia, của cha mẹ và của Đàn Na Tín Thí cũng như của những chúng sanh khác ở trên cõi này hay ở những cõi xa xôi khác, Thầy quyết định nhập thất vĩnh viễn từ đây.

CHƯƠNG 10. THOÁT HÓA

Sau khi dặn dò tất cả mọi việc trong chùa lại cho những đệ tử, Thầy Ngộ Đạo dạy rằng: Mỗi ngày Thầy chỉ còn dùng một bữa ngọ, nếu sau ba ngày mà không thấy Thầy lấy cơm để dùng, thì đại chúng phải đẩy cửa Thất bước vào. Ngoài ra, mọi việc ở chùa cứ như thế mà hành trì tu niệm.

Thầy chỉ dặn dò vỏn vẹn cho đệ tử chỉ chừng ấy việc thôi, nhưng với Thầy thì Thầy đã lo chu đáo cho phần nội tâm của mình rồi. Nghĩa là chương trình mỗi ngày của Thầy chia ra làm sáu thời lễ bái, tụng niệm, ngồi Thiền, trì chú, kinh hành, niệm Phật.

Như thế cũng đủ biết rằng Thầy là một con người mà ai cũng phải kính trọng. Vì lẽ từ khi lên đảm nhiệm chức vụ trụ trì đến giờ, chỉ có một vài lần bị thị phi tai tiếng, nhưng đó không phải do Thầy chủ tâm. Còn bao nhiêu việc khác, việc nào cũng trôi chảy cả, không có điều gì bị vướng mắc. Giờ đây cũng thế, lời nguyện của Thầy là cuối đời lúc hết hơi thở thì về được về cảnh giới Cực Lạc để diện kiến đức Từ Phụ A-di-đà. Cho nên trong phần sám hối lễ bái, Thầy luôn luôn lạy 48 lời nguyện của Ngài. Sau mỗi lời nguyện, Thầy ngồi chiêm nghiệm lại một số công việc mà hành giả tu pháp môn Tịnh Độ phải tha thiết để quay về.

Chữ A-di-đà được dịch là Vô Lượng Quang, Vô Lượng Thọ và Vô Lượng Công Đức. Theo lời Đức Phật Thích Ca nói trong kinh A-di-đà, cõi tịnh độ của Đức Phật A-di-đà ở về phía tây, cách cõi Ta-bà của chúng ta mười vạn ức cõi Phật, cõi ấy gọi là Cực Lạc quốc. Đức Phật A-di-đà có hào quang sáng suốt vô lượng, chiếu tới các cõi ở mười phương, mà không bị ngăn che. Đời sống của Ngài và của chư Phật, chư Thánh trong nước Ngài dài lâu vô lượng vô biên, đến triệu ức kiếp.

Ai muốn vãng sanh về nước Cực Lạc của Đức Phật A-di-đà thì nên phát tâm trì niệm hồng danh của Ngài một cách miên mật, khi lâm chung Ngài và chư Thánh Chúng sẽ đến đón. Nước gọi là thanh tịnh hay tịnh độ tức là ngược lại với nước không thanh tịnh. Giống như nơi chúng ta đang ở được gọi là uế độ chứ không phải là tịnh độ, vì cõi này chỉ có người phàm và bậc Thánh ít xuất hiện, còn cõi thánh thì không có người phàm. Do vậy những ngục hình hay ngạ quỷ, súc sanh chắc chắn là không có ở nơi đó. Nếu có, dẫu cho cõi này là cõi "phàm thánh đồng cư tịnh độ" đi nữa thì cũng phải sanh làm người, rồi từ người mới vãng sanh về Tịnh độ, chứ mang thân thú thì tâm chưa có thể đầu thai về cảnh giới ấy.

Điều này cũng có nghĩa là những thân thể đàn ông, đàn bà, con trai, con gái, trời, thú v.v.. phải tu hành rồi sau đó sẽ hóa sanh và được sự cảm ứng nơi cõi Cực Lạc lúc ấy mới sanh về đó. Dĩ nhiên khi còn tâm thức là người, ta không thể vào cảnh giới này được, mặc dù chưa thành Thánh hoàn toàn, nhưng chúng ta mong được làm Thánh, thì cái tâm niệm ấy sẽ hóa mình thành Thánh, rồi vào ao sen, trong ao ấy có chín bậc. Tuỳ theo việc lành nhiều hay ít mà được ngồi vào đó. Có người có thể lên đến thượng phẩm thượng sanh nhưng cũng có người chỉ mới ở vào hạ phẩm hạ sanh.

Dân chúng ở đây không cần làm lụng gì hết mà vẫn có ăn như thường. Nhưng khi ăn lại không cần phải nấu như chúng ta ở cõi Ta-bà này, muốn ăn thứ gì là đồ ăn sẽ hóa ra và đồ ăn ấy được đựng trong bát bằng đồ trân quý như vàng, bạc, lưu ly, xa cừ, xích châu, mã não, san hô, hổ phách v.v... Ăn xong lại chẳng cần cất dọn và rửa chén bát, vì lẽ thần lực của Đức A Di Đà và các vị Thánh chúng đã lo cho các chúng sanh tại đó rồi.

Dĩ nhiên là đồ chúng ta mặc nơi cõi Ta-bà này, chắc chắn không mặc được ở cõi chư Thiên nữa, chứ đừng nói chi là cõi chư Phật. Do vậy, khi được sanh về đây tự nhiên muốn đồ nào, đồ ấy hiện ra liền trước mặt để mình chọn lựa. Đồ trang sức ở đây là đồ trang sức ở cõi Phật, chứ không phải ở cõi người, mặc xong cũng chẳng cần phải giặt ủi, mà cũng không cần mua sắm nữa. Có lẽ tự đồ ấy tỏa ra mùi hương chăng? Hay là đồ ấy sẽ được bay đi vào cõi khác.

Nghĩa là khắp các cõi trong tam thiên đại thiên thế giới, ai có lòng tin đến Đức Phật và phát nguyện vãng sanh về thế giới ấy, sau khi lâm chung đều được đức Phật và những mùi hương lạ ở các cõi tỏa ra thơm ngát để đón chúng sanh ấy về cảnh giới của Đức Từ Phụ A-di-đà.

Rõ ràng là đã được phước đức nhiều lắm mới sanh vào cõi này. Do vậy mà ai ai cũng kính trọng nhau, không cãi nhau và tranh hơn thua với nhau như ở cõi thế gian này nữa. Do sự tự giác ấy mà không ganh ghét và không giành giật với nhau để sống và không tranh phải, tranh quấy với nhau nữa.

Những chúng sanh ở cõi Cực Lạc đều do hóa sanh mà thành, không phải như những chúng sanh ở cõi Ta-bà này, do lòng dục tạo thành. Do vậy không có tâm ô uế ở nơi này. Khi tâm đã tịnh, thì tánh lại lắng đọng, không thô ác và cũng chẳng khởi tâm nóng giận. Vì sân si là nguồn gốc biết bao việc lỗi lầm, mà chúng sanh ở cõi ấy đã rõ quả khổ ở cõi Ta-bà này, nên mới phát nguyện sanh vào Cực Lạc. Nếu vào đó rồi mà tâm niệm còn sân si như thế, quả không phải là một chúng sanh nơi nước ấy.

Ở thế giới Cực Lạc không còn nghe đến những việc ác, huống gì là làm những việc ác. Do vậy, ở đó chúng sanh không tạo ra nghiệp chướng.

Khi về đến cõi Cực Lạc, xác thân tứ đại không còn nữa. Bấy giờ giống như là giấc mộng mà thôi. Do tánh không còn ham muốn nên tâm không nhiễm và do vậy luôn luôn được hỷ lạc.

Cái đẹp ở cõi Ta-bà là cái đẹp giả tạm, chỉ có cái đẹp ở cõi Phật mới miên viễn. Mặc dù, còn kẻ tiên người tục khác nhau, vì lẽ cõi này là cõi phàm thánh đồng cư. Có người đã ở tận thượng phẩm thượng sanh, có người vẫn còn mới về thế giới này. Do vậy mà có sai khác. Tuy nhiên hình thể đều trang nghiêm đẹp đẽ lạ thường.

Phật Thích-ca dạy rằng: "Tất cả chúng sanh đều có tánh Phật." Với tánh Phật này, ai ai cũng có khả năng thành Phật hết, chẳng kể là ai. Từ trời, người, súc sanh cho đến những vị đã chứng Thanh Văn, Duyên Giác đều được về chung nơi thế giới này.

Nhưng dĩ nhiên là không thể mang tâm niệm của súc sanh mà về đây được, trước đó phải hóa thân. Sự hóa thân do mình suy niệm và nhờ vào trợ lực của Đức Phật A-di-đà mà được thành tựu.

Cát sông Hằng ở Ấn Độ nhiều bao nhiêu, thì chúng sanh nơi cõi Cực Lạc cũng nhiều như thế. Do vậy các vị Bồ Tát cũng không thể đếm cho xiết hết các chúng sanh ở cõi này.

Chúng sanh sanh về cõi Cực Lạc có tuổi thọ dài lâu vô lượng, không thể đếm số năm như ở cõi Ta-bà này nữa.

Chơn như bản thể tánh viên thường. Đó là Niết-bàn thực tại ở cõi Cực Lạc. Chúng sanh ở đây sẽ lìa hết tất cả những điên đảo để vào chỗ vô phân biệt.

Dân chúng ở cõi Lạc Bang lúc nào cũng vui vẻ và nhận được nhiều đồ thọ dụng. Ở đây không có phân biệt là người xuất gia hay tại gia, ai cũng sâu vào trong Vô lậu tam muội để chứng ngôi bất thối.

Đức Phật A-di-đà hiện đang giảng kinh thuyết pháp tại thế giới Cực Lạc nhằm độ sanh và do sở nguyện của mỗi người mà được thành tựu. Công đức của Ngài thật vô lượng vô biên.

Ở cõi này có rất nhiều chúng sanh chứng được thiên nhãn thông và nhờ thần thông này mà thấy được vô biên vũ trụ khác và thấy rõ được những duyên khởi của thế gian vì sao mà thành trụ, vì sao bị hoại diệt.

Các chúng sanh ở đây khi chứng được thiên nhĩ thông rồi, có thể nghe thuyết pháp từ trăm ngàn vị Phật và trong một lúc có thể ngồi bất cứ ở đạo tràng nào để lắng nghe diệu pháp ấy.

Các chúng sanh ở cõi Lạc Bang chứng được tha tâm thông, có thể biết được tâm niệm của kẻ khác đang suy nghĩ gì, dầu là kẻ ấy ở nơi đâu.

Khi chúng sanh ở cõi này đã chứng được thần túc thông thì việc đi giống như bay. Có thể dong ruổi trong mười phương vô biên thế giới trong khoảng sát-na rồi trở lại cõi mình đang ở.

Đức Phật Thích-ca Mâu-ni khi còn ở Kỳ Viên Tinh Xá đã giảng kinh A-di-đà nhằm giới thiệu cho chúng sanh ở cõi này biết có một thế giới Cực Lạc như thế và hiện do Đức Phật A-di-đà đang thuyết pháp độ sanh nơi đó. Nếu có chúng sanh nào phát nguyện sanh về đó sau khi lâm chung thì phải nhứt tâm bất loạn, trì niệm danh hiệu Phật ấy, thì khi lâm chung sẽ về được nơi chín phẩm sen.

Khi lâm chung sẽ có hào quang của Phật và Thánh

chúng đến tiếp dẫn, phóng đến nơi đảnh đầu của mỗi chúng sanh. Tuy ánh sáng mặt trời mặt trăng so với thế gian này là rạng rỡ, nhưng ánh hào quang của Phật A-di-đà còn sáng tỏ và mát dịu hơn nhiều.

Chúng sanh thấy được ánh hào quang của đức Từ Phụ A-di-đà nên nương vào đó. Vì ánh sáng này rất đặc biệt, không phải như những loại ánh sáng khác.

Khi ánh hào quang của Đức Phật A-di-đà chiếu đến thân hành giả niệm Phật cầu vãng sanh, thì bất kể là người, hay thú, hay trời cũng đều được sáng tỏ, thì nương theo đó để về cảnh giới Lạc Bang.

Khi phát tâm Bồ-đề và hành Bồ Tát hạnh, thực hiện lục ba la mật. Những công đức ấy, đến khi lâm chung đã đầy đủ phước báo để chư Thánh Tăng cùng với đức Phật A-di-đà tiếp dẫn người phát tâm về thế giới Tây Phương Cực Lạc.

Ở cõi Ta-bà này nếu có chúng sanh nào lo làm chùa, xây tháp, trì trai, giữ giới thanh tịnh và cúng dường đèn, hương, hoa quả, tràng phan, bảo cái và trước khi lâm chung chỉ cần nhất tâm niệm danh hiệu đức Phật A-di-đà trong một ngày đêm thì Ngài sẽ tiếp dẫn về cảnh giới Lạc Bang.

Những chúng sanh nào khinh chê Phật Pháp và bị tội đọa vào địa ngục A-tỳ thì Ngài không độ được. Ngoài những kẻ này ra, tất cả nếu niệm danh hiệu của đức Phật A-di-đà cho đến mười niệm nhất tâm thì Ngài sẽ tiếp dẫn về thế giới của Ngài.

Tuy nhiên, những chúng sanh nào chỉ tạo tội nhẹ, nhưng sau khi nghe danh hiệu Ngài và sám hối, ăn chay, làm lành, lánh dữ và có ý nguyện sanh về thế giới Cực Lạc, thì Đức Phật A-di-đà sẽ độ cho về, khỏi phải bị sanh vào cõi địa ngục, ngạ quỷ và súc sanh.

Cả trời, người trong mười phương vô biên thế giới. Nếu có chúng sanh nào nghe tên Đức Phật A Di Đà, cung kính đảnh lễ muốn nương về để tu giải thoát thì sẽ được tán dương và đón về nước Phật.

Nếu những người nữ nào không muốn kiếp sau mang thân người nữ, hãy niệm danh hiệu của Đức Phật A-di-đà thì kiếp sau không còn làm thân nữ nữa.

Khi một chúng sanh vãng sanh vào nước Phật thì chắc chắn là chứng được quả Vô Sanh. Khi sanh về cõi Cực Lạc rồi thì chúng sanh không còn bị luân hồi sanh tử nữa. Chỉ trừ những vị chưa muốn thành Phật, vẫn giữ chí nguyện Bồ Tát của mình để đi độ sanh ở những cõi khác, thì đức Từ Phụ A-di-đà cũng tuỳ duyên mà giúp cho những vị này được toại nguyện đi độ sanh và khiến cho chúng sanh do những Bồ Tát đi độ đó được hạnh nguyện giải thoát của Ngài Phổ Hiền.

Nguyện cho dân trong nước mà Bồ Tát đến độ đó sẽ được như nguyện và Bồ Tát dạy cho những chúng sanh ấy dứt các nghiệp dữ, đừng cho sa vào địa ngục, ngạ quỷ và súc sanh.

Khi các Bồ Tát ở cõi Tây phương Cực Lạc muốn cúng dường hoa hương, anh lạc, trân châu lên chư Phật ở các quốc độ khác, liền được đi khắp chỉ trong vòng bữa ăn là quay trở về. Nghĩa là báu vật ấy mang đi cúng dường chư Phật và chư vị Bồ Tát khắp nơi mà sau khi về lại cõi Cực Lạc vẫn chưa đến giờ Ngọ. Ngoài ra muốn cúng thứ gì thì chỉ cần ước ra là có loại ấy để cúng dường.

Phật A-di-đà nguyện rằng, nếu có ai đó đang đọc tụng, thọ trì những kinh điển, thì Ngài sẽ hỗ trợ cho người đó có thêm biện tài vô ngại và có thêm trí tuệ Bát-nhã cao siêu diệu vợi.

Đức Phật A-di-đà sẽ giảng cho những chúng sanh đã sanh về thế giới của Ngài đầy đủ trí huệ, hiểu rõ nghĩa lý của kinh cũng như nghe rõ được những pháp âm vi diệu của chư Phật.

Các vị Bồ Tát ở thế giới Tây Phương đều có thân sắc vàng và đầy đủ 32 tướng tốt và ánh sáng ấy có thể chiếu đến mười phương vô biên thế giới. Chư vị Bồ Tát này sẽ thuyết pháp thay thế cho chư Phật ở đó.

Nước Cực Lạc rất trong sạch, không có một chút bợn nhơ. Nếu chư vị Bồ Tát muốn thấy những cõi Phật khác, chỉ cần nhìn vào cây "Bảo Thọ" là thấy. Điều ấy là sự thật chứ không phải dối trá.

Một na-do-tha bằng một ức mà chiều cao cây ấy đến bốn ngàn na-do-tha, tức là bốn ngàn ức như thế. Nếu Bồ Tát nào muốn nghe và muốn thấy, sẽ được Đức Phật A-di-đà hướng dẫn cho thấy.

Những đồ dùng thường ngày nơi cõi Cực Lạc đều là những đồ trân quý, có màu sắc xinh đẹp, dẫu cho có dùng đến mắt trời cũng không thể thấy hết được.

Ở cõi Tây Phương Cực Lạc không cần thỉnh mời khi nghe Pháp như ở cõi thế gian. Ai muốn nghe pháp tự nhiên sẽ có Pháp để nghe.

Dầu cho chư vị Thanh Văn hay Duyên Giác, khi sanh về đây rồi liền được các thần lực bất khả tư nghì, hào quang rạng rỡ và biện tài vô ngại, khi thuyết pháp chẳng khác gì những vị Pháp Vương khác.

Khi nhập vào đại định thì cõi nước khác dầu xa xôi đến bao nhiêu đi chăng nữa, Bồ Tát chỉ cần nhập định là đến nơi, không sai lạc lối đi và chỉ trong một thời gian ngắn chư vị Bồ Tát có thể đi đến khắp nhiều thế giới khác.

Chư vị Bồ Tát ở các cõi khác khi nghe đến danh hiệu của Đức Phật A Di Đà muốn nương về và với định lực của Phật, chư vị Bồ Tát sẽ được ngôi chánh giác và thường trông thấy các Đức Như Lai.

Chư vị Bồ Tát câu hội đầy đủ nơi cõi Tây Phương Cực Lạc của Đức Phật A-di-đà và nhờ sự hướng dẫn của Đức Phật mà chư vị Bồ Tát được chứng quả Vô Thượng Bồ Đề.

Lời nguyện thứ 48 khi Ngài Pháp Tạng Tỳ Kheo phát nguyện trước Bảo Tạng Như Lai để thành đạo và ngay cả Đức Thích-ca Như Lai cũng đã nương vào Ngài Bảo Tạng Như Lai để gìn giữ và ủng hộ lời nguyện của mình cho đến khi thành được ngôi Vô Thượng Chánh Đẳng Chánh Giác.

Khi Ngài Pháp Tạng Tỳ Kheo phát nguyện xong, quả đất rung động, hoa hương được chư thiên tung xuống cúng dường và hư không lên tiếng chúc mừng v.v..., đây là những điềm lành chứng minh cho những đại nguyện của Ngài sẽ thành tựu.

Pháp môn Tịnh Độ là một pháp môn tối thắng, mà chư vị Bồ Tát khi đã phát tâm sinh về đây chẳng nệ hà là một, hai, ba, bốn... mà tất cả không phân biệt ở ngôi Pháp Vương cao cả cũng sẽ là pháp môn để dẫn đường cho chúng sanh trong mười phương vô biên thế giới, trước khi lâm chung muốn sanh về thế giới của Đức Từ Phụ A-di-đà.

Suốt trong 10 năm trường như thế, Thượng Toạ Thích Ngộ Đạo đã hành trì một cách miên mật ở trong thất, mỗi ngày 6 thời như đã định lúc ban đầu. Trong thất vẫn thanh tịnh, Thượng Toạ không tiếp xúc với bất cứ một ai, ngay cả những đệ tử thân tín của mình. Tâm Thượng Toạ bây giờ tự nhiên thanh tịnh, vắng lặng không cần ăn uống vẫn thấy an lạc. Thượng Toạ có thể nhịn ăn nhiều ngày không sao, chỉ vui với thiền duyệt thực và hồng danh câu Phật hiệu Phật A-di-đà.

Đến ngày 17 tháng 11 năm ấy, liên tiếp ba ngày Thượng Toạ không dùng cơm trưa. Do vậy mà các đệ tử đẩy cửa thất vào giống như lời Thượng Toạ đã dặn trước khi đi nhập thất cách đó 10 năm về trước. Tất cả đều xúc động quỳ xuống lạy 3 lạy. Một trong những vị đệ tử đã lấy tay đưa vào mũi Thượng Toạ để xem có còn hơi thở không. Rõ ràng là đã bặt hơi thở từ lâu rồi, nhưng sắc diện vẫn tươi tỉnh như người mới ngồi nhập định. Thế là tất cả đệ tử xuất gia cũng như tại gia đều một lòng chấp tay hướng về Tây theo chân thân nhập định của Ngài và niệm "Nam mô Tiếp Dẫn Đạo Sư A Di Đà Phật" trong nhiều câu niệm liên tiếp kéo dài trong nhiều giờ và nhiều ngày sau đó.

Bên trên thất, một dải hào quang thật rực rỡ được phóng ra từ cõi hư không, có người nhìn thấy hình dáng Ngài Ngộ Đạo đang ngồi với thế liên hoa trên một toà sen vàng, hướng về Tây. Do vậy mọi người đều quỳ xuống và hướng về đảnh lễ.

Trước cửa tháp của Ngài, người ta thấy môn đồ pháp quyến treo hai câu đối thật lớn và ở giữa là hàng chữ "Nam Mô Từ Lâm Tế Chánh Tông Tam Thập Cửu Thế Hưng Phước Tự Trụ Trì thượng NGỘ hạ ĐẠO tự Ấn Hương Đại Sư liên tòa". Đó cũng là đạo hiệu đức Kim Thượng đã ban cho Ngài lúc còn sinh tiền. Còn sơn môn pháp phái đã truy phong Ngài lên ngôi vị Hòa Thượng.

Sa Môn Thích Như Điển,
Phương Trượng Chùa Viên Giác,
Hannover, Đức Quốc
Viết từ ngày 30 tháng 10 năm 2005
đến ngày 22 tháng 11 năm 2005
tại Tu Viện Đa Bảo Sydeny, Úc Đại Lợi
nhân nhập thất lần thứ ba tại đây.

Đôi nét về tác giả
Hòa thượng Thích Như Điển

- Thế danh: Lê Cường. Pháp tự: Giải Minh. Pháp hiệu: Trí Tâm
- Sanh: 28.06.1949 tại Xuyên Mỹ, Duy Xuyên, Quảng Nam.
- Học lực: Cử nhân giáo dục và Cao học Phật giáo tại Nhật Bản.
- Xuất gia năm 1964 tại Tổ Đình Phước Lâm, Hội An.
- Năm 1971: Thọ Tỳ Kheo giới tại giới đàn Tu Viện Quảng Đức, Thủ Đức.
- Năm 1972: Du học Nhật Bản.
- Năm 1977: Đến Đức vào với Visa du lịch; nhưng sau đó xin tỵ nạn tại Đức và ở Đức từ đó cho đến nay.

- Tháng 4 năm 1978 thành lập Niệm Phật Đường Viên Giác và sau đó trở thành Chùa Viên Giác tại Hannover.
- Từ năm 1978, 1979: Sáng lập Chi Bộ Giáo Hội Phật Giáo Việt Nam Thống Nhất Đức Quốc, thành lập Hội Sinh Viên và Kiều Bào Phật Tử Việt Nam tại Đức.
- Năm 1988 được tấn phong lên hàng Giáo phẩm Thượng Tọa tại giới đàn Đại Nguyện chùa Pháp Hoa Marseille, Pháp quốc.
- Ngày 28.6.2008 được tấn phong lên hàng Giáo phẩm Hòa Thượng tại Đại Giới Đàn Pháp Chuyên tại chùa Viên Giác Hannover, Đức Quốc.
- Ngày 8 tháng 7 năm 2011 tại Colombo thủ đô nước Tích Lan, Hội Đồng Tăng Già Tích Lan đã trao giải thưởng cao quý cho HT Thích Như Điển và HT Thích Minh Tâm.
- Đệ Nhị Chủ Tịch Hội Đồng Điều Hành GHPGVNTN Âu Châu nhiệm kỳ 2019-2023.
- Phó Chủ Tịch Hội Đồng Tăng Già Thế Giới (World Buddhist Sangha Council - WBSC).
- Sáng tác gần 70 tác phẩm và dịch phẩm từ các tiếng Việt, Anh, Hán, Nhật và Đức ngữ.

(Cập nhật: 02/2021)

TÁC PHẨM ĐÃ XUẤT BẢN

1. *Truyện cổ Việt Nam (Tập 1 & Tập 2)* - Nhật ngữ- 1974, 1975
2. *Giọt mưa đầu hạ* - Việt ngữ - 1979
3. *Ngỡ ngàng* - Việt ngữ - 1980
4. *Lịch sử Phật Giáo Việt Nam Hải Ngoại trước và sau năm 1975* - Việt & Đức ngữ - 1982
5. *Cuộc đời người Tăng sĩ* - Việt & Đức ngữ - 1983
6. *Lễ nhạc Phật Giáo* - Việt & Đức ngữ - 1984
7. *Tình đời nghĩa đạo* - Việt ngữ - 1985
8. *Tìm hiểu giáo lý Phật Giáo* - Việt & Đức ngữ - 1985
9. *Đời sống tinh thần của Phật Tử Việt Nam tại ngoại quốc* - Việt & Đức ngữ - 1986
10. *Đường không biên giới* - Việt & Đức ngữ - 1987
11. *Hình ảnh 10 năm sinh hoạt Phật Giáo Việt Nam tại Tây Đức* - Việt & Đức ngữ - 1988
12. *Lòng từ Đức Phật* - Việt ngữ - 1989
13. *Nghiên cứu Giáo Đoàn Phật Giáo thời nguyên thủy I, II , III* - dịch từ Nhật ngữ ra Việt & Đức ngữ - 1990, 1991, 1992
14. *Tường thuật về Đại hội Tăng già Phật Giáo thế giới kỳ 5 khóa I tại Hannover, Đức Quốc* - Việt, Anh, Đức ngữ - 1993
15. *Giữa chốn cung vàng* - Việt ngữ - 1994
16. *Chùa Viên Giác* - Việt ngữ - 1994
17. *Chùa Viên Giác* - Đức ngữ - 1995
18. *Vụ án một người tu* - Việt ngữ - 1995

19. *Chùa Quan Âm (Canada)* - Việt ngữ - 1996
20. *Phật Giáo và con người* - Việt & Đức ngữ - 1996
21. *Khóa giáo lý Âu Châu kỳ 9* - Việt & Đức ngữ - 1997
22. *Theo dấu chân xưa (Hành hương Trung quốc I)* - Việt ngữ - 1998
23. *Sống và chết theo quan niệm của Phật Giáo* - Việt & Đức ngữ - 1998
24. *Tiếp kiến Đức Đạt Lai Lạt Ma* - Việt & Đức ngữ - 1999
25. *Vọng cố nhân lầu (Hành hương Trung Quốc II)* - Việt ngữ - 1999
26. *Có và Không* - Việt & Đức ngữ - 2000
27. *Kinh Đại Bi* (dịch từ Hán văn ra Việt văn) - Việt & Đức ngữ - 2001
28. *Phật thuyết Bồ Tát Hành Phương Tiện Cảnh Giới Thần Thông Biến Hóa Kinh* - dịch từ Hán văn ra Việt ngữ - 2001
29. *Bhutan có gì lạ?* - Việt ngữ - 2001
30. *Kinh Đại Phương Quảng Tổng Trì* - dịch từ Hán văn ra Việt ngữ - 2002
31. *Cảm tạ xứ Đức* - Việt & Đức ngữ - 2002
32. *Thư tòa soạn báo Viên Giác trong 25 năm (1979 - 2003, 2004)* - Việt ngữ - 2003
33. *Bổn Sự kinh* - Dịch từ Hán văn sang Việt ngữ - 2003
34. *Những đoản văn viết trong 25 năm qua* - Việt & Đức ngữ - 2003
35. *Phát Bồ Đề Tâm kinh luận* - Dịch từ Hán văn sang Việt ngữ - 2004
36. *Đại Đường Tây Vức Ký* - Dịch từ Hán văn sang Việt ngữ - 2004

37. *Làm thế nào để trở thành một người tốt* - Việt ngữ - 2004
38. *Dưới cội bồ đề* - Việt ngữ - 2005
39. *Đại Thừa Tập Bồ Tát Học Luận* - Dịch từ Hán văn sang Việt ngữ - 2005
40. *Bồ Đề Tư Lương luận* - Dịch từ Hán văn sang Việt ngữ - 2005
41. *Phật nói luận A Tỳ Đàm về việc thành lập thế giới* - Dịch từ Hán văn sang Việt ngữ - 2006
42. *Giai nhân và Hòa Thượng* - Việt ngữ - 2006
43. *Thiền Lâm Tế Nhật Bản* - Dịch từ Nhựt ngữ sang Việt ngữ - 2006
44. *Luận về con đường giải thoát* - Dịch từ Hán văn sang Việt ngữ - 2006
45. *Luận về bốn chân lý* - Dịch từ Hán văn sang Việt ngữ - 2007
46. *Tịnh Độ tông Nhật Bản* - Dịch từ Nhật ngữ sang Việt ngữ - 2007
47. *Tào Động tông Nhật Bản* - Dịch từ Nhật ngữ sang Việt ngữ - 2008
48. *Pháp ngữ* - Việt ngữ - 2008
49. *Những mẩu chuyện linh ứng của Đức Địa Tạng Vương Bồ Tát* - Dịch từ Nhật ngữ sang Việt ngữ - 2009
50. *Nhật Liên tông Nhật Bản* - Dịch từ Nhật ngữ sang Việt ngữ - 2009
51. *Chân Ngôn tông Nhật Bản* - Dịch từ Nhật ngữ sang Việt ngữ - 2010
52. *Chết an lạc, tái sanh hoan hỉ* - Dịch chung với T.T. Nguyên Tạng từ Anh ngữ sang Việt Ngữ - 2011
53. *Chuyện tình của Liên Hoa Hòa Thượng* - Việt Ngữ - 2011

54. *Tư tưởng Tịnh Độ Tông* - Việt ngữ - 2012
55. *Những bản kinh căn bản của Tịnh Độ Tông Nhật Bản* - Dịch từ Đức ngữ sang Việt ngữ - 2012
56. *Dưới bóng đa chùa Viên Giác* - Việt ngữ, viết chung với Trần Trung Đạo - 2012
57. *Diệu Pháp Liên Hoa kinh Văn cú* - Dịch từ chữ Hán sang tiếng Việt - 2013
58. *Hương Lúa Chùa Quê (Hoài Niệm Tuổi Thơ)* - Việt ngữ viết chung với H.T. Thích Bảo Lạc - 2013
59. *Hiện tượng của tử sinh* - Việt ngữ - 2014
60. *Nhật Bản trong lòng tôi* - Việt ngữ - 2015
61. *Kinh Ngũ Bách Danh Quán Thế Âm Bồ Tát* - Chủ trì dịch và chứng nghĩa Việt văn từ bản Hán văn của Quý Thầy Hạnh Định, Hạnh Tâm và Hạnh Bổn - 2015
62. *Nước Úc trong tâm tôi* - Việt ngữ - 2016
63. *Nước Mỹ bao lần đi và đến* - Việt ngữ - 2017
64. *Thiền quán về Sống và Chết* - Dịch từ Anh ngữ sang Việt ngữ với TT. Thích Nguyên Tạng - 2017
65. *Mối tơ vương của Huyền Trân Công Chúa* - Việt ngữ - 2018
66. *Vua là Phật, Phật là Vua* - Việt ngữ - 2020
67. *Phật Giáo Việt Nam tại Âu Châu* - Việt ngữ - 2020

CÁC TÁC PHẨM TÁI BẢN GẦN ĐÂY

(Các sách này có thể mua qua trang Amazon)

1. *Tư tưởng Tịnh Độ Tông* - Việt ngữ - 2019
2. *Dưới bóng đa chùa Viên Giác* - Việt ngữ, viết chung với Trần Trung Đạo - 2019
3. *Hương Lúa Chùa Quê (Hoài Niệm Tuổi Thơ)* - Việt ngữ viết chung với H.T. Thích Bảo Lạc - 2019
4. *Mối tơ vương của Huyền Trân Công Chúa* - Việt ngữ - 2019
5. *Chùa Viên Giác* - Đức ngữ - 2019
6. *Cảm tạ xứ Đức* - Việt & Đức ngữ - 2019

8\. *Tiếp kiến Đức Đạt Lai Lạt Ma* - Việt & Đức ngữ - 2019

7\. *Đường không biên giới* - Việt & Đức ngữ - 2020

9\. *Phật Giáo và con người* - Việt & Đức ngữ - 2020

10\. *Sống và chết theo quan niệm của Phật Giáo* - Việt & Đức ngữ - 2020

11\. *Có và Không* - Việt & Đức ngữ - 2000

12\. *Mây oan cửa thiền (Vụ án một người tu)* - Việt ngữ - 2020

13\. *Bhutan có gì lạ?* - Việt ngữ - 2020

14\. *Dưới cội Bồ-đề* - Việt ngữ - 2021

15\. *Giai nhân và Hòa thượng* - 2021

Quý vị muốn download những bài giảng pháp
của Hòa Thượng Phương Trượng Chùa Viên Giác Hannover
xin vào các trang: *www.viengiac.info, www. quangduc.com*
hoặc *www.rongmotamhon.net*

Để có bản sách in trên giấy, xin vào Viên Giác Tùng Thư Online
tại địa chỉ: https://www.amazon.com/author/thichnhudien/

Chùa Viên Giác

Karlsruher Strasse 6

30519 Hannover - GERMANY

Tel: 0511 - 879630 - Fax: 0511- 879 412 00

Homepage: htttps://www.viengiac.info

Email: info@viengiac.de

Chúng tôi cũng liên kết phổ biến hoàn toàn miễn phí
trên các website của Liên Phật Hội (United Buddhist Foundation):

www.unitedbuddhist.org
www.lienphathoi.org
www.rongmotamhon.net

www.ingramcontent.com/pod-product-compliance
Lightning Source LLC
LaVergne TN
LVHW101939220826
846093LV00006B/54